இந்தக் கதையை சரியாகச் சொல்வோம்

சமகால புலம் பெயரிகளின் சிறுகதைகள்

தொகுப்பு மற்றும் மொழியாக்கம்: **நரேன்**

யாவரும்
பப்ளிஷர்ஸ்

The views and opinions expressed in this book are the author's own. The facts contained herein were reported to be true as on the date of publication by the author to the publishers of the book, and the publishers are not in any way liable for their accuracy or veracity.

இந்தக் கதையை சரியாகச் சொல்வோம் * மொழிபெயர்ப்புச் சிறுகதைகள் *
© - நரேன் * முதல் பதிப்பு: ஜனவரி, 2020

Intha Kathaiyai Sariyaha Solvom * Translated Short Stories * ©- Naren *

First Edition: Jan, 2020

Pages : 258
Price: 350

ISBN : 9789388133654

Cover design: Gopu Rasuvel

Book design: Prakash Rajagopalan

Released by :

Yaavarum Publishers
214, Bhuvaneshwari Nagar, IIIrd Main Road,
Velachery, Chennai-600 042
90424 61472 / 98416 43380
editor@yaavarum.com
Url : www.yaavarum.com; www.be4books.com

All rights, including professional, amateur, motion pictures, recitation, public reading, broadcasting and the rights of translation into foreign languages are strictly reserved. No part of this book may be reproduced in whole or in part or utilized in any form or by any means electronic or mechanical, including photocopying, recording or by any information storage and retrieval system now known or hereafter invented, without the prior written permission of the author/publisher.

அம்மா அப்பாவிற்கு...

ம. நரேந்திரன்

1982 – இல் வேலூர் மாவட்டத்தில் பிறந்தவர்.

தந்தை: **G.**மணி, தாயார்: **L.K.**சசிகலா, தங்கை: ம. ரேவதி.

கல்லூரி காலங்களில் விகடன் மாணவ பத்திரிக்கையாளராக தேர்வாகி விகடன் குழும பத்திரிக்கைகளில் கட்டுரைகள் எழுதியுள்ளார். மென்பொருள் துறையில் பணிபுரியும் இவர் ஆறு ஆண்டுகள் அமெரிக்க வாசத்திற்குப் பிறகு தற்போது கோவையில் வசித்து வருகிறார். தமிழ் மற்றும் ஆங்கில இலக்கியங்களில் தொடர் வாசிப்பும் ஆர்வமும் கொண்டவர். இவரின் மொழிபெயர்ப்பு சிறுகதைகள் திரு. ஜெயமோகன் தளத்திலும் சொல்வனம் இணைய இதழிலும் வெளியாகியிருக்கின்றன.

narendiran.m@gmail.com
www.narenin.com

முன்னுரை

தற்கால ஆங்கில இலக்கியத்தில் சிறுகதைகளின் இடம் அநேகமாக இல்லாமல் ஆகியிருக்கும் ஒரு சூழலில் 2000க்குப் பிறகு ஒரு சிறு அலையைப் போல புலம் பெயர்ந்த எழுத்தாளர்களின் சிறுகதைகள் மேலெழத் தொடங்கியுள்ளன. கடந்த பத்தாண்டுகளில் சிறந்த ஆங்கில சிறுகதைகளின் பட்டியலை நோக்குங்கால் பெருவாரியான சிறந்த கதைகள், விருது பெற்றவைகள் புலம் பெயர்ந்தவர்களின் கதைகளாகவே இருக்கிறது. இவர்கள் அகதிகளாகவோ அல்ல தொழில் நிமித்தமாகவோ 80 களின் தொடக்கத்தில் பிரிட்டனுக்கும் அமெரிக்காவிற்கும் குடிபெயர்ந்தவர்களின் முதல் தலைமுறை மக்கள். இவர்கள் மேற்கத்திய குடிமகன்களாகவே வளர்ந்தாலும் தன் வேரைக் கண்டடையும் தேடல் இவர்களுக்குள் இருக்கிறது. இரண்டு கலாசாரங்களுக்கு இடையிலான மோதல் இவர்களுக்குள் கேள்விகள் எழுப்புகிறது. குடிபெயர்ந்தவர்கள் தன் இருப்பை நிலைநாட்டும் போராட்டத்தில் தன் பூர்வீகத்தை மொத்தமாக மறந்து மேற்கத்திய வாழ்வில் ஒன்றிணையும் முனைப்பில் இருக்க அடுத்த தலைமுறையோ தராசுத் தட்டின் நடுமுள் போல இரு கலாச்சாரங்களையும் அளந்து பார்க்க முற்படுகிறார்கள். வெற்றி பெற்றவர்களின் வெற்றிகளை கேள்விக்குள்ளாக்குகிறார்கள். ஏற்கனவே விவாதிக்கப்படும் உறவுச் சிக்கல்கள் இவர்கள் பார்வையில் வேறொரு பரிணாமம் பெறுகிறது. அப்படியான சில புலம்பெயரிகளையும் அவர்களின் சிறுகதைகளையும் தமிழ் வாசகப் பரப்பிற்கு அறிமுகப்படுத்துவதே இத்தொகுப்பின் நோக்கம்.

கடந்த இருபதாண்டுகளில் உலகமயமாக்கல் கொணர்ந்த தனிமனித சுதந்திரமும் உலகக் குடிமகன் என்ற கருத்துருவாக்கமும் அதன் எதிர்வினையாகப் பெருகி வரும் தேச இன உணர்வுகளும் வளர்ந்துவரும் நாடுகளில் சிக்கலான வாழ்வியல் சூழல்களை உருவாக்கியுள்ளது. அதே நேரத்தில் பன்னெடுங்காலமாக போர்களையும் மரணங்களையும் தோற்றுவித்து வரும் நிலங்களிலிருந்து

மக்கள் வெளியேறி வாழும் வாய்ப்புகளும் மறுக்கப்படுகிறது. புது நிலங்களில் தங்கள் வாழ்வு வெறும் பிழைத்திருப்பதிலிருந்து ஒரு படியேனும் மேலோங்கியிருக்கிறதா என்ற கேள்வி எழுகிறது. அடுத்த நிலையில் புலம்பெயர்தல், ஒரு ஆறுதலான அல்ல ஒரு வசதியான சூழ்நிலையில் அது அமைந்திருந்தாலும் அப்புது மண்ணின் மனிதர்களாக மாறுவதற்கு எத்தனை தலைமுறைகள் தேவைப்படும்,இழக்கும் உறவுகளும் மொழியும் பண்பாடும் எதிலிருந்து மீண்டும் முளைக்கும்? இந்த விவாதங்களை எழுப்புவதினாலேயே இச்சிறுகதைகள் உலகத்தன்மையுடன் அனைவருக்குமான கதைகளாக மாறுகிறது.

தற்கால உலக சிறுகதையாசிரியர்களை தேடி வாசிக்கையில் அவர்கள் பெரும்பாலும் புலம் பெயரிகளாகவும் அவர்களின் கதைகளின் மையம் இடமாற்றங்களின் வழியே மனிதர்கள் தங்களுக்குள் கண்டடையும் வாழ்வின் அர்த்தங்களையும் அபத்தங்களையும் அறிந்துக் கொள்ள முயல்வனவாக இருந்தது. தமிழ்ச் சூழலில் அறியப்படாத இவ்விளம் எழுத்தாளர்களை அறிமுகப்படுத்துவது, தற்போது உலகமெங்கும் நிலவும் அகதிகளின் மீதான விவாதங்களினிடையில் அவசியமாகிறது. மேற்கு உலகிற்கு அணுக்கமான குரல்களாக இல்லாமல் கீழைத்தேசங்களிலிருந்தும் ஆயுத உரமேந்திய யுத்த நிலங்களிலிருந்தும் உரத்து உண்மையான குரல்களில் இவை வெளிவருகிறது. இவர்களின் மூலமாக புலம்பெயரிகளின் கதைகள் இப்போது சரியாக சொல்லப்படுகிறது.

என் இலக்கிய வாசிப்பிற்கும் ரசனைக்கும் செழுமை சேர்த்ததில் விஷ்ணுபுர இலக்கிய வட்டத்திற்கும் கோவை சொல்முகம் வாசகர் குழும நண்பர்களுக்கும் பெரும் பங்கு உண்டு. கதைகள் தேர்விலும் தட்டச்சுவதிலும் உடனிருந்து உதவிய தோழி கனிமொழிக்கும் துணையாயிருந்த தங்கை ரேவதிக்கும் நன்றிகள். இம்மொழிபெயர்ப்பை தொடர்ந்து செய்திட எனக்கு தூண்டுதலாக இருந்த நண்பர் செல்வேந்திரனுக்கு தனிப்பட்ட நன்றிகள். இத்தொகுப்பை வெளிக்கொண்டு வரும் யாவரும் பதிப்பகத்திற்கும் திரு. ஜீவகரிகாலனுக்கும் உளமார்ந்த நன்றிகள். இருபது வருடங்களாக ஆத்மார்த்தமாகவும் நேரிடையாகவும் வாசிப்பிலும் வாழ்விலும் குருவெனவான என் ஆசான் ஜெயமோகனுக்கு என் வணக்கங்கள்.

நரேன்

உள்ளே...

1. யியூன் லீ — 11
ஆயிரமாண்டுப் பிரார்த்தனைகள்

2. டினாவ் மெங்கேஸ்டு — 33
ஒரு நேர்மையான வெளியேற்றம்

3. கென் லியூ — 63
காகித மிருக சாலை

4. கீற்ஸ்ட்டின் வால்டேஸ் குவேட் — 85
நெமேஷியா

5. ஜெனிபர் நன்சுபுகா மக்கும்பி — 116
இந்தக் கதையை சரியாகச் சொல்வோம்

6. ஹஸ்ஸான் பிளேஸிம் — 139
அமைதிப் பிரதேசத்தின் முயல்

7. டினா நயேறி — 151
ஃப்ராவோவிலிருந்து ஒரு சவாரி

8. டேனியல் அலர்கோன் — 186
அரசன் எப்போதும் மக்களுக்கு மேல் நிற்பவன்

9. வியட் தன் ங்குவேன் — 210
தந்தையர் நிலம்

10. அலெக்ஸ்சாண்டிரா க்ளீமென் — 240
மறைந்துக் கொண்டிருக்கிறாய், நீ

யியூன் லீ (Yiyun Li)

யியூன் லீ ஒரு சீன அமெரிக்க எழுத்தாளர். 1972ல் பெய்ஜிங்கில் பிறந்த இவர், ஒரு வருட இராணுவ சேவையைப் பின்தொடர்ந்து 1996ல் பீகிங் பல்கலைக்கழகத்தில் பட்டம் பெற்றார். அதே வருடம் அமெரிக்காவில் குடியேறிய பின், 2003ல் இருந்து நாவல்கள், சிறுகதைகள், கட்டுரைகள் என பல்வேறு தளங்களில் வாசகர்களின் கவனிப்பில் முன் நிற்கும் இளம் எழுத்தாளராக திகழ்கிறார். 'ஃபிராங்க் ஓ கானர்', 'பென்/ஹெமிங்க்வே' உள்ளிட்ட பல விருதுகளை வென்றிருக்கிறார். இவருக்குள்ளே எஞ்சியிருக்கும் சீனா ஒரு மாய வித்தையைப் போல இவரின் சிறுகதைகளில் வெளிப்படுகிறது. சீனாவின் தொன்மங்களும் பண்பாடும் மார்க்ஸியத்திற்கு பிறகான குழப்பங்களும் இவரின் கதைகளில் உருவகங்களாக உருமாறுகிறது. இடம்பெயர்ந்தவர்களின் கட்டற்ற தன்மையின் மீதான குற்ற உணர்வும் நாகரீகங்களின் மாற்றங்களை புரிந்துக்கொள்ள முடியாத பின்னுலகில் தங்கிவிட்டவர்களின் குழப்பங்களுமே இவர் கதைகளில் பிரதானமாக இருக்கிறது. இவரின் புனைவுகளை பின்தொடரும் பெரும் வாசகப் பரப்பை உருவாக்கி வைத்திருக்கிறார்.

ஆயிரமாண்டுப் பிரார்த்தனைகள்
(A Thousand years of Good Prayers)

"**நா**னொரு ராக்கெட் சயிண்டிஸ்ட்", மிஸ்டர். ஷீ தன் தொழிலைப் பற்றி கேட்பவர்களிடம் சொல்வார். அவர்கள் மலைப்பாய் பார்க்கையில், "ஓய்வுபெற்றவன்" என்று பிற்பாடு சேர்ப்பார், தன்னடக்கத்தோடு. மிஸ்டர். ஷீ இந்தச் சொற்றொடரையே இணைப்பு விமானத்திற்காக டெட்ராய்ட்டில் காத்திருந்தபோது ஒரு பெண்ணிடம், தன் வேலை என்ன என்பதை விளக்கும் முயற்சியில் ஆங்கிலம் இவரை கைவிட, படம் வரைந்து காட்டி கற்றுக்கொண்டார். அவள் வாய்விட்டுச் சிரித்து "ராக்கெட் சயிண்டிஸ்ட்" என்று கூவினாள்.

அவர் அமெரிக்காவில் சந்தித்த மனிதர்கள் பொதுவாகவே நட்பானவர்கள்தான்

என்றாலும், அவர் தொழில் என்ன என அறிந்ததும் மேலும் அன்பு காட்டுவதால் அவ்வார்த்தைகளை அவர் வாய்ப்பு கிடைக்கும்போதெல்லாம் திரும்பச்சொல்ல விரும்புவார். தன் மகளைப் பார்க்க இந்த வடமத்திய மாநில நகருக்கு அவர் வந்து சேர்ந்த ஐந்து நாட்களிலேயே சொல்லிக் கொள்ளுமளவு அறிமுகங்களை செய்துகொண்டார். குழந்தைகளை கைவண்டியில் வைத்து தள்ளிக்கொண்டு செல்லும் தாய்மார்கள் இவரைப் பார்த்து கையசைப்பர். ஒரு வயதான தம்பதி, சூட் அணிந்த கணவரின் கரங்களைப் பற்றியபடி பாவாடையணிந்த மனைவி இந்த பூங்காவிற்கு தினமும் காலை 9 மணிக்கு தோன்றி இவருக்கு வணக்கம் செலுத்துவர். கணவர் மட்டும்தான் எப்போதும் பேசுவார், மனைவி புன்னகைத்துக் கொண்டிருப்பார். அடுத்த தொகுதியில் இருக்கும் ஒரு ஓய்வுக்கால விடுதியில் வாழும் பெண்மணி இவரிடம்

பேச வேண்டியே தொடர்ந்து வருவார். அந்தம்மாவிற்கு 77 வயது, இவரைவிட இரண்டு வயது மூத்தவர், ஈரானை பூர்வீகமாக கொண்டவர். இருவருக்குமே ஆங்கிலம் மிகக்குறைவாகத்தான் பேசவரும் என்றாலும் ஒருவரை ஒருவர் புரிந்துக் கொள்வதில் அவர்களுக்கு எந்தப் பிரச்சினையும் இல்லை, நண்பர்களாவதற்கும் அதிக நேரம் பிடிக்கவில்லை.

"அமெரிக்கா நல்ல நாடு," அந்தம்மா அடிக்கடி சொல்வார். "மகன்கள் நிறைய பணம் பண்ணுகிறார்கள்."

அமெரிக்கா நிஜமாகவே நல்ல நாடுதான். மிஸ்டர். ஷீயின் மகள் கல்லூரி நூலகத்தில் கிழக்காசிய பிரிவின் நூலகராக பணிபுரிகிறாள், இருபது வயதில் இவர் பார்த்ததைவிட அதிகம் சம்பாதிக்கிறாள்.

"என் மகள், அவளும் அதிக பணம் பண்ணுகிறாள்."

"ஐ லவ் அமெரிக்கா. எல்லோருக்கும் இது நல்ல நாடு."

"அமாம், ஆமாம். ராக்கெட் சயிண்டிஸ்ட் நான், சீனாவில். ஆனால் ரொம்ப ஏழை. ராக்கெட் சயிண்டிஸ்ட், உங்களுக்கு தெரியுமா ?"

"ஐ லவ் சீனா. சீனா ஒரு நல்ல நாடு, ரொம்ப பழசு," அந்தம்மா சொன்னார்.

"அமெரிக்கா இளமையான நாடு, இளமையான ஆட்களைப் போன்றது."

"அமெரிக்கா சந்தோஷமான நாடு."

"இளமையானவர்கள் வயதானவர்களைவிட அதிக சந்தோஷமாக இருக்கிறார்கள்," மிஸ்டர். ஷீ சொன்னார், உடனேயே இது ஒரு அபத்தமான தீர்மானம் என்பதையும் உணர்ந்தார். அவருக்கேகூட தன் வாழ்வில் நினைவு தெரிந்து முன்னெப்போதையும்விட இப்போதுதான் அதிக சந்தோஷமாக இருப்பதாகப்படுகிறது. அவர் முன்னே இருக்கும், நல்ல காரணத்தோடோ இன்றியோ அனைத்தையும் நேசிக்கும், இந்தப் பெண்மணியும் சந்தோஷமாகத்தான் இருக்கிறார்.

சிலசமயங்களில் அவர்களிடமிருந்த ஆங்கிலம் தீர்ந்து போய்விடும். அப்பெண்மணி பெர்ஷியனுக்கு மாறிவிடுவார், ஒருசில ஆங்கில வார்த்தைகளை சேர்த்துக் கொண்டு. மிஸ்டர். ஷீக்கு அவரிடத்தில் சீனமொழியில் பேசுவதற்கு கடினமாக இருக்கிறது. அதற்குப்பின் பத்து அல்ல இருபது நிமிடங்களுக்கு தொடர்ந்து பேசுவது அந்த

அம்மாதான். இவர் பீறிடும் புன்னகையோடு தலையசைப்பார். அதில் பெரிதாக இவருக்கு எதுவும் புரிவதில்லையென்றாலும், அவரிடம் பேசுவதில் அந்த அம்மாள் அடையும் ஆனந்தத்தை இவர் உணர்ந்தார், கவனிப்பதில் இவர் அடையும் அதே பேரானந்தம்.

மிஸ்டர். ஷீ பூங்காவில் வந்தமர்ந்து அவரின் வருகைக்காக காத்திருக்கும் காலைநேரங்களை எதிர்நோக்கத் தொடங்கினார். “மேடம்” என்றுதான் அழைப்பார், பெயரை இதுவரை கேட்டதில்லை. மேடம் அணியும் வண்ணங்களையெல்லாம், சிவப்பு ஆரஞ்சு ஊதா மஞ்சள், இந்த வயதில் ஒரு பெண்மணியோ இல்லை அவரின் பூர்வீக நட்டிலோ அணிவார்கள் என்று இவர் கற்பனை கூட செய்ததில்லை. மேடத்திடமிருந்த உலோகத்தாலான ஒரு ஜோடி சிகை பட்டை, ஒரு வெள்ளை யானையும் பச்சிள நீலத்தில் ஒரு மயிலும், மெல்லிய தலைமுடியைத் தழுவிக்கொண்டு நிலையற்று ஆடிக்கொண்டிருப்பதைப் பார்க்கையில் இவருக்கு தன் மகளின் சிறு வயது ஞாபகத்திற்கு வரும் - முடி முழுதாக வளர்வதற்கு முன்னால் ப்ளாஸ்டிக் பட்டாம்பூச்சி கட்டின்றி முன்நெற்றியில் தொங்கிக் கொண்டிருக்கும். ஏதாவதொரு தருணத்தில் மிஸ்டர். ஷீ, தன் மகளின் சிறு வயது நாட்கள், வாழ்வு மிகவும் நம்பிக்கையுற்றதாக இருந்த காலங்களை நினைத்து ஏங்குவதை மேடத்திடம் சொல்லிவிட விழைந்தார். ஆனால் உறுதியாக தெரியும், சொல்ல ஆரம்பிக்கும் முன்னரே ஆங்கிலம் ஏமாற்றிவிடும். அதுமட்டுமில்லை, கடந்த காலங்களைப் பற்றி பேசுவது இவரின் பழக்கமுமல்ல.

மாலையில், தன் மகள் வீடு திரும்பும்போது, மிஸ்டர். ஷீ இரவுணவை தயாரித்து வைத்திருப்பார். சில வருடங்களுக்கு முன்னர், தன் மனைவி இறந்த பிறகு சமையல் வகுப்புகளில் சேர்ந்ததிலிருந்து, கல்லூரி நாட்களில் கணக்கையும் பௌதீகத்தையும் படித்த அதே உற்சாகத்தில் சமையற்கலையையும் பயின்று வருகிறார். “எப்படிப் பயன்படுத்துவது என்று தெரிந்துக்கொள்ள முடியாத பல திறமைகளோடு ஒவ்வொரு மனிதனும் பிறக்கிறான்,” இரவுணவின்போது அவர் சொன்னார். “ஒருநாளும் நான் சமையலை கைக்கொள்வேன் என்று கற்பனை செய்ததேயில்லை, ஆனால் இப்போதிங்கே நான் எண்ணியதைவிடவும் சிறப்பாகவே அதில் தேர்ந்திருக்கிறேன்.”

“ஆமாம், மிகவும் வியப்புக்குரியதுதான்,” அவர் மகள் சொன்னாள்.

“அது போலவே” - மிஸ்டர். ஷீ தன் மகளை ஒருகணப் பார்வை பார்த்து - “வாழ்க்கை நாம் என்றும் அறிந்திராத சந்தோஷங்களையும்

கொடுக்கும். அதை கண்டடைய நம்மை நாமே தயார்படுத்திக்கொள்ள வேண்டும்.

அவர் மகள் பதில் பேசவில்லை. தன் சமையல் மீதான அவரின் பெருமைகளும் அதற்கு அவளின் பாராட்டுகளுமென இருந்தாலும் அவள் மிகக் குறைவாகவும் கடமைக்காகவும் தான் உண்பாள். இது அவரை கவலை கொள்ளச் செய்யும், அவள் தன் வாழ்வின் மீது காட்டவேண்டிய ஆர்வம் குறைந்து இருக்கிறாள். உண்மைதான், அதற்கு அவளுக்கு காரணம் உண்டுதான், ஏழு வருட திருமண வாழ்விலிருந்து மிகச்சமீபத்தில் பிரிவை ஏற்றவள். மிஸ்டர். ஷீக்கு அவர்களின் இல்லறப் படகு எந்த புலப்படாத பாறையின் மீது மோதியுடைந்தது என்று தெரியாது, ஆனால் காரணம் எதுவாகயிருந்தாலும், அது அவளுடைய தவறாக இருக்காது. அவள் சிறந்த மனைவியாக இருப்பதற்காகவே ஆனவள், மெல்லிய குரலும் கனிந்த இதயமும், பணிவும் அழகும், அவள் அம்மாவின் இளவயதுப் பிரதி. அவர் மகள் விவாகரத்தைப் பற்றி சொல்ல இவரை அழைத்தபோது, மிஸ்டர். ஷீ அவள் தாங்கொணா வலியில் இருப்பதாக நினைத்துக்கொண்டு அவள் மீள உதவும் பொருட்டு அமெரிக்கா வருவதற்காக கேட்டார். அவள் மறுத்தாள். அவர் தினமும் அழைத்து, தன் ஒரு மாத பென்ஷன் பணத்தை தொலைதூர அழைப்பிற்காகவே செலவழித்து, வாதாடினார். அவர் தன்னுடைய எழுபத்தைந்தாவது பிறந்தநாளின் விருப்பமாக அமெரிக்காவைச் சுற்றிப் பார்ப்பதுதான் என்று அறிவித்தபோது அவள் கடைசியாக ஒப்புக்கொண்டாள். அது ஒரு பொய், ஆனால் அதுவே ஒரு நல்ல காரணமாக மாறியது. சுற்றிப் பார்க்க தகுதியான இடம்தான் அமெரிக்கா; அதை விடவும், அமெரிக்கா அவரை புது மனிதனாக்கும், ஒரு ராக்கெட் சயிண்டிஸ்ட், ஒரு நல்ல உரையாடல்காரர், அன்பான அப்பா, சந்தோஷமான ஆண்.

இரவுணவுக்குப் பின், மிஸ்டர். ஷீ யின் மகள் தன் படுக்கையறைக்கு புத்தகத்தோடு ஒதுங்கிவிடுவார் அல்லது வெளியே வண்டியோட்டிச் சென்று பின்னிரவில் வீட்டுக்கு திரும்பி வருவார். மிஸ்டர். ஷீ அவளோடு துணைக்கு தானும் வருவதாக கேட்பார், அவர் கற்பனையில் தன் மகள் தனியே சினிமா பார்க்கச் செல்கிறாள். அவள் நயமாக ஆனால் உறுதியாக மறுத்துவிடுவாள். சர்வ நிச்சயமாக ஒரு பெண்ணுக்கு இது ஆரோக்கியமானதல்ல, குறிப்பாக சிந்தனாராய்ச்சியிலேயே இருக்கும் தன் மகளைப் போன்ற பெண்கள் தனியாக இருப்பது. அவள் தனிமையை

எதிர்த்து போராடும் விதமாக அதிகம் பேசத்தொடங்குவார், தான் காணக் கிடைக்காத அவள் தின வாழ்வின் பக்கங்களைப் பற்றிய கேள்விகளோடு. அவளுடைய அன்றைய வேலை எப்படியிருந்தது என்று கேட்பார், நன்றாயிருந்தது என்று சோர்வாகச் சொல்வாள். சற்றும் மனம் தளராமல், அவளுடன் பணி புரிபவர்களைப் பற்றி கேட்கத் தொடங்குவார், ஆண்களைவிட பெண்கள் அதிகமாக இருக்கின்றனாரா, அவர்களின் வயது என்ன, திருமணமானவர்களா? குழந்தைகள் உண்டா? தொடர்ந்து கேட்பார், அவளின் மதிய உணவு என்ன, எந்த வகையான கணினியை உபயோகிக்கிறாள், என்னென்ன புத்தகங்களை வாசிக்கிறாள்? அவளின் பழைய பள்ளிக்கால நண்பர்களைப் பற்றி கேட்பார், விவாகரத்தான அவமானத்தால் அவர்களின் தொடர்புகளை இவள் துண்டித்திருப்பாள் என்று நம்பிக்கொண்டிருக்கிறார். அவளின் எதிர்கால திட்டங்களைப் பற்றி கேட்பார், சூழ்நிலையின் அவசரத்தை அவள் புரிந்துக் கொண்டிருப்பாள் என்ற எதிர்பார்ப்பில். பெண்கள் அவர்களின் திருமண வயதான இருபதுகளிலும் முப்பதுகளின் தொடக்கத்திலும் மரத்திலிருந்து பறிக்கப்பட்ட லீய்ச்சீ பழங்களைப் போல; கடந்து செல்லும் நாள் ஒவ்வொன்றும் அவற்றை மலர்ச்சியற்றதாக யாரும் வேண்டாதனவாக மாற்றி சீக்கிரத்திலேயே அதன் மதிப்பும் இழந்து விற்பனை விலைக்கே அகற்றப்பட வேண்டியிருக்கும்.

மிஸ்டர். ஷீக்கு விற்பனை விலை என்றெல்லாம் எதுவும் குறிப்பிடக் கூடாது என்றளவுக்கு தெரியும். இருந்தும் வாழ்வின் கனிகளைப் பற்றி அவரால் பாடம் எடுக்காமல் இருக்க முடியவில்லை. அவர் மேலும் பேசப்பேச அவரின் நிதானம் அவரையே கலங்க வைத்தது. அவர் மகளிடமோ எந்த மாற்றமும் இல்லை. நாளுக்கு நாள் அவள் குறைவாக உண்டு மேலும் அமைதியடைந்துகொண்டிருந்தாள். அவர் இறுதியாக வாழ்வை வேண்டிய அளவு நீ கொண்டாடவில்லை என்று அவளிடமே சுட்டிக் காட்டியபோது அவள் திருப்பிக் கேட்டாள், “இந்த முடிவிற்கு நீங்கள் எப்படி வந்தீர்கள்? சரியானபடிதான் நான் வாழ்க்கையை அனுபவித்துக் கொண்டிருக்கிறேன்.”

“ஆனால் அது பொய். சந்தோஷமான மனிதர் யாரும் இவ்வளவு அமைதியாக இருக்க மாட்டார்கள்!”

அரிசிக் கிண்ணத்திலிருந்து பார்வையை மேல் தூக்கி பார்த்தாள். “அப்பா, நீங்கள் முன்பெல்லாம் அமைதியாக இருப்பதுதான் வழக்கம், ஞாபகமிருக்கிறதா? நீங்கள் அப்போது வருத்தமாக இருந்தீர்களா என்ன?”

தன் மகளிடமிருந்து இப்படியானதொரு நேரடிக் கேள்விக்கு தயாராகவில்லை, மிஸ்டர். ஷீயால் பதில் சொல்ல இயலவில்லை. தன்னிடம் மன்னிப்பு கேட்டு வேறு விஷயத்தைப் பேசுவாள் என்று காத்திருந்தார், நன்னடத்தை கொண்ட எவரும் தன் கேள்வியால் ஒருவரை தர்மசங்கடப்படுத்தி விட்டால் அதுதானே செய்வார்கள்? ஆனால் அவள் அவரை விடுவதாக இல்லை. மூக்குக்கண்ணாடியின் பின்னால் அவளின் கண்கள் அகல விரிந்து அசைவற்று அவரை பார்ப்பது அவருக்கு அவளின் சிறுவயதை ஞாபகப்படுத்தியது. நான்கு அல்ல ஐந்து வயதிருக்கும்போது கிடைத்த வாய்ப்பிலெல்லாம் பின்னடியே வந்து கேள்விகள் கேட்டு பதில் வேண்டி வற்புறுத்தி நிற்பாள். அந்தக் கண்கள் அவளின் அம்மாவையும் ஞாபகப்படுத்தியது; அவர்கள் இல்லறத்தில் ஒருமுறை, இதேபோன்றதொரு வினவும் பார்வையில் இவரை உற்று நோக்கியபடி இவரிடம் இல்லாத பதிலுக்காக காத்திருந்தாள்.

பெருமூச்சு விடுத்தார். "என்ன சந்தேகம், நான் எப்போதுமே சந்தோஷமாகத்தான் இருக்கிறேன்."

"சரியாக சொன்னீர்கள் அப்பா. நாம் அமைதியாக இருந்துக்கொண்டே சந்தோஷமாகவும் இருக்கமுடியும் இல்லையா?"

"நீ ஏன் உன்னுடைய மகிழ்வான தருணங்களைப் பற்றி என்னிடம் பேசக் கூடாது?" மிஸ்டர். ஷீ சொன்னார். "உன் வேலையைப் பற்றி மேலதிகம் சொல்லேன்."

"நீங்களும் கூட உங்கள் வேலையைப் பற்றி எதுவும் சொன்னதில்லை, நினைவிருக்கிறதா? நான் கேட்டபோது கூட."

"ஒரு ராக்கெட் சயிண்டிஸ்ட் என்றால் என்னவென்று தெரியும்தானே உனக்கு. என் வேலை ரகசியமானது."

"நீங்கள் எதைப்பற்றியுமே அதிகம் பேசியதில்லை," அவர் மகள் சொன்னாள்.

மிஸ்டர். ஷீ பேசுவதற்கு வாய் திறந்தும் வார்த்தைகள் எதுவும் வெளிவிடவில்லை. நீண்ட இடைவெளிக்குப் பிறகு சொன்னார், "இப்போது அதிகம் பேசுகிறேனே. நான் திருந்தியிருக்கிறேன் தானே?".

"கண்டிப்பாக," அவர் மகள் சொன்னாள்.

"அதுதான் நீயும் செய்ய வேண்டியது. நிறைய பேசு," மிஸ்டர். ஷீ சொன்னார். "அதை இப்போதே தொடங்கு".

அவர் மகள் மாறாக உற்சாகமிழந்திருந்தாள். வழக்கம் போல் மௌனமாய் உணவை முடித்து அவர் சாப்பிடுக்கொண்டிருக்கும் போதே வெளியே கிளம்பிச் சென்றாள்.

அடுத்த நாள் காலை, மிஸ்டர். ஷீ மேடத்திடம் உண்மையை ஒப்புக்கொண்டார், "என் மகள் மகிழ்ச்சியாக இல்லை."

"மகள்கள் இருப்பது மகிழ்வான விஷயம்," மேடம் சொன்னார்.

"அவள் விவாகரத்தானவள்."

மேடம் தலையசைத்து பின் பெர்ஷியனில் பேசத் தொடங்கினார். விவாகரத்தென்றால் என்னவென்று மேடம் அறிவாரா என மிஸ்டர். ஷீ க்கு உறுதியாகத் தெரியவில்லை. இவரைப் போன்று உலகத்தின் மீது துணிவுடன் இவ்வளவு காதலாய் இருக்கும் ஒரு பெண் வாழ்வின் எந்தக் கசப்பிலிருந்தும் காக்கப்பட வேண்டும், அவர் கணவனாலோ அல்ல ஒருவேளை, மகன்களாலோ. மிஸ்டர். ஷீ மேடத்தைப் பார்த்தார், பேசுவதிலும் சிரிப்பதிலும் அவர் முகத்தில் பிரகாசம் கூடிக்கொண்டேயிருந்தது, நாற்பது வயது குறைவான தன் மகளால் இவரின் உற்சாகத்தைக் கொள்ள முடியவில்லையே என லேசான பொறாமையும் கொண்டார். அன்றைய நாளுக்கு மேடம் அணிந்திருந்த பளபளப்பான ஆரஞ்சு ரவிக்கையில் ஊதா நிறத்தில் குரங்குகள் அச்சிடப்பட்டிருந்தது, அத்தனையும் உருண்டும் புரண்டும் பல்லிளித்துக் கொண்டுமிருந்தன; தலையில் அதே தோரணையில் துண்டு ஒன்றை சுற்றியிருந்தார். ஒரு இடம்பெயர்ந்த பெண்மணி இவர், ஆனால் சந்தேகமேயில்லை மகிழ்வுடன் இடம்பெயர்ந்தவர். மிஸ்டர். ஷீ ஈரானைப் பற்றியும் அந்நாட்டின் சமீபத்திய வரலாற்றைப் பற்றியும் தனக்கு என்ன தெரியும் என நினைவுகூற முயற்சித்தார்; தன்னுடைய குறைந்த அறிவிலிருந்து அவர் தேர்ந்த முடிவானது மேடம் ஒரு அதிர்ஷ்டசாலி என்பதுதான். அவரும் அதிர்ஷ்டசாலிதான், எல்லா பெரிய சிறிய குறைபாடுகளோடு அவர் இருந்தபோதிலும். எவ்வளவு அசாதாரணமானது இது, மிஸ்டர். ஷீ யோசித்தார், மேடமும் அவரும் வேறு வேறு உலகங்களிலிருந்து வந்து, வெவ்வேறு மொழியோடு, இலையுதிர்காலத்து சூரிய ஒளியின் கீழ் அமர்ந்து பேசிக்கொண்டிருக்கும் வாய்ப்பைப் பெறுவது.

"சீனாவில் நாங்கள் ஷீஈயூ பாய்யீ ஷேய்ர் கே டாங்க் ஸ்ஹொஉ என்று சொல்லுவோம்" மேடம் நிறுத்தியபோது மிஸ்டர். ஷீ சொன்னார். ஒரே படகில் ஒருவரோடு ஆற்றை கடக்கும் வாய்ப்பை பெறுவதற்கு முந்நூறு வருட பிரார்த்தனைகள் தேவைப்படுகிறது,

இதை மேடத்திடம் ஆங்கிலத்தில் விளக்கலாமென அவர் நினைத்தார், பின், மொழிகளுக்குள் என்ன வேறுபாடு? மேடம் அவரை புரிந்துக்கொள்வார், மொழிபெயர்த்துச் சொன்னாலும் இல்லாவிட்டாலும். "நாமிருவரும் இங்கே சந்தித்து ஒருவரோடு ஒருவர் பேசிக்கொண்டிருக்கிறோம் - இங்கு வந்தடைவதற்கு நீண்ட காலத்திய நற்பிரார்த்தனைகள் தேவைப்பட்டிருக்கும்," அவர் சீன மொழியில் மேடத்திடம் சொன்னார்.

மேடம் ஆமோதித்து புன்னகைத்தார். "எல்லா உறவுகளுக்கும் ஒரு காரணமிருக்கிறது, அதைத்தான் இந்தப் பழமொழி சொல்கிறது, கணவன் மனைவி, பெற்றொர் குழந்தைகள், நண்பர்கள் எதிரிகள், தெருவில் நீங்கள் சந்திக்கும் அந்நியர்கள். முன்னூறு வருடப் பிரார்த்தனைகளுக்குப் பிறகுதான் நீங்கள் நேசிக்கும் ஒருவரோடு ஒரே தலையணையில் அருகருகே தலைவைக்க முடியும். அப்பாவிற்கும் பெண்ணுக்குமெனில்? ஆயிரம் வருடங்களாக இருக்கலாம். தொடர்பின்றி யாரும் அப்பாவும் பெண்ணாகவும் பிறப்பதில்லை, அதுமட்டும் நிச்சயம். ஆனால் மகள், அவள் அதை புரிந்துகொள்வதில்லை. நானொரு தொல்லையென அவள் நினைக்கக்கூடும். நான் வாய்மூடிக் கொண்டிருப்பதைத்தான் அவள் விரும்புகிறாள், அப்படித்தான் அவள் என்னை அறிந்திருக்கிறாள். நான் அப்போது ராக்கெட் சயிண்டிஸ்டாக இருந்ததால் அவளோடும் அவள் அம்மாவோடும் நான் அதிகம் பேசவில்லை என்பதை அவள் புரிந்துக் கொள்ளவில்லை. எல்லாக் காரியங்களும் ரகசியமானது. நாங்கள் நாள் முழுக்க வேலை பார்ப்போம் மாலை வந்ததும் பாதுகாப்பு காவலர்கள் எங்களிடமிருந்து நோட்டுப் புத்தகங்களையும் எழுதிய காகிதத் தாள்களையும் சேகரித்துச் சென்றுவிடுவார்கள். எங்களின் அன்றாட வேலைகளின் காப்பகக் கோப்பின் மீது கையெழுத்திடுவோம். நாங்கள் என்ன செய்கிறோம் என்பதை குடும்பத்தினரிடம் சொல்ல அனுமதியில்லை. பேசாமலிருப்பதற்கு நாங்கள் பயிற்றுவிக்கப்பட்டிருக்கிறோம்."

இரண்டு கைகளையும் இதயத்தின் மீது மடக்கி வைத்து மேடம் கேட்டுக் கொண்டிருந்தார். தன் மனைவி இறந்த பிறகு தனதொத்த வயதுப் பெண்மணியிடம் இதுவரை இவ்வளவு நெருக்கமாக அவர் அமர்ந்ததில்லை; அவர் மனைவி உயிருடன் இருந்தபோதும் இவ்வளவு அதிகமாகப் பேசியதில்லை. அவர் கண்கள் கனத்தது. பாதி உலகைச் சுற்றி தன் மகளிடம் அவள் இளவயதில் பேச மறுத்ததிற்கெல்லாம் ஈடு செய்ய வந்து கண்டதென்னவோ அவர் வார்த்தைகள் மீது

மகளுக்கு ஆர்வமில்லை என்பதைத்தான். ஆனால் மேடம், மொழி தெரியாத புதியவர் அதிகப் புரிதலோடு இவர் பேசுவதை கவனமாகக் கேட்கிறார். மிஸ்டர். ஷீ தன் கட்டை விரல்களால் கண்களை வருடிக் கொடுத்தார். இவர் வயதுடையவர்கள் ஆரோக்கியமற்ற உணர்வுகளுக்கு தன்னை ஈடுகொடுக்கக் கூடாது. நீண்ட மூச்சுகள் இழுத்து பின் லேசாக சிரித்தார். "ஆனால், ஆரோக்கியமற்ற உறவுகளுக்கும் ஒரு காரணம் இருக்கும்தான் - என் மகளுக்காக நான் ஆயிரம் வருடங்களாக அரைமனதோடுதான் பிரார்த்திக்கிறேன் போலும்."

மேடம் ஆழமாக தலையசைத்தார். அவரை மேடம் புரிந்துக்கொள்கிறார் என்று அவருக்கும் தெரியும், இருந்தும் தன் சிறிய வருத்தங்களை அவர்மீது பாரமாக்க விரும்பவில்லை. கைகளை தேய்த்துக் கொண்டார், ஞாபக தூசியை தட்டிவிடுவது போல். "பழங்கதைகள்," அவருக்குத் தெரிந்த ஆங்கிலத்தில் சொன்னார். "பழங்கதைகள் அவ்வளவு உற்சாகம் தருவதில்லை."

"எனக்கு கதைகள் பிடிக்கும்," மேடம் சொன்னார், பின் பேசத் தொடங்கினார். மிஸ்டர். ஷீ கவனிக்க மேடம் எந்நேரமும் புன்னகைத்துக் கொண்டிருந்தார். வெடித்துச் சிரிக்கும்போதெல்லாம் தலையில் இளித்துக் கொண்டிருக்கும் குரங்குகள் மேலும் கீழும் ஓடுவதை அவர் பார்த்துக் கொண்டிருந்தார்.

"அதிர்ஷ்டக்காரர்கள் நாம்," மேடம் பேசி முடித்ததும் அவர் சொன்னார். "அமெரிக்காவில் நாம் எதுவேண்டுமானாலும் பேச முடிகிறது."

"அமெரிக்கா நல்ல நாடு," மேடம் தலையசைத்துச் சொன்னார். "ஐ லவ் அமெரிக்கா."

அன்று மாலை, மிஸ்டர். ஷீ தன் மகளிடம் "நான் இந்த ஈரானியப் பெண்மணியை பூங்காவில் சந்தித்தேன். நீ அவரை சந்தித்திருக்கிறாயா?" என்று கேட்டார்.

"இல்லை."

"நீ எப்பொழுதாவது அவரை சந்திக்க வேண்டும். அவர் மிகவும் நேர்மறையானவர். உன்னுடைய இந்தச் சூழ்நிலைக்கு வெளிச்சம் பாய்ச்சுவதைப் போல இருக்கும்."

"என்ன என்னுடைய சூழ்நிலை?" அவர் மகள் உணவிலிருந்து தலையை தூக்காமலேயே கேட்டார்.

"நீயே அதை சொல்," மிஸ்டர். ஷீ சொன்னார். அவர் மகள் இவ்வுரையாடலைத் தொடர ஒரு அசைவும் காட்டாதபோது சொன்னார், "நீ இப்போது இருண்ட காலத்தை அனுபவித்துக் கொண்டிருக்கிறாய்."

"அந்தப் பெண்மணி என் வாழ்வை துலங்கச் செய்வார் என்பது உங்களுக்கு எப்படி தெரியும்?"

மிஸ்டர். ஷீ ஏதோ சொல்ல வாய் திறந்து, பின் பதில் கிடைக்காமல் நின்றார். அவரும் மேடமும் வெவ்வேறு மொழிகளில் பேசிக்கொள்கிறார்கள் என்று அவள் அறிந்தால் தன்னை மனங் கலங்கிய வயதானவன் என்று நினைத்துக் கொள்வாள் என்று பயந்தார். ஒரு கணத்தில் அர்த்தம் நிறைந்ததாய் தோன்றியவையெல்லாம் வேறொரு வெளிச்சத்தில் அபத்தமாகத் தெரிந்தது. தன் மகளின் மீது அவருக்கு ஏமாற்றமாய் இருந்தது, ஒரே மொழியைப் பகிர்ந்து கொள்ளும் அவளிடம் தனக்கு மிக நெருக்கமான ஒரு தருணத்தை இனி பகிர்ந்து கொள்ள முடியாது. நீண்ட இடைவெளி விட்டு அவர் சொன்னார், "தெரிந்துக்கொள், ஒரு பெண் இப்படி நேரடியான கேள்விகளைக் கேட்கக்கூடாது. ஒரு நல்ல பெண் இணக்கமாக நடந்து மற்றவர்களைப் பேச வைக்கத் தெரிந்திருக்க வேண்டும்."

"நான் விவாகரத்தானவள், அதனால் கண்டிப்பாக உங்கள் மதிப்பின்படி நான் நல்ல பெண் இல்லை."

மிஸ்டர். ஷீ, தன் மகளின் கிண்டலில் நியாயமில்லை என்று தோன்றியதால் அதை உதாசீனப்படுத்தினார். "உன் அம்மா ஒரு நல்ல பெண்ணிற்கு உதாரணம்."

"அவரால் உங்களை பேச வைக்க முடிந்ததா?" அவர் அறிந்திராத கடுமையில் அவர் கண்களை நேரே நோக்கி மகள் கேட்டாள்.

"உன் அம்மா இப்படி நேருக்குநேர் நின்று சண்டை போடமாட்டாள்."

"அப்பா... முதலில் நான் ரொம்பவும் அமைதியாக இருப்பதாக குற்றம் சாட்டினீர்கள். நான் பேசத் தொடங்கினால், நான் தவறாகப் பேசுகிறேன் என்கிறீர்கள்"

"பேசுவதென்பது கேள்வி கேட்பது மட்டுமல்ல. அடுத்தவர்களைப் பற்றி நீ என்ன நினைக்கிறாய் என்று சொல்வதும், அவர்கள் உன்னைப் பற்றி என்ன நினைக்கிறார்கள் என்று சொல்ல விடுவதும் பேசுவதுதான்."

“அப்பா, எப்போதிருந்து நீங்கள் மனநல ஆலோசகராக மாறினீர்கள்?”

“நான் உனக்கு உதவத்தான் இங்கிருக்கிறேன், என்னால் முடிந்தவரை முயற்சி செய்கிறேன்”, மிஸ்டர். ஷீ சொன்னார். “உனக்கு ஏன் விவாகரத்து ஆனதென்று எனக்குத் தெரிய வேண்டும். எங்கு தவறு நடந்தது என்று தெரிந்தால்தான் நீ அடுத்து சரியான ஆளை தேர்ந்தெடுக்க என்னால் உதவ முடியும். நீ என் மகள், நீ மனநிறைவோடு இருக்க வேண்டுமென்று விரும்புகிறேன். நீ இரண்டாம் முறையும் தவறி விழுவதை நான் விரும்பவில்லை.

“அப்பா, உங்களிடம் நான் இதை முன்னரே கேட்கவில்லை, ஆனால் எவ்வளவு காலம் நீங்கள் அமெரிக்காவில் தங்குவதாக திட்டம்” அவர் மகள் கேட்டாள்.

“நீ திரும்ப மீளும் வரை.”

நாற்காலியின் கால்கள் தரையில் உரச, அவள் எழுந்து நின்றாள்.

“நமக்கு குடும்பமென்றிருப்பது இப்போது நீயும் நானும் மட்டும்தான்” மிஸ்டர். ஷீ கெஞ்சலாய் சொன்னார், ஆனால் மேலும் அவர் வேறெதுவும் சொல்லும் முன்னர் அவள் படுக்கையறையின் கதவை சாத்தி விட்டாள். மிஸ்டர். ஷீ தன் மகள் தொடாமல் விட்ட உணவுகளைப் பார்த்தார், நறுக்கிய காளான்களை அடைத்து வைத்த டோஃபு கட்டிகள், இறாலும் இஞ்சியும், மூங்கில் தண்டு குவியல், சிவப்பு மிளகு, பட்டாணிகள். ஒவ்வொரு மாலையும் அவர் மகள் அவரின் சமையலை மெச்சிப் பேசினாலும், அது அரைமனதோடு இருப்பதாக அவருக்குத் தோன்றும். அவளுக்குத் தெரியாது சமையல் அவருக்கு பிரார்த்தனையாக மாறிக் கொண்டிருக்கிறதென்று, அவள் அவ்வேண்டுதல்களுக்கு பதிலளிப்பதில்லை.

“மனைவி என் மகளை ஆறுதல்படுத்தும் வேலையை சிறப்பாகச் செய்திருப்பாள்,” மிஸ்டர். ஷீ அடுத்த நாள் காலை மேடத்திடம் சொன்னார். சீனமொழியிலேயே பேசிவிடுவது அவருக்கு இப்போது சிக்கலில்லாததாகப் படுகிறது. “அவர்கள் இருவரும் நெருக்கமாக இருந்தார்கள். அவர்களோடு எனக்கு நெருக்கமில்லை என்று அர்த்தமில்லை. ஆனால் நீங்கள் ஒரு ராக்கெட் சயிண்டிஸ்டாக இருந்தால் இப்படித்தான் நடக்கும். பகலெல்லாம் கடினமாக வேலை செய்தேன், இரவில் அவ்வேலையைப் பற்றி சிந்திப்பதை என்னால் நிறுத்தவே முடியவில்லை. எல்லாமே பரம ரகசியமென்பதால் நான்

என்ன யோசித்துக் கொண்டிருக்கிறேன் என்பதை என் குடும்பத்திடம் சொல்ல முடியாது. ஆனால் உலகிலேயே பெண்களில் அதிகம் புரிந்துக் கொள்ளும் திறன் கொண்டவள் என் மனைவிதான். நான் என்னை மறந்து என் வேலையில் ஈடுபட்டிருக்கிறேன் என்று என் மனைவிக்குத் தெரியும், என் சிந்தனைகளில் குறுக்கிடமாட்டாள், மகளையும் அனுமதிக்க மாட்டாள். ஆனால் அது என் மகளுக்கு அவ்வளவு ஆரோக்கியமானதாக இல்லை என இப்போது தெரிகிறது. நான் என் வேலை செய்யும் பாதியை அலுவலகத்திலேயே விட்டுவிட்டு வந்திருக்க வேண்டும். அதை புரிந்துக்கொள்ளும் வயதும் இல்லை அப்போது. என் மகளுக்கு இப்போது என்னிடம் சொல்லுவதற்கு ஒன்றும் இல்லை."

நிச்சயம் அது அவரின் தவறுதான், தன் மகளோடு பேசும் பழக்கத்தையே அவர் உருவாக்கிக் கொள்ளாமல் விட்டது. ஆனால், அவர் பக்கத்தின் நியாயமாக அவர் வைப்பது - அவரின் காலத்தில், அவரை போன்ற ஒருவர், உயரிய நோக்கத்திற்காக வேலை செய்ய தேர்ந்தெடுக்கப்பட்ட ஒருவர், குடும்பத்தை விடவும் தன் வேலைக்காகத்தான் அதிகம் உழைக்க வேண்டும். கௌரவமும் வருத்தமும், ஆனால் வருத்தத்தைவிட கொஞ்சம் கூடுதலாய் கௌரவம்.

அன்றிரவு உணவின்போது மிஸ்டர். ஷீ யின் மகள் அவரிடம் தானொரு சீன மொழி பேசும், கிழக்குக் கரையிலிருந்து மேற்கு வரை சுற்றுலாக்களை நடத்தும், பயண நிறுவனமொன்றை பிடித்துள்ளதாகச் சொன்னாள். "சுற்றிப் பார்க்கத்தான் நீங்கள் அமெரிக்கா வந்திருக்கிறீர்கள். குளிர்காலம் தொடங்கும் முன்னரே நீங்கள் ஒன்றிரண்டு பயணங்கள் போய் வருவதுதான் நல்லது."

"அதிகச் செலவு ஆகுமா?"

"அதை நான் பார்த்துக் கொள்கிறேன் அப்பா. உங்கள் பிறந்த நாளுக்கு நீங்கள் இதைத்தான் ஆசைப்பட்டீர்கள் இல்லையா?"

எப்படியானாலும் அவள் அவரின் மகள்; அவரின் விருப்பத்தை அவள் நினைவில் வைத்திருந்து அதற்கு மதிப்பளிக்கிறாள். ஆனால் அவள் சந்தோஷமாக திருமண வாழ்வை நடத்தும் ஒரு நாடுதான் அவர் பார்க்க விரும்பும் அமெரிக்கா என்பதை அவள் புரிந்துக் கொள்ளவில்லை. அவர் காய்களையும் மீனையும் கரண்டியில் அள்ளி அவள் கிண்ணத்தில் வைத்தார். "நீ இன்னும் அதிகமாக சாப்பிட வேண்டும்," மெல்லிய குரலில் சொன்னார்.

"அதனால் நான் அவர்களை காலையில் அழைத்து உங்கள் சுற்றுப் பயணங்களை உறுதி செய்யப் போகிறேன்," அவர் மகள் சொன்னாள்.

"ஒருவகையில், நான் இங்கேயே இருப்பதுதான் எனக்கு நல்லது, தெரியுமா? அதிக வயதானவன் நான், பயணங்கள் அவ்வளவு நல்லதில்லை எனக்கு."

"இங்கே பார்ப்பதற்கு ஒன்றுமே இல்லையே."

"ஏன் இல்லை? நான் பார்க்க விரும்பிய அமெரிக்கா இதுதான். கவலைப்படாதே, எனக்கு இங்கே நண்பர்கள் இருக்கிறார்கள். நான் உனக்கு அதிக தொந்தரவாய் இருக்க மாட்டேன்."

அவள் பதில் சொல்லும் முன்னரே தொலைபேசி மணி அடித்தது. அவள் கையிலெடுத்துக் கொண்டு தானாகவே தன் படுக்கையறைக்குள் சென்றாள். அவர் கதவடைக்கும் சப்தத்திற்காக காத்திருந்தார். அவள் அவர் முன்னால் எந்த அழைப்பையும் எடுப்பதில்லை, தொலைபேசியிலேயே எதையாவது விற்க முயற்சிக்கும் முகமற்றவர்களின் அழைப்பை கூட. சில மாலை நேரங்களில் அவளின் நீண்ட உரையாடல்கள், குசுகுசுப்பான குரலை கதவின் மேல் காது வைத்து கேட்காமலிருக்க கடும் போராட்டம் மேற்கொள்வார். இந்த மாலை, அதற்கு மாறாக, அவளுக்கு வேறெதோ எண்ணம் இருந்திருக்கலாம், கதவை திறந்தே வைத்திருந்தாள்.

அவள் தொலைபேசியில் ஆங்கிலத்தில் உரையாடுவதை அவர் கேட்டார், அவர் முன்னெப்போதும் அறிந்ததை விடவும் துளைக்கும் கீச்சொலியில் பேசுகிறாள். அவள் வேகமாக பேசுகிறாள், அடிக்கடி சிரிக்கிறாள். அவளின் வார்த்தைகள் அவருக்கு புரியவில்லை ஆனால் அதற்கும் மேலாக அவளின் நடத்தை புரியவில்லை. அவளின் குரல், மிகக் கூர்மையாக, அதிக சத்தமாக, சற்றும் அடக்கமின்றி, அவ்வளவு இனிமையற்றதாய் அவர் காதுகளில் விழுந்ததில் ஒரு கணம், தவறுதலாய் அவளின் நிர்வாணத்தை கண்டுவிட்டதைப்போல் உணர்ந்தார், அவரறிந்த மகளல்ல அவள், முற்றிலும் புதியவள்.

அவள் அறையை விட்டு வெளிவரும்போது முறைத்துப் பார்த்தார். எதுவும் பேசாமல் அவள் மேசையில் அமர்ந்தாள். அவள் முகத்தை ஒருதரம் பார்த்து பின் கேட்டார், "தொலைபேசியில் இருந்தது யார்?"

"ஒரு நண்பர்."

“ஆண் நண்பனா, பெண்ணா?”

“ஆண்.”

அவள் அதற்கான விளக்கமும் கொடுப்பாள் என்று காத்திருந்தார், ஆனால் அவளுக்கு அப்படியொரு எண்ணம் இருப்பதாகத் தெரியவில்லை. சிறிது நேரம் கழித்து கேட்டார், “இந்த ஆள் - அவர் உனக்கு முக்கிய நண்பனா?”

“முக்கியமானவரா? ஆமாம்.”

“எவ்வளவு முக்கியமானவர்?”

“அப்பா, ஒருவேளை இது உங்களுக்கு என் மீதான கவலைகளை குறைக்கலாம் - ஆமாம், அவர் எனக்கு அதிமுக்கியமான ஒருவர். நண்பரை விட ஒரு படி மேலானவர்,” மகள் சொன்னாள். “என் காதலர். நீங்கள் நினைத்ததைப் போல என் வாழ்வு ஒன்றும் அவ்வளவு துயர் மிகுந்தது இல்லை என்பது உங்களுக்கு நிம்மதியை கொடுக்கிறதா?”

“அவர் அமெரிக்கரா?”

“இப்போது அமெரிக்கன், ஆமாம். ஆனால் அவர் ரோமேனியாவி லிருந்து வந்தவர்.”

குறைந்தபட்சம், அம்மனிதர் ஒரு கம்யூனிச நாட்டில் வளர்ந்திருக்கிறார், மிஸ்டர். ஷீ இதை தனக்கு சாதகமான தொன்றாக்கிக் கொள்ளும் முயற்சியில் சிந்தித்தார். “உனக்கு அவரை நன்றாகத் தெரியுமா? அவர் உன்னை புரிந்து கொள்கிறாரா - நீ எங்கிருந்து வருகிறாய், உன் கலாச்சாரமென்ன - இதெல்லாம்? ஞாபகமிருக்கட்டும், ஒரே தவறை இருமுறை செய்யக் கூடாது. நீ மிகவும் கவனமாக இருக்க வேண்டும்.”

“எங்களை ஒருவருக்கொருவர் நீண்ட காலமாகத் தெரியும்.”

“நீண்ட காலமா? ஒரு மாதமென்பது நீண்ட காலம் அல்ல.”

“அதைவிட அதிகம் அப்பா”

“ஒன்றரை மாதங்கள் இருக்குமா, அதிகபட்சம்? இங்கே கவனி, நீ வலியில் இருப்பது எனக்கு தெரியும், ஆனால் ஒரு பெண் அவசரப்படக் கூடாது, குறிப்பாக உன் நிலையிலிருப்பவள். கைவிடப்பட்ட பெண்கள் - தனிமை அவர்களை தவறிழைக்க வைத்துவிடும்.

அவர் மகள் மேலே நோக்கினாள். "நீங்கள் நினைத்ததைப் போல என் திருமண வாழ்க்கை அமையவில்லை. நான் கைவிடப்பட்டவள் அல்ல."

மிஸ்டர் ஷீ தன் மகளைப் பார்த்தார், அவள் கண்கள் தெளிவாக, சுமையற்று தீர்க்கமாக இருந்தது. ஒரு நொடி அவள் வேறெந்த விவரங்களையும் தன்னிடம் சொல்லாமல் விட்டுவிட வேண்டுமென்று விரும்பினார், ஆனால் அவள் பேச ஆரம்பித்ததும் அவரால் தடுக்க முடியவில்லை. "அப்பா, நாங்கள் விவாகரத்து வாங்கி பிரிந்ததே இந்த மனிதரால்தான். நான்தான் கைவிட்டவள், உங்கள் வார்த்தையிலேயே சொல்ல வேண்டுமென்றால்."

"ஆனால் ஏன்?"

"திருமணங்கள் தவறாக போலாம் அப்பா."

"கணவனும் மனைவியுமாக படுக்கையில் கழியும் ஓர் இரவு அவர்களை நூற்றாண்டு காலம் காதலில் திளைக்கச் செய்யும். நீ ஏழு வருடங்களாக இத்திருமண உறவில் இருந்தாய்! உன் கணவருக்கு இதைச் செய்ய உன்னால் எப்படி முடிந்தது? எதெப்படியோ, இந்தச் சிறிய மீறிய உறவைத் தவிர வேறென்ன பிரச்சினை இருந்தது உனக்கு?" மிஸ்டர். ஷீ கேட்டார். விசுவாசமற்ற பெண்ணாக அவர் தன் மகளை வளர்க்கவில்லை.

"அதைப்பற்றி பேசுவதில் இப்போது ஒரு அர்த்தமும் இல்லை."

"நான் உன்னுடைய தந்தை. இதை தெரிந்துக் கொள்ளும் உரிமை எனக்கு உண்டு," மேஜையை ஓங்கி கையால் தட்டி மிஸ்டர். ஷீ சொன்னார்.

"நான் வேண்டிய அளவு என் கணவரோடு பேசவில்லை என்பதுதான் எங்களுக்குள்ளான பிரச்சினை. நான் அமைதியாக இருந்ததால் நான் அவரிடம் இருந்து எதையோ மறைக்கிறேன் என்று எப்போதும் சந்தேகப்பட்டார்."

"நீ அவரிடமிருந்து ஒரு காதலனை மறைத்து வைத்திருந்தாய்."

மிஸ்டர். ஷீ யின் மகள் அவ்வார்த்தைகளை பொருட்படுத்த வில்லை. "அவர் என்னைப் பேசச் சொல்லி அதிகம் வற்புறுத்த நான் அதிகம் தனிமையில் அமைதியாக இருக்க விரும்பினேன். நீங்கள் சுட்டிக் காட்டியபடி நான் நல்ல உரையாடல்காரியும் அல்ல."

“ஆனால் அது பொய். நீ இப்போதுதான் தொலைபேசியில் அவ்வளவு அடக்கமில்லாமல் பேசிக்கொண்டிருந்து விட்டு வந்திருக்கிறாய். நீ பேசிக்கொண்டேயிருந்தாய், சத்தம் போட்டு சிரித்தாய், ஒரு விபச்சாரியைப் போல!”

மிஸ்டர். ஷீ யின் மகள், அவ்வார்த்தைகளிலிருந்த கடுந்தீவிரத்தில் அதிர்ந்துபோய், நீண்ட பார்வையில் அவரைப் பார்த்தாள், மெல்லிய குரலெடுத்து பதில் சொல்லும்முன். “இது வேறு விஷயம் அப்பா. நாங்கள் ஆங்கிலத்தில் பேசுகிறோம், அது சுலபமாக இருக்கிறது. எனக்கு சீன மொழியில் சரளமாகப் பேச வராது.”

“இது ஒரு முட்டாள்தனமான காரணம்.”

“அப்பா, உங்களுக்கு சொந்தமான ஒரு மொழியை உங்கள் உணர்வுகளை வெளிப்படுத்த நீங்கள் என்றுமே உபயோகப்படுத்தியதில்லையென்றால், வேறொரு மொழியை எடுத்துக் கொண்டு அதில் உரையாடுவதுதான் சுலபமாக இருக்கும். அது உங்களை புதிய மனிதராக்கும்.”

“உன் ஒழுக்கக்கேட்டிற்கு என்னையும் உன் அம்மாவையும் குற்றம் சொல்கிறாயா?”

“நான் அப்படி சொல்லவில்லையே, அப்பா!”

“ஆனால் நீ சொன்னதற்கு அதுதானே அர்த்தம்? நாங்கள் உன்னை சீன மொழியில் ஒழுங்காக வளர்க்கவில்லை அதனால் நீ உன் கணவரோடு மனம் திறந்து பேச முடியாமல் போனதால் ஒரு புது மொழியை தேர்ந்தெடுத்து அதிலொரு புது காதலரையும் தேடிக்கொண்டாய்.”

“நீங்கள் எப்போதுமே பேசியதில்லை… உங்கள் மணவாழ்வே சிக்கலில் இருக்கிறெதென்பதை நீங்கள் இருவரும் உணர்ந்தபோது அம்மாவும் பேசுவதை நிறுத்திவிட்டார். நானும் பேசாமலிருக்கக் கற்றுக் கொண்டேன்.”

“எனக்கும் உன் அம்மாவுக்கும் எந்த பிரச்சினையும் இருந்ததில்லை. நாங்கள் அமைதியானவர்கள். அவ்வளவுதான்.”

“அது பொய்”

“இல்லவே இல்லை… நான் என் வேலையிலேயே என்னை மறந்து போனது நான் செய்த தவறு என்று எனக்குத் தெரியும் ஆனால்

நான் அதிகம் பேசாமலிருந்தது என் தொழிலால்தான் என்பதை நீ புரிந்துக் கொள்ள வேண்டும்."

"அப்பா," மிஸ்டர். ஷீ யின் மகள் சொன்னாள், இரக்கம் நிரம்பிய கண்களோடு. "அதுவும் பொய்தான் என்பது உங்களுக்கே தெரியும். நீங்கள் ஒரு ராக்கெட் சயிண்டிஸ்ட் கிடையாது. அம்மாவிற்கு தெரியும். எனக்கு தெரியும். எல்லோருக்கும் தெரியும்."

மிஸ்டர். ஷீ தன் மகளை நீண்ட நேரம் முறைத்துப் பார்த்தார். "நீ சொல்வது எனக்கு புரியவில்லை."

"ஆனால் உங்களுக்கு தெரியும் அப்பா. உங்கள் வேலையைப் பற்றி நீங்கள் எதுவும் பேசியதில்லை, உண்மைதான். ஆனால் மற்றவர்கள் - அவர்கள் உங்களைப் பற்றி பேசிக் கொண்டார்கள்."

மிஸ்டர். ஷீ தன் தற்காப்பிற்கு வார்த்தைகள் தேட முயற்சி செய்தார், ஆனால் ஒரு சப்தமும் எழுப்பாமல் அவர் உதடுகள் நடுங்கியது.

"அப்பா என்னை மன்னித்துவிடுங்கள். உங்களை புண்படுத்தும் நோக்கத்தில் நான் அப்படிச் சொல்லவில்லை."

மிஸ்டர். ஷீ நீண்ட மூச்சுகளை இழுத்து தன் கௌரவத்தை காத்துக் கொள்ள முயற்சி செய்தார். அதைச் செய்வதொன்றும் அவருக்கு அவ்வளவு கடினம் அல்ல, அனைத்துக்கும் மேல், அவர் தன் வாழ்வு முழுவதும் சந்தித்த எல்லா பேரிடர்களையும் அமைதியாக கடந்து வந்தவர்தான். "நீ என்னை புண்படுத்தவில்லை. நீ சொன்னது போல், உண்மையைத்தான் பேசினாய்," என்று சொல்லி எழுந்தார். அவர் தன் விருந்தினர் அறைக்குச் சென்று அடையும்முன் அவருக்கு பின்னால் அவள் நிதானமாகச் சொன்னாள், "அப்பா, உங்கள் பெயரை சுற்றுலாக்களுக்கு நாளை பதிந்து விடுகிறேன்."

மிஸ்டர். ஷீ பூங்காவில் அமர்ந்து மேடத்திடம் பிரியாவிடை சொல்வதற்காக காத்திருந்தார். அமெரிக்க சுற்றுப் பயணம் முடிவடையும் சான் ப்ரான்ஸிஸ்கோவிலிருந்து அப்படியே தன் ஊருக்கு கிளம்ப ஏற்பாடுகளை செய்யுமாறு தன் மகளிடம் கேட்டிருந்தார். அவர் புறப்படுவதற்கு இன்னும் ஒரு வாரம் இருக்கிறதென்றாலும், மேடத்திடம் ஒருமுறை பேசுவதற்கு மட்டுமே அவருக்கு தைரியம் இருக்கிறது, அவரைப் பற்றிய அத்தனை பொய்களையும் விளக்கிச் சொல்லிவிட வேண்டும். அவர் ராக்கெட் சயிண்டிஸ்ட் அல்ல. ஆனால் அவர் அதற்கான பயிற்சி பெற்று அப்பதவியில் மூன்று வருடங்கள் வேலை செய்தார், அந்த

நிறுவனத்தில் பணி புரிந்த மொத்த முப்பத்தியெட்டு வருடங்களில். ஒரு இளைஞனாக தன் வேலையை பற்றி எதுவும் பேசாமல் அமைதியாக இருப்பது எளிதல்ல. மிஸ்டர். ஷீ தன் மனதிற்குள் ஒத்திகை பார்த்துக் கொண்டார். ஒரு இளம் ராக்கெட் விஞ்ஞானி, அவ்வளவு பெருமையும் புகழும். அந்தக் கிளர்ச்சியை யாரிடமாவது நீங்கள் பகிர்ந்து கொள்ள விரும்புவீர்கள்.

மிஸ்டர். ஷீ க்கு அந்த யாரோ - இருபத்தைந்து வயதான, நாற்பது வருடங்களுக்கு முன்னால் - வரவு அட்டை பொறிக்கும் கருவியில் வேலை பார்த்தவள். பொறிப்பாளர்கள் என்று அழைப்பார்கள் அவர்களை அப்போது, நவீன கணினிகள் காணாமல் போகச் செய்த வேலைகளில் ஒன்று, ஆனால் தன் வாழ்வில் காணாமல் போன வேறெதையும் விட இந்த அட்டை பொறிப்பாளர்கள் இல்லாமல் போனதுதான் பெரும் குறையாகத் தோன்றும் அவருக்கு. குறிப்பாக அவரின் அட்டை பொறிப்பாளர். "பெயர் யீலான்," மிஸ்டர். ஷீ காற்றில் சத்தம் போட்டு சொன்னார், யாரோ அந்தப் பெயருக்கு ஒரு பதில் வணக்கம் சொன்னார்கள். மேடம் இவரை நோக்கி ஒரு கூடையில் உதிர்ந்த சருகுகளோடு வந்தார். அதில் ஒன்றை எடுத்து மிஸ்டர். ஷீ யிடம் கொடுத்து "ப்யூட்டிஃபுல்" என்றார்.

மிஸ்டர். ஷீ இலையை ஆய்ந்து பார்த்தார், சின்னஞ்சிறிய கிளைகளைச் சென்று தொடும் நரம்புகள், மஞ்சள் ஆரஞ்சு நிறங்களின் வெவ்வேறு சாயைகள். இவ்வளவு நுணுக்கமாக அவர் இதற்கு முன் உலகை பார்த்ததில்லை. வழக்கம்போல் அவர் மிருதுவான முனைகளும் மங்கலான வண்ணங்களையும்தான் நினைவில் வைத்துக் கொள்ள முயற்சித்தார், ஆனால் கண்புரை நீங்கிய நோயாளியைப் போல, அவருக்கு இப்போது எல்லாம் துல்லியமாகவும் பிரகாசமாகவும் தெரிந்தது. மிரட்சியாகவும் அதேசமயம் கவர்ச்சியாகவும் இருந்தது. "நான் உங்களிடம் ஒன்று சொல்ல வேண்டும்," என்று மிஸ்டர். ஷீ சொன்னதும் ஆர்வத்தில் புன்னகை ஒன்றை தெறித்தார். மிஸ்டர். ஷீ பெஞ்சில் அமர்ந்து ஆங்கிலத்தில் சொன்னார், "நான் ராக்கெட் சயிண்டிஸ்ட் இல்லை."

மேடம் அழுத்தமாக தலையசைத்தார். மிஸ்டர். ஷீ அவரைப் பார்த்தார், பின் பார்வையை விலக்கிக் கொண்டார். "நான் ஒரு பெண்ணால்தான் ராக்கெட் சயிண்டிஸ்டாக இருக்க முடியாமல் போனது. பேசிக்கொண்டது மட்டும்தான் நாங்கள் செய்தது. பேசிக் கொள்வதில் தவறொன்றும் இல்லை என்று நீங்கள் யோசிக்கலாம், ஆனால் அப்படியில்லை, திருமணமான ஒரு ஆணும், திருமணமாகாத

ஒரு பெண்ணும் பேசிக்கொள்வது ஏற்றுக்கொள்ளப்படவில்லை. அப்படித் துன்பமிக்கதாக எங்களின் அந்நாட்கள் இருந்தது." ஆமாம், துன்பம்தான் சரியான வார்த்தை. அந்நாட்களைப் பற்றி இளவயதுக்காரர்கள் பேசிக்கொள்வதைப் போல் கிறுக்குத்தனம் அல்ல. "பேசாமல் இருப்பது எங்கள் பயிற்சியின் ஒரு பகுதி என்றாலும் பேச வேண்டும் என்ற விழைவு எப்போதும் இருக்கும்." மேலும் பேசிக்கொள்வது எவ்வளவு பொதுவான விஷயம், ஆனால் எப்படி மக்கள் அதற்கு அடிமையாகியிருக்கிறார்கள்! அவர்களின் பேச்சு அலுவலுகத்தில் ஐந்து நிமிட இடைவெளிகளில் தொடங்கி, பின்னர் உணவிடுதியில் மதிய உணவு நேரம் முழுதும் பேசுவதாக மாறியது. அவர்களின் பேச்சு இம்மாபெரும் சரித்திரத்தில் பங்கு கொள்வதில் இருக்கும் நம்பிக்கையும் மனயெழுச்சியும் பற்றி இருந்தது, தனது கம்யூனிச அன்னைக்காக முதல் ராக்கெட்டை எழுப்பிக் கொண்டிருந்தார்கள்.

"ஒருமுறை பேசத் தொடங்கிவிட்டால், நீங்கள் மேலும் மேலும் பேசிக்கொண்டே போவீர்கள். வீட்டிற்குச் சென்று மனைவியிடம் பேசுவதிலிருந்து இது வித்தியாசமானது, எதையும் மறைக்கத் தேவையில்லை. எங்கள் சொந்த வாழ்க்கையைப் பற்றியும்தான் பேசினோம். பேசுவதென்பது கடிவாளமற்ற குதிரையில் சவாரி செய்வதைப் போன்றது எங்கு சென்று நிற்கும் என்று தெரியாது அதை பற்றி கவலைப்படவும் தேவையிருக்காது. எங்களுடைய பேச்சும் அப்படிதானிருந்தது, அவர்கள் சொன்னதைப் போல எங்களுக்குள் வேறெந்த உறவும் இல்லை. நாங்கள் காதலிக்கவில்லை." மிஸ்டர். ஷீ இப்படி சொல்லியதும் ஒரு சிறுகணம் தன் வார்த்தைகளாலேயே குழம்பிப் போனார். எந்த வகையான காதலைப் பற்றி பேசிக் கொண்டிருக்கிறார்? நிச்சயம் அவர்களுக்குள் காதல் இருந்தது, ஆனால் அவர்கள் சந்தேகப்பட்டது போல் அல்ல - அவர் எப்போதுமே அவர்களுக்குள் ஒரு இடைவெளியை வைத்திருந்தார், அவர்களின் கைகள் தொட்டுக் கொண்டதில்லை. அவர்கள் மனம் திறந்து பேசிய காதல், அவர்கள் மனங்கள் இணைந்த காதல் - அதுவும் காதல் தானே? அப்படித்தானே அவர் மகளும் தன் திருமண உறவை முறித்துக் கொண்டார் - வேறொரு ஆணோடு அவள் நிகழ்த்திய உரையாடல்களால்தானே? மிஸ்டர். ஷீ பெஞ்சில் தள்ளி அமர்ந்தார், அக்டோபர் மாத குளிர் காற்றையும் மீறி அவருக்கு வியர்க்கத் தொடங்கியது. அவர்களின் உறவின் மீது குற்றம் சுமத்தப்பட்டபோது அதை அவர் விடாப்பிடியாக

மறுத்தார்; மாகாணத் தலைநகருக்கு அவள் அனுப்பப்பட்டபோது அவளுக்காக அவர் மன்றாடினார். அவள் ஒரு சிறந்த பொறிப்பாளர் ஆனால் சுலபமாக புதியவர் பயின்றுக் கொள்ளக் கூடிய வேலை அது. அவருக்கோ தன் காதல் விவகாரத்தை பகிரங்கமாக தன் தவறென ஒப்புக் கொண்டால் அவர் தன் பதவியை தக்க வைத்துக் கொள்ளலாம் என்று வாக்குறுதி கொடுக்கப்பட்டது. அது நியாமற்றது என்று அவர் நம்பியதால் மறுத்துவிட்டார். "என்னுடைய முப்பத்தி இரண்டு வயதில் நான் ராக்கெட் சயிண்டிஸ்டாக இருந்தது முடிவுக்கு வந்தது. அதற்கு பிறகு நான் எந்த ஆராய்ச்சியிலுமே ஈடுபடவில்லை, ஆனாலும் வேலையிடத்தில் நிகழும் எல்லாமே ரகசியமாக காக்கப்படவேண்டுமென்பதால் என் மனைவிக்கு எதுவும் தெரியாது. "அப்படித்தான் அவர் எண்ணியிருந்தார் நேற்று இரவு வரை. அவரளவு பயிற்சி பெற்ற ஒருவருக்கு பொருத்தமற்ற எடுபிடி வேலைகள் அவருக்கு ஒதுக்கப்பட்டது - தலைவர் மாவோ மற்றும் அவர் கட்சியினரின் பிறந்த நாள் கொண்டாட்டங்களுக்கு அலுவலகத்தை அலங்காரப்படுத்துவது; ஒரு ஆய்வுக்கூடத்திலிருந்து இன்னொன்றுக்கு நோட்டுப் புத்தகங்களையும் காகிதங்களையும் வண்டியில் வைத்து தள்ளிச் செல்வது; மாலையில் உடன் பணிபுரிபவர்களிடமிருந்து எழுதிய காகிதங்களையும் நோட்டுப் புத்தகங்களையும் வாங்கிச் சேகரித்து, ஒன்றாகக் கட்டி, இரண்டு பாதுகாவலர்கள் முன்னிலையில் தனியறையில் வைத்து பூட்டுவது. வீட்டிற்கு தன் மனைவியிடம் எண்ணங்களில் மூழ்கிப்போன ராக்கெட் சயிண்டிஸ்டாக திரும்பிச் செல்வார். மனைவியின் பார்வையில் எழும் கேள்விகளை அது ஒருநாள் மறைந்து போகும் வரை தவிர்த்து வந்தார்; தன் மகளும் தன் மனைவியைப் போலவே அமைதியாகவும் புரிதலோடும் வளர்வதைப் பார்த்தார், நல்ல குழந்தை அவள், நல்ல பெண். அவரின் அலுவலக வாழ்வில் மொத்தம் முப்பத்தியிரண்டு பாதுகாவலர்கள் மாறினர், இளம் வீரர்கள் சீருடையில் தன் இடுப்பில் காலியான துப்பாக்கி உறையோடு, ஆனால் அவர்கள் கைகளில் வைத்திருந்த குழல் துப்பாக்கியின் கத்தி முனை உண்மையானது.

அதற்குப் பிறகு அவருக்கு வேறு வழியில்லை. அவர் எடுத்த முடிவு அவர் மனைவிக்கும் அந்தப் பெண்ணுக்கும் நியாமனதுதானே? அப்பழியை ஏற்றுக்கொண்டு, தன் நல்ல மனைவியைக் காயப்படுத்தி சுயநலமான ராக்கெட் சயிண்டிஸ்டாக வாழ முடியுமா? - அல்ல, மேலும் சாத்தியமற்ற ஒரு முடிவு, வேறொரு பெண்ணோடு வாழும் விருப்பமேயில்லாதபோதும், வேலையை விட்டு, மனைவியையும்

இரண்டு வயது மகளையும் விட்டு பிரிவது? "நாம் எதைத் துறக்கிறோமோ அதுதான் வாழ்வை அர்த்தமுடையதாக ஆக்குகிறது" - மிஸ்டர். ஷீ தன் பயிற்சியின்போது பழக்கப்பட்ட வரியை இப்போது மீண்டும் சொல்லிப் பார்த்தார். தலையை வேகமாகக் குலுக்கினார். அந்நிய நாடு அந்நியமான எண்ணங்களைக் கொடுக்கிறது என்று நினைத்தார். இவரைப் போல வயதான ஒருவருக்கு கடந்தகால நினைவுகளில் உலவுவது நல்லதல்ல. ஒரு நல்ல மனிதன் அந்த கணத்தில்தான் வாழ வேண்டும், இந்த மேடத்தோடு, அருகில் அமர்ந்து ஒரு பூரணமான தங்க விசிறியிலையை இவர் பார்க்க வேண்டி சூரியனை நோக்கிப் பிடித்திருக்கும் அன்புக்குரிய தோழியோடு.

●

டினாவ் மெங்கேஸ்டு (Dinaw Mengestu)

டினாவ் மெங்கேஸ்டு 1978ல் எத்தியோப்பியாவில் பிறந்தவர். அரசியல் அடக்குமுறைகளிலிருந்து தப்பிப் பிழைத்திருப்பதற்காக தன்னை அரசியல் அகதியாக ஏற்கும்படி இத்தாலி அரசிடம் இவரின் அப்பா வேண்டுகோள் விடுத்தபோது தன் தாயின் வயிற்றில் கருவாகயிருந்தார். தன்னுடைய இரண்டாவது வயதில் இவர் தன் தாய் மற்றும் சகோதரியுடன் அப்போது அமெரிக்காவிற்கு பெயர்ந்துவிட்டிருந்த தன் அப்பாவுடன் இணைந்துகொண்டார். 2007ல் தன்னுடைய எழுத்துலக வாழ்க்கையைத் தொடங்கிய இவர் இதுவரை மூன்று நாவல்களை வெளியிட்டுள்ளார். முதல் இரண்டு நாவல்கள் பல்வேறு மொழிகளில் மொழி பெயர்க்கப்பட்டுள்ளது. இவர் எழுதி வெளியிடும் சிறுகதைகளை பிற்பாடு தன் நாவல்களின் பகுதியாக ஆக்கிக் கொள்ளும் வழக்கமுள்ளவராதலால் இவரின் நாவல்கள் வெளிவருவதற்கு முன்பே பெரும் எதிர்பார்ப்புகளையும் விவாதங்களையும் தொடக்கி வைக்கும். புனைவுகள் அளவிற்கே ஆப்பிரிக்க உள்நாட்டு போர்களும் அழிவுகளும் பற்றிய இவரின் கட்டுரைகளும் முக்கியமானவை. தன் நிலத்தில் நிலையற்றமையும், வாழ்விலிருந்து பிழைத்திருப்பதின் பொருட்டு மக்கள் வெளியேறும் சூழல்களையும், அவர்கள் எதிர்நோக்கும் சவால்களையும் முன்னிறுத்தும் புதிய குரல்களில் முதன்மையானவராக இவர் கருதப்படுகிறார்.

ஒரு நேர்மையான வெளியேற்றம்
(An honest exit)

எத்தியோப்பியாவிலிருந்து என் அப்பா வெளியேறி முப்பத்தி ஐந்து வருடங்கள் கழித்து, இல்லினாய்ஸின் பியோரியாவில் உள்ள, ஆற்றின் ஒரு பகுதி பார்வையில் படும்படி இருக்கும் ஒரு தங்கும் விடுதியில் இறந்து போனார். அவர் வாழ்நாளில் அவருடன் நான் அதிகம் பேசியதில்லை. ஆனால் அவர் இறந்த வெகு சிலநாட்கள் கழித்து, நியூயார்க்கின் ஒரு இதமான அக்டோபர் காலை, நான் கடந்த மூன்று வருடங்களாக வசதி படைத்த முதலாமாண்டு மாணவர்களுக்கு தொடக்க ஆங்கில இலக்கியம் பயிற்றுவிக்கும் ஆம்ஸ்டர்டாம் சாலையில் உள்ள உயர் பள்ளியை நோக்கி, வடக்கே நடக்கத் தொடங்கியபோதுதான் என் இறந்து போன அப்பாவுடன் பேசிக்கொண்டிருக்கிறேன் என்பதை உணர்ந்தேன்.

"அதோ அங்கிருப்பதுதான் அகாடெமி", நான் அவரிடம் சொன்னேன். "மணிக்கூண்டின் உச்சியை மரங்களின் ஊடாக உங்களால் பார்க்க முடியும். அதை 'அகாடெமி' என்று அழைப்பது நான் ஒருவன்தான். அது அதனுடைய உண்மையான பெயர் அல்ல. நான் கல்லூரியில் படித்த காஃப்காவின் ஒரு சிறுகதையில் இருந்து களவாடிக் கொண்டேன் - பேசுவதற்கு பயிற்றுவிக்கப்பட்ட ஒரு குரங்கு, அகாடெமியில் உரையாற்றும். என்னுடைய மாணவர்களும் மற்ற ஆசிரியர்களும், அவர்கள் முற்போக்கு சிந்தனையும் நவீன கலாச்சார கல்வி பெற்றவர்களாக இருந்தும், என்னை அப்படித்தான் பார்க்கிறார்களோ என்று எனக்கு வியப்பாக இருக்கும் - அவர்களின் மொழியை அவர்களுக்கே திருப்பி கற்றுத்தரும் ஒரு குரங்கு. நீங்கள் எப்படி ஆங்கிலம் பேசுவீர்கள் என்று உங்களுக்கு நினைவிருக்கிறதா? நான் அதை வெறுத்தேன். அப்போதுதான் நீங்கள் கற்றுக்கொண்ட

வார்த்தையாயிருந்தாலும் அவ்வார்த்தையை நீண்ட காலமாக வெறுப்பவரைப் போல, கடித்து துப்புவதைப் போன்ற ஒரு ஒலியெழுப்புவீர்கள். உடைத்து சிறு சிறு வாக்கியங்களாகப் பயன்படுத்துவீர்கள், எளிய ஒன்றைக் கூட. "இதை எடு". "அதைத் தொடாதே." "இப்போது கிளம்பு."

மணி அடிக்க பத்து நிமிடம் இருக்கும் முன்னரே நான் வகுப்பறைக்கு வந்துவிட்டேன், என் சில மாணவர்கள் அப்போதுதான் உள்ளே துளித் துளியாக வந்துக் கொண்டிருந்தனர். அவர்கள் புத்திசாலிகள், வந்து மையத்தில் இருந்த இருக்கைகளைத் தேர்ந்து கொண்டார்கள். மற்றவர்கள் கவனிக்கத்தக்க வரிசை என எதுவுமின்றி உள்ளே வந்தனர். ஆனால் நான் எல்லோரையும் கவனித்தேன், கெட்டிக்காரர்கள் முட்டாள்கள் என்ற எந்தப் பாகுபாடும் இன்றி. அதிகம் பேசாதவர்களைப் போல தோன்றினார்கள் அல்லது அவர்கள் பேசினாலும் வெறும் கிசுகிசுப்பான குரலில்தான் பேசிக் கொண்டார்கள். பெரும்பாலானவர்கள் உள்ளே நுழைந்தபோது "ஹலோ" சொன்னார்கள் ஆனால் அவர்களின் குரல்கள் வழக்கத்தை விட தயக்கமுற்றதாக இருந்தது, அவர்கள் முகமன் கூறியது உண்மையில் எனக்குத்தானா என்பது உறுதியாகத் தெரியாதவர்களைப் போல.

"முந்தைய தினம் வகுப்பை நான் தவற விட்டதற்கு என்னை மன்னிக்கவும்," நான் தொடங்கினேன், மேலும் என்னுடைய விடுப்பிற்கான விளக்கத்தையும் அவர்களிடம் சொல்வது என் கடமை என்று நினைத்தேன். "சமீபத்தில் என்னுடைய அப்பா தவறிவிட்டார். நான் அவருடைய ஈமக் காரியங்களை நிறைவேற்ற வேண்டியிருந்தது."

ஆனால், அப்போதுதான் நான் அவருடன் பேசி முடித்திருந்தேன் என்பதால் நான் போதுமான அளவு இன்னும் சொல்லவில்லை என்று தோன்றியது. அதனால் நான் தொடர்ந்தேன். "அவர் இறந்தபோது அவருக்கு அறுபத்தி ஏழு வயது. வடக்கு எத்தியோப்பியாவில் உள்ள ஒரு சிறு கிராமத்தில் பிறந்தார். அவர் இங்கே வரும் பொருட்டு சூடானில் உள்ள ஒரு துறைமுக நகரை அடைய அவர் வீட்டைவிட்டு வெளியேறியபோது அவருக்கு வயது முப்பத்தி இரண்டு."

இதை நான் இங்கேயே முடித்திருக்கலாம் ஆனால் அப்படி ஒரு எண்ணமே எனக்கு இல்லை. எனக்கு ஒரு முழுமையான வரலாறு தேவைப்பட்டது. தனக்கென சொந்தமாக வைத்திருந்து பின்னர்

எனக்களித்துச் சென்ற முடிவுறா வரலாற்று துணுக்குகள் அல்ல. ஒரு கப்பலில் கள்ளப்பயணியாக மாட்டிக்கொண்டதைப் பற்றிய ஒரு சிறிய, இரக்கமற்ற கதை. அதனால் விடுபட்ட இடங்களை போகப்போக என்னால் நிரப்பிக் கொள்ள முடியும் என்று எனக்கு தெரிந்ததால் நான் என் அப்பாவின் கதையை தொடர்ந்தேன்.

"எத்தியோப்பியாவை விட்டு வெளியேறும் முன்னர் அவர் ஒரு பொறியாளராக இருந்தார்," நான் என் மாணவர்களிடம் சொன்னேன். ஆனால் அரசாங்கத்தால் தடை செய்யப்பட்ட ஒரு அரசியல் ஊர்வலத்தில் பங்குகொண்டதால் அவர் பல மாதங்கள் சிறையிலடைக்கப்பட்டு பின் ஒன்றுமில்லாதவராகிப் போனார். வீடு திரும்பினால் மீண்டும் கைது செய்யப்படுவார் என்று அவருக்கு தெரியும், மேலும் இந்த முறை அவர் நிச்சயம் உயிர் பிழைக்கமாட்டார். அதனால் அவரிடம் மீதமிருந்த பொருட்களை சேகரித்துக் கொண்டு சூடானை நோக்கி சென்றுக்கொண்டிருந்த ஆண்கள் கூட்டத்தை பின்தொடர்ந்தார். ஏனென்றால், அதுதான் வெளியேறுவதற்கு இருந்த ஒரே வழி.

ஒரு வாரம் தொடர்ந்து அவர் வடக்குத் திசையில் நடந்தார். நாட்டின் இந்தப் பகுதிகளுக்கு அவர் இதற்கு முன் வந்ததில்லை. நிலத்திலிருந்து அடிவானம் வரை மேகங்கள் கூட குறுக்கிடாத ஒரு நீண்ட ஓடை என எல்லாமே தட்டையாக இருந்தது. வயல்கள் காட்டுப் பச்சைப் புற்களும் மஞ்சள் பூக்களின் வெடிப்புகளும் நிறைந்து அடர்த்தியாக இருந்தது. இறுதியாக ஒரு சரக்கு வண்டியின் பின்னால் ஏறிக்கொள்ள வாய்த்தது, அது எல்லையை நோக்கிச் செல்லும் அகதிகளால் ஏற்கனவே நிறைந்திருந்தது. சிலமணிநேரங்களுக்கு ஒருமுறை அவர்கள் ஒரு கிராமத்தை கடந்து சென்றார்கள், வைக்கோல் தட்டுக் கூரைகளின் தொகுதி, நடுவில் வெட்டியொதுக்கப்பட்ட ஒரு மண் பாதையில் குழந்தைகள், அந்த இடத்தை அகதிகள் கடக்கையில் ஆர்வமுடன் கையசைத்தனர். வண்டியில் செல்கிறார்கள் என்றால் அவர்கள் இதைவிட ஒரு சிறப்பான இடத்திற்கு செல்கிறார்கள் என்பதாக அவர்கள் அறிந்து வைத்திருக்கிறார்கள் போல.

ஒருவழியாக அவர்கள் சூடானிலுள்ள துறைமுக நகருக்கு வந்து சேர்ந்தபோதே அவர் ஒரு டஜன் பவுண்டுகள் எடை இழந்திருந்தார். அவரின் சற்றே பந்து போன்ற மூக்கின் நுனி அவரின் அமிழ்ந்த கன்னங்களுக்கும் ஆழப் புதைந்திருப்பதைப் போன்று தென்பட்ட விரிந்த கண்களிலிருந்தும் முற்றிலும் வேறுபட்டு தெரிந்தது. அவருடைய ஆடைகள் அவருக்கு சரியாகப் பொருந்தவில்லை. அவருடைய

கைகள் பெரியதாகிவிட்டது போல் இருந்தது; எலும்புகள் நன்றாக வெளியே தெரிந்தன. அவருடைய விரல்கள் வளர்வதாக அவர் எண்ணினார்.

இதுதான் அவர் வீட்டிலிருந்து அதிக தூரம் பயணித்து வந்திருப்பது, ஆனால் இங்கேயே தங்கிவிட முடியாது என்பது அவருக்கு தெரியும். அவர் இந்த கண்டத்தை விட்டே வெகுதூரம் செல்ல விரும்பினார், வாழ்கை சிறப்பாக இருப்பதாகச் சொல்லப்படும் ஐரோப்பாவிற்கோ அல்ல அமெரிக்காவிற்கோ.

அதுதான் சூடானின் பழமையான துறைமுகம், நாட்டிலேயே பழமையான நகரங்களில் ஒன்று. அதன் உச்ச காலங்களில் ஐம்பதாயிரம் மக்கள் அங்கே வாழ்ந்திருக்கிறார்கள், ஆனால் தற்போது மக்கள் தொகையில் ஒரு சிறிய பகுதியினரே அங்கே தங்கியிருக்கிறார்கள். அருகே பல போர்கள் நடத்தப்பட்டன, கடைசியாக 1970ல் ஒன்று, ஒரு சிறிய கலகக் குழுவிற்கும் அரசாங்கத்திற்குமிடையில். அந்நகரின் எல்லையில் எரிந்து போன ஒரு பீரங்கி வண்டியும் பாதி அழிந்த, கைவிடப்பட்ட ஒரு டஜன் வீடுகளும் இருந்தன. எல்லா இடங்களும் மணலும் தூசியுமாக இருந்தது, பெரும்பாலான நாட்களில் வெப்பம் நூறு டிகிரியை நெருங்கியது. அங்கே வாழ்ந்த மக்கள் மிகவும் மோசமான ஏழ்மையில் இருந்தனர். சிலர் மீனவர்களாக வேலை பார்த்தனர். ஆனால் பெரும் கூட்டத்தினர் துறைமுகத்திற்கு வரும் சிறு சரக்குக் கப்பல்களில் இருக்கும் மரப்பெட்டிகளை இறக்கி வைக்கும் வேலையை எதிர்பார்த்து துறைமுகத்திலேயே கழித்தனர். என் அப்பாவிற்கு அங்கே ஒரு வேலை கிடைக்கக்கூடும் என்றும் மேலும் அவர் பொறுமையாக இருந்து போதுமான அளவிற்கு பணம் சம்பாதித்தால் இந்தக் கப்பல்கள் ஒன்றில் ஏறி அவர் இந்த நாட்டை விட்டு வெளியேறவும் கூடும் என்றும் சொல்லப்பட்டது.

முதல் வகுப்பின் முடிவை அறிவிக்கும் மணி ஒலித்தது. என் மாணவர்கள் தங்கள் பைகளை சேகரித்துக் கொண்டு அங்கிருந்து கிளம்புவதற்கு முன் ஒரு நொடி தாமதித்தனர்; நான் சொன்னது அவர்களை எழுச்சியூட்டியிருக்க வேண்டும் அல்ல குழப்பியிருக்க வேண்டும். அவர்கள் அங்கிருந்து கிளம்பும் முன்னர் அவர்கள் அனைவரையும் ஒரே பார்வையில் பார்த்தேன். அவர்கள் எப்போதுமே எனக்கு வெறும் உடல்களாகத்தான் இருந்திருக்கிறார்கள், ஒவ்வொரு அரையாண்டும் அடுத்தவர்களால் நிரப்பப்படும்வரை பரிந்துரைக்கப்பட்ட சரியான எண்ணிக்கையில் ஒவ்வொரு நாளும்

வந்து போவார்கள். அவர்களும் இதையேதான் செய்வார்கள். ஆனால் சில நொடிகளுக்கு நான் அவர்களை தெளிவாக பார்த்தேன் - வேண்டுமென்றே கலைத்த தலைமுடியுடன் ஆண்களும், அதற்கெதிராக சீராக திருத்தமான தோற்ற அமைப்புடைய பெண்கள். எப்படியோ நான் இதை கவனிக்காமல் தவற விட்டிருக்கிறேன் இத்தனை நாட்களாய். வெளியிலோ அல்ல என்னிலிருந்து விலக்கியோ அவர்களின் பார்வை நகரவில்லை, நான் தொடர்வதற்கு ஒப்புதலாகவே அதை எடுத்துக் கொண்டேன்.

நான் அன்றிரவு வீட்டிற்கு நடந்து போகையில் என் மாணவர்களுக்கிடையில் மின்னஞ்சல்களும் குறுஞ்செய்திகளும் பெரும் சுழலென சுழன்று கொண்டிருக்கும் என்று நான் அறிவேன். கண்ணுக்குப் புலப்படாத மில்லியன் டேட்டாக்கள் பாதாளக் குழாய்கள் மூலமாகவும் செயற்கைக்கோள் இணைப்புகளாலும் அனுப்பப்பட்டுக் கொண்டிருக்கும், அவற்றின் தலைப்பாகவும் பேசு பொருளாகவும் நான் மட்டுமே இருப்பேன். ஏன் என்று தெரியவில்லை ஆனால் அந்நினைப்பு என்னை ஆற்றுப்படுத்தியது, என்னை அது தரையிலிருந்து சில அடிகள் மேலே உயர்த்தியது. உடனடியாக, எல்லா இடங்களையும் நான் தழுவிக் கொண்டது போல் தோன்றியது. நான் ரிவர்ஸைடு பாதையில் நடந்துகொண்டிருந்தபோது, ஹட்சண் நதியும் என் வலப்பக்க மேற்கு நெடுஞ்சாலையில் முந்தும் போக்குவரத்தும், இறுகிய கட்டுப்பாடுகளுடைய எல்லைகளும் பிரிவுகளும் எனக்கு பெரிதாக பொருள்படவில்லை.

அடுத்த நாள் அகாடெமியில் நான் வகுப்பு தொடங்கும்போதே மாணவர்களிடம் அவர்களின் நூல் தொகைகளையும் பணித்தாள்களையும் தூரம் வைத்து விடுமாறு கூறினேன். “அவை நமக்கு இப்போது தேவைப்படாது,” என்று சொன்னேன்.

என் அப்பா துறைமுகத்தில் முதலில் செய்த வேலை, துறைமுகத் தொழிலாளர்களுக்கு தேநீர் கொண்டு வந்து கொடுப்பது. இச்சேவைக்காக அவருக்கு அன்பளிப்பாக கொடுக்கப்படும் சிறு தொகைதான் அவரின் சம்பளம் - அங்கும் இங்குமாக கொடுக்கப்படும் சில “செண்ட்டுகள்” சேர்ந்துக் கொண்டு வந்தது. ஒரு சராசரி நாளில் அவர் மூந்நூறிலிருந்து ஐந்நூறு கோப்பை தேநீர் பரிமாறுவார். ஒரு நேரத்தில் பத்து கோப்பைகளைக் கூட ஒரு மரத்தட்டில் வைத்து அவரால் தூக்கிக் கொண்டு போக முடியும், அதை முன்னங்கையில் வைத்து சமநிலைப்படுத்த கற்றுக்கொண்டார். சிறுவயதில் அவர் பொருட்கள் கையாளுவதில் பொறுப்பற்று இருந்தார்; அவரின்

அப்பா கண்ணாடியை உடைத்ததிற்காகவோ அல்ல சிந்தாமல் காஃபியை கொண்டு வர இயலாததற்காகவோ அவரிடம் சத்தம் போடுவார். அவருக்கு இங்கே வேலை கிடைத்த உடனே இரவில் ஒரு தட்டில் தேநீர் கோப்பைகளைப் போன்றே எடையுள்ள கற்களை வைத்து நடந்து பழகத் தொடங்கினார். கற்கள் நகர்ந்து விட்டால் அவருக்கு தான் தோற்றுவிட்டோம் என்பது தெரிந்துவிடும். தேநீர் ஒரு துளி சிந்தாமலோ அல்லது ஒரு கல் கூட நகராமலோ அவர் பல மைல்கள் நடக்கும் வரை மீண்டும் முயற்சி செய்வார்.

அவர் கால்சட்டைக்குள் தைக்கப்பட்டிருந்த சிறிய பாக்கெட்டில் தன்னுடைய சம்பாத்தியங்களை மறைத்து வைத்திருந்தார். அவருக்கு அவ்வூரில் கிடைத்த ஒரே நண்பன், பெயர் ஆப்ராஹிம், அவரிடம் எவ்வளவு பணம் இருக்கிறது என்பதை வெளியில் யாருக்கும் தெரிந்துவிடாதபடி பாதுகாக்கச் சொன்னார்: "யாராவது உன்னிடம் இரண்டு டாலர் இருக்கிறது என்பதைப் பார்த்தால், உன்னிடம் இருபது இருக்கிறது என்று எண்ணிக் கொள்வார்கள். உன்னிடம் ஒன்றுமே இல்லை என்று மக்களை நினைக்க வைப்பதுதான் நல்லது."

ஆப்ராஹிம் தான் அவருக்கு தேநீர் தூக்கும் வேலையை தேடித் தந்தது. இந்நகரத்திற்கு வந்த மூன்றாவது நாளில் அவர் என் அப்பாவை சந்தித்தார், அவருக்கு உடனே தெரிந்துவிட்டது இவர் வெளியாள் என்று. அவரிடம் சென்று செறிவான ஆங்கிலத்தில் சொன்னார், "ஹலோ. என் பெயர் ஆப்ராஹிம், நபியின் பெயரைப் போல. நீங்கள் இந்த நகரத்தில் இருக்கும் வரையில் நான் உங்களுக்கு உதவி செய்கிறேன்."

என் அப்பா அங்கு பார்த்த பெரும்பாலான ஆட்களை விடவும் நன்றாக உடை அணிந்திருந்தார், பல அங்குலம் உயரம் குள்ளமானவர். அவர் தலை வழுக்கையாக இருந்தது, அவர் காதுகளுக்குப் பின் வளைந்திருக்கும் இரு நரைத்த முடிக்கற்றைகளைத் தவிர. அவர் வலது கையில் இரண்டு விரல்கள் பார்ப்பதற்கு அவை இரண்டும் நெருக்கி பின் ஒன்றாகக் கட்டப்பட்டதைப் போல தெரிந்தது. அவர் தன்னை அறிமுகப்படுத்திக் கொள்ளும்போது சற்று வளைந்தார். நடக்கையில் லேசாக நொண்டியது போல் இருந்தது. அது ஏனோ அப்பாவின் மனதை அவர் மேல் நம்பிக்கை கொள்ளச் செய்தது.

ஆரம்பத்தில் என் அப்பா வெளியில் படுத்து உறங்கினார், துறைமுகத்திற்கு அருகில் அவரைப் போன்ற அகதிகளான நூற்றுக்கணக்கான ஆண்களும் முகாமிட்ட அதே இடத்தில். ஆப்ராஹிம் அவரிடத்தில் தனியாக தூங்குவது ஆபத்தானது என்றும்

ஆனால் அதே நேரத்தில் நகரத்திற்குள் சென்று தூங்கினால் காவல் துறையினரால் கைது செய்யப்பட்டு அடிவாங்குவது உறுதி என்றும் சொன்னார்.

அங்கே வந்து ஒரு வாரம் கழிந்ததும், தூங்கிக்கொண்டிருக்கையில் ஒருநாள் அவர் தலை அருகே காலடிச் சத்தம் கேட்டது. அவர் கண்களை திறந்து மேலே பார்த்தபோது, மூன்று ஆட்கள் அவர் அருகே நின்றுக்கொண்டிருந்தனர். அவர்களின் முதுகு லேசாக இவர் பக்கமாக திரும்பியிருந்தது, அதனால் அவரால் அவர்களின் நீண்ட வெள்ளை “ஜெல்லாபா” (முஸ்லீம் நாடுகளில் ஆண்கள் பெண்கள் இருவராலும் அணியப்படும் நீண்ட ஆடை) மட்டும்தான் பார்க்க முடிந்தது, அவை தூசு படிந்து இருந்தாலும் இவர் சமீபத்தில் பார்த்த சிலரின் ஆடையைப் போல அவ்வளவு அருவருக்கத்தக்கதாக இல்லை. அவர் பார்த்துக் கொண்டிருக்கையில், அவர்களில் ஒருவன் தன் கையை காற்றில் மெல்ல உயர்த்தினான், தன் தலைக்கு மேல் எதையோ அனுப்ப போராடுபவனைப் போல. என் அப்பா சூடான் வரும் வழியில் பலமுறையும் எத்தியோப்பியாவில் முஸ்லீம் நண்பர்களின் வீட்டில் பல சந்தர்பங்களிலும் கேட்ட அதே பிரார்த்தனையை அவன் ஓதிக்கொண்டிருந்தான். அம்மனிதன் இரண்டாவது மூன்றாவது முறையென மீண்டும் அந்தப் பிரார்த்தனையை ஓதினான். அவன் முடித்ததும் மற்ற இரண்டு மனிதர்களும் குனிந்து முதலில் நெல் மூட்டையோ என்று எண்ணும்படியாக இருந்த ஒன்றை தூக்கினர், ஒரு நொடி கழித்துதான் தெரிந்தது அது ஒரு பிணம் என. என் அப்பா அங்கே தூங்கச் சென்றபோது அம்மனிதன் பக்கத்தில் கிடந்தான். அவன் இறந்துபோயிருந்தான் என்பதற்கோ அல்ல அடிபட்டு இருக்கிறான் என்பதற்கோ எந்த அறிகுறியும் தென்படவில்லை. இதை என் அப்பா அடுத்த நாள் ஆப்ராஹிமிடம் சொன்னபோது, அவர் எளிமையாக பதிலளித்தார்: “அதைப் பற்றி அதிகம் யோசிக்காதே. இங்கே யாரும் அறியாமல் இறந்து போவது சுலபம்.”

உறங்குவதற்கு ஒரு நல்ல இடம் கண்டுபிடித்து தருவதாக என் அப்பாவிற்கு அவர் உறுதியளித்தார், கண்டுபிடிக்கவும் செய்தார். அதே நாளின் சாயும் வேளையில் என் அப்பா துறைமுகத்திற்கு அருகில் பாயை விரிப்பதைப் பார்த்தார், அவரிடம் தன்னை பின்தொடர்ந்து வரும்படி சொன்னார். “நான் உனக்கு ஒரு ஆச்சரியம் வைத்திருக்கிறேன்,” அவர் சொன்னார்.

இனி அப்பா தங்கப் போகும் விடுதியின் உரிமையாளர் ஆப்ரஹாமின் தொழில் கூட்டாளி. “நாங்கள் ஒன்றாக பல வருடம்

வேலை பார்த்திருக்கிறோம்," என்று என் அப்பாவிடம் சொன்னார், ஆனாலும் என்ன வேலை செய்தனர் என்பதைப் பற்றி விளக்கவில்லை. என் அப்பா இந்தக் கருணைக்கு ஈடாக தான் என்ன தருவது என்று அவரிடம் கேட்டபோது, அவர் கைகளை அசைத்து அக்கேள்வியை புறம் தள்ளினார். "கவலைப்படாதே," ஆப்ராஹிம் அவரிடம் சொன்னார். "பின்னால் நீ எனக்காக ஏதாவது செய்யக் கூடும்."

இதுவரை நான் என் மாணவர்களிடம் சொன்ன கதையின் பெரும்பகுதியைப் போலல்லாமல் என்னால் ஆப்ராஹிம் பற்றி ஒரு உண்மையான வரலாற்றை உருவாக்க முடியும். என் அப்பா அவரைக் குறிப்பிட்டு வழக்கமாக ஏதாவது சொல்லிக்கொண்டே இருப்பார், முறையான உரையாடலின் பகுதியாக அல்ல ஆனால் எதேச்சையாக எந்நேரமும் எந்த முன்அறிவிப்பும் இன்றி வரும். கேட்காமலேயே என் அப்பா அடிக்கடி தன்னுடைய ஒரே உண்மையான நண்பன் ஆப்ராஹிம்தான் என்றும் பல சந்தர்பங்களில் அவருடைய உயிரை காத்ததிற்காக அவர் மீது நன்றியுணர்வுடன் இருப்பதாகவும் சொல்வார். மற்ற நேரங்களில் என் அப்பா இந்த உலகம் வஞ்சகர்களால் நிறைந்து என்றும், சூடானில் ஆப்ராஹிம் என்ற பெயர் கொண்ட மனிதனுடனான அனுபவங்களுக்குப் பிறகு அவர் ஒருபோதும் சூடானியர்களையோ, முஸ்லீம்களையோ அல்ல ஆப்பிரிக்கர்களையோ நம்புவதில்லை என்றும் சொல்வார்.

என் வகுப்பறையில் உயிர் பெற்று வந்த ஆப்ராஹிம் நான் அதற்கு முன் கற்பனை செய்ததைவிட மிகவும் உன்னதமான மனிதன். இந்த ஆப்ராஹிமிற்கு நேரிடையாக ஆனால் கவிதையாக பேசும் நுட்பம் தெரிந்திருந்தது, ஒருமுறை அவர் என் அப்பாவிடம் சொன்னதைப் போல - வடக்குப் புறமாக இங்கிருந்து நூறு கிலோ மீட்டர்கள் தொலைவில் இருக்கும் தன்னுடைய சொந்த ஊரை விடவும் எல்லாவற்றிலும் இந்த துறைமுக நகரம் தாழ்ந்ததாக இருக்கிறது. "இங்கு எல்லாமே வெறும் மலம்," என்று சொன்னார். "மணல் கூட..."

பிறகு, என் அப்பாவிற்கு ஒரு நல்ல பணம் தரும் இரண்டாவது வேலையை தேடித் தந்தார், துறைமுகத்தில் சுமைதூக்கி. அப்பாவிடம் சொன்னார், "நீ என்னுடைய சிறந்த முதலீடாக இருக்கப் போகிறாய். உனக்கு நான் கொடுக்கும் எல்லாமும் பத்து மடங்காக எனக்கு திரும்ப கிடைக்கப் போகிறது." ஆப்ராஹிம் பெரும்பாலும் தினமும் மாலை பிரார்த்தனை முடிந்த பிறகு அப்பாவுடன் சேர்ந்து ஒரு தேநீர் பருக வருவார், அப்போது முகாம்களில் கொளுத்திய தீயிலிருந்து நூற்றுக்கணக்கான சுவடுகள் வானை நோக்கி சுழன்று எழும். அவர்

என் அப்பாவின் இடுப்பை ஒரு ஆட்டைப் பரிசோதிப்பதைப் போல கிள்ளி இழுத்துப் பார்ப்பார். பிறகு சொல்வார், “வேறு என்ன எதிர்பார்க்கிறாய் நீ? நான் என் முதலீட்டின் ஆரோக்கியத்தை பரிசோதிக்க வேண்டும்.” அதன் பிறகு, அவர் கிளம்பும்போது, எப்போதும் இந்த அறிவுரையை வழங்குவார்:

“உடலை விரித்து நீட்டு, யோசஃப்!” அவர் சத்தம் போட்டு சொல்வார். “எல்லா நேரமும் நீட்டிக் கிடத்து, உன் உடல் குரங்கைப் போல இலகுவாகும் வரையிலும் உடலை நீட்டு.”

துறைமுகத்தில், என் அப்பா விடியற்காலை தொடங்கி வேலை செய்ய முடியாமற் போகுமளவு கடும் வெப்பமாகும் மதியம் வரையிலும் பெட்டிகள் தூக்குவார். தேநீர் விடுதியில் அவரின் முறையைத் தொடங்கும் முன்னால், அவர் மரத்தின் அடியில் ஒரு சிறு உறக்கம் கொள்வார், அவர் கடலைப் பார்த்து தனக்கு முன்னால் இருக்கும் அந்நீரைப் பற்றி யோசித்துக் கொண்டிருப்பார். மற்ற எல்லா மனிதர்களையும் போலவே, அவர் எந்நேரமும் தாகத்துடனேயே இருந்தார், தனக்கு முன்னால் நீரை வைத்து அதை குடிக்க முடியாமலாக்கும் ஒரு இடத்திற்கு ஏதோவொரு விதத்தில் சீர்செய்யமுடியாத இரக்கமற்றத்தனம் ஒன்று உள்ளது என்ற முடிவிற்கு வந்தார். அவர் சொந்தமாக ஒரு கப்பல் கட்டுவதை பற்றி கற்பனை செய்தார், எளிமையாக ஆனால் உறுதியான ஒன்று, குறைந்தபட்சம் சவுதி அரேபிய வளைகுடா வரையிலுமாவது செல்லும்படியான ஒன்று. அல்லது அது தோற்றுப் போகுமானால், அவர் தன்னை ஒரு பெட்டிக்குள் அடைத்துக்கொண்டு ஒரு வெளிநாட்டு கரையை அலைந்தே சேர்வார் அல்லது முயற்சியில் இறந்து போவார். வாரத்திற்கு ஒன்றிரண்டு முறையாவது ஆப்ராஹிம் அப்பாவை அவரது அறையிலிருந்து மாலையில் அழைத்து துறைமுகம் வரை நடந்துச் சென்று துறைமுக நகரம் உண்மையில் எப்படி இயங்குகிறது என்று விளக்குவார். ஆட்கள் கூட்டமாக ஆங்காங்கே அருகணைந்திருக்கும் நெருப்புதான் அவர்கள் கண்ட ஒரே ஒளித்திரள். இருண்டிருந்த போதிலும், பகலை விட அதிகமாக மக்கள் அங்கும் இங்கும் இயல்பாக நகர்ந்தனர். ஏதோ இந்த இரண்டாவது நகரம் முதலில் அடியில் புதைந்திருந்து, இரவில் அது அகழ்ந்தாய்ந்து வெளிவரும் என்பதைப் போல. குறுகிய பின்தெருக்களில் முகத்திரை அற்ற பெண்களை பார்க்க முடிந்தது, என் அப்பாவால் வறுபடும் இறைச்சியையும் திடமான மதுவாடையையும் நுகர முடிந்தது.

"இத்துறைமுகத்தின் கடைக் கோடியில் நீ பார்க்கும் கப்பல்களெல்லாம் அரசாங்கத்தின் கட்டுப்பாட்டில் உள்ளவை," ஆப்ராஹிம் அப்பவிடம் சொன்னார். "அவை இரண்டில் ஒன்றைத்தான் சுமந்து வரும்: உணவு அல்லது ஆயுதம். இவை இரண்டையுமே நாங்கள் சூடானில் செய்வதில்லை. அதை நீ கவனித்திருப்பாய். அதற்கு நாங்கள் இவை இரண்டையும் சமமாக விரும்பவில்லை என்று அர்த்தமில்லை. ஒருவேளை ஆயுதங்கள் மீது கொஞ்சம் கூடுதலாகவும் இருக்கலாம். நீ எப்போதாவது பசியிலிருக்கும் ஒரு மனிதனை ஆயுதங்களுடன் பார்த்திருக்கிறாயா? நிச்சயமாக இருக்காது. துறைமுகத்தின் அந்தப் பகுதியை விட்டு எப்போதும் தள்ளியே இரு. அதிபரின் கீழ் நேரடியாக வேலை பார்க்கும் இரண்டு இராணுவ தலைவர்களாலும் ஒரு கர்னலாலும் இவை நடத்தப்படுகிறது. அவர்கள் இச்சிறு நகரத்தின் கடவுள்கள் போல, ஆனால் அவர்களிடம் சிறப்பான கார்கள் உண்டு. ஒரு இராணுவ வீரன் உன்னை அங்கு பார்த்துவிட்டால் கூட உன்னைக் காப்பாற்ற என்னால் எதுவும் செய்ய முடியாது. கடவுளாலும் ஒரு முட்டாளை காப்பாற்ற முடியாது."

"இந்த உணவு தெற்கே செல்ல வேண்டியது. இது உலகம் முழுவதிலிருந்தும் வருகிறது, ஒரு மிகப் பெரிய சாக்குப் பையில் "ஹிஷிகி." என்று எழுதியிருக்கும். ஆனால் மாறாக, இது க்ஹார்தூமிற்கு ஆயுதங்களுடன் செல்லும். அது ஏன் என்று உனக்குத் தெரியுமா? ஏனென்றால் மக்களை பட்டினியிட்டு சாகடிப்பது சுட்டுக் கொள்வதை விட சுலபமானது, மலிவானது. குண்டுகளுக்கு பணம். வீரர்களுக்கு பணம். அத்தனை உணவையும் கிடங்கிலேயே வைத்திருப்பதற்கு ஒன்றும் தேவையில்லை."

இப்படியாக பல மாலைகளில், ஆப்ராஹிம் துறைமுகத்தில் நிறுத்தப்பட்டிருந்த படகுகளின் வரிசையை நோக்கி நடப்பார். அவருக்கு பிடித்தமானவை என்று கடைசியில் நிறுத்தப்பட்டிருப்பவற்றைச் சொல்வார்.

"அதோ அந்த கப்பல்கள் - இதற்கு அப்படியே மறு முனை. அவைதான் உன் யோசனையில் இருக்க வேண்டியவை. அவைதான் ஐரோப்பாவிற்கு செல்பவை. அதை எப்படி சொல்லமுடியும் என்று உனக்குத் தெரியுமா? அதன் கொடிகளைப் பார். அங்கே இருக்கும் ஒன்றை பார்க்கிறாயா - கருப்பு மற்றும் தங்க நிறத்தில்? அவை இத்தாலி அல்லது ஸ்பெயின் வரை செல்லும். பிரான்ஸ் கூட செல்லலாம். அதில் வேலை பார்ப்பவர்களில் சிலர் என் நண்பர்கள்.

தொழில் கூட்டாளிகள். நீ அவர்களை நம்பலாம். உன் பணத்தை எடுத்துக் கொண்டு மறைந்து விடும் இந்த ஊர்காரர்களைப் போல இல்லை அவர்கள்."

அந்த இரவிற்குப் பிறகு உடல் நீட்டிப் பழகும் ஆப்ராஹிமின் ஆலோசனையை தீவிரமாக பின்பற்றத் தொடங்கினார் அப்பா. அவர் பல்வேறு நிலைகளில் தன் உடலை முதலில் பத்து அல்லது பதினைந்து நிமிடங்களுக்குப் பின் ஒரு மணி நேரம் வரையிலும் கூட நிறுத்தி பழகினார். இரவுகளில் அவர் உறங்கப் போவதற்கு முன்னால் அவர் கால்களை குறுக்காக மடக்கி அமர்ந்துக் கொள்வார், அதன் பின் அவர் உடலை பின்புறமாக நீட்டி வளைத்து ஒரு பந்து போல சுருண்டுக்கொள்வார். நான்கு மாதங்கள் கழிந்து அவரால் அதே நிலையில் பல மணி நேரங்கள் இருக்க முடிந்தது, மிகச் சரியாக ஆப்ராஹிம் அவர் செய்ய வேண்டியது என்று சொன்னதும் அதைத்தான்.

"முதல் சில மணி நேரங்கள்தான் கடினமாக இருக்கும்," அவர் சொன்னார். "சரக்குகள் அத்தனையையும் ஏற்றி முடிப்பதற்கு முன்னால் நீ கப்பலில் ஏறிக்கொள்ள வேண்டும், அதன் பிறகு நீ முற்றிலுமாக அதனுள் மறைந்துவிட வேண்டும். அது கடலுக்குள் வெகு தொலைவிற்கு சென்ற பிறகுதான் நீ அசைய வேண்டும்."

என் அப்பா தன் குடும்பத்திற்கு கடிதம் எழுதுவதைப் பற்றி யோசித்தார், ஆனால் அவருக்கு என்ன சொல்வது என்று தெரியவில்லை. யாருக்கும் அவர் உயிருடன் இருக்கிறாரா என்பது உறுதியாகத் தெரியாது, அவரும் தான் உயிருடன் இருப்போம் என்ற நம்பிக்கை தனக்கே வரும் வரையில் அது அப்படியே இருக்கட்டும் என்று விரும்பினார். "ஹலோ. நீ இல்லாமல் வாடுகிறேன். நான் உயிருடன் நன்றாக இருக்கிறேன்," இப்படி எழுதி அனுப்பிய கடிதம் சென்று சேரும்போது இதன் முதல் பாதி மட்டும்தான் உண்மையாக இருப்பதற்கு சாத்தியம் உண்டு என்பதால் அனுப்பாமல் இருப்பதே மேலானது.

என் அப்பா துறைமுக நகருக்கு வந்து நான்கு மாதங்கள் மூன்று வாரம் ஆன பிறகு, கிழக்கில் போர் வெடித்தது. ஐநூறு மைல் தொலைவில் இருக்கும் ஒரு கிராமத்தில் நிலை கொண்டிருக்கும் வீரர் படை ஒன்று கிளர்ச்சி செய்தது, அக்கிராமத்தினரின் உதவியால் அனைத்து கருப்பு பழங்குடியினருக்குமான ஒரு சுதந்திர நாட்டை உருவாக்கும் பெயரில் பெரும் நிலப்பரப்புகளை ஆட்கொள்ளத்

தொடங்கினர். இரண்டு பக்கமும் மக்கள் கொன்று குவிக்கப்படுவதாக வதந்திகள் பரவின. அக்கொலைகளுக்கு காரணம் யார் என்பது அதைச் சொல்லும் ஆள் யார் என்பதை பொருத்தே எப்போதும் இருந்தது. ஒரு கிராமத்தில் தன் பெற்றோர்களும் உடன் பிறந்தவர்களும் கொல்லப்படுவதை பார்க்கச் செய்யும் முன்னால் அவர்களை புதைப்பதற்கான குழிகளையும் அவர்களின் இளம் சிறுவர்களையே தோண்ட வைத்ததாகச் சொல்லப்பட்டது. அதன் பிறகு இன்னும் பெயரிடப்படாத கலகப்படையில் அவர்கள் கட்டாயமாகச் சேர்த்துக் கொள்ளப்பட்டனர்.

நகரம் முழுவதும் மக்களிடையே பிரிவுகள் வெடிக்கத் தொடங்கின. கடைசிப் போரை நினைவில் வைத்திருந்த வயதானவர்கள், அவர்கள் ஒரு காலத்தில் இராணுவ வீரர்களாகவும் இருந்த காரணத்தினால், அரசாங்கத்திற்கு ஆதரவான நிலையை எடுக்க முனைந்தனர். இந்நாட்டின் தெற்கே பிறந்த அனைவரும் தீவிரமாக கலகக்காரர்களுக்கு சாதகமாக இருந்தனர், அவர்கள் நெருங்கி வந்தால் அவர்களுடன் சேரப் போவதாகவும் சபதம் எடுத்தனர்.

ஆப்ராஹிமும் என் அப்பாவும் இரவுகளில் துறைமுகத்திற்குச் செல்வதை நிறுத்தினர். "இங்கே சண்டை தொடங்கினால்," ஆப்ராஹிம் அவரிடம் சொன்னார், "முதலில் துறையைத்தான் தாக்குவார்கள். உள்ளூர் கப்பல்களை எரித்து அரசாங்கத்தினுடையதை கைப்பற்ற முயலுவார்கள்."

ஒவ்வொரு நாளும் அதிக இராணுவ வீரர்கள் வரத் தொடங்கினார்கள். இந்நகரில் இராணுவத்தினர் எப்போதுமே இருந்தார்கள் என்றாலும், இந்தப் புதியவர்கள் வித்தியாசமாக இருந்தார்கள். இந்நாட்டின் எதிர் முனையிலிருந்து வந்திருந்தார்கள், உள்ளூர் மொழிகள் எதுவும் பேசாதவர்களாக இருந்தார்கள்; அவர்கள் பேசிய அரபு மொழி பெரும்பாலும் புரிந்துகொள்ள முடியாததாக இருந்தது. மூத்த தளபதிகள், பாதி முகம் மறைக்கும் பளபளப்பான தங்க விளிம்பு கொண்ட குளிர் கண்ணாடிகளை அணிந்து ஜீப்புகளில் நின்றபடி வரும் அவர்கள் வெளிநாட்டவர்கள் என்றும், இந்த நகரத்தினுடனோ அல்ல மக்களுடனோ எந்த ஒட்டுதலும் இல்லாதவர்கள் என்பதால் அவர்கள் இங்கே வரவழைக்கப்பட்டிருக்கிறார்கள் என்பதும் தெளிவாகத் தெரிந்தது.

இரவுகளில் என் அப்பாவிற்கு நாய்கள் ஓலமிடும் சத்தமும் துப்பாக்கி சுடும் சத்தமும் கலந்து கேட்டது. ஒவ்வொரு நாளும்

அவர் ஆப்ராஹிமிடம் இங்கிருந்து தப்பிப்பதற்கு ஒரு வழிகாட்டி உதவுமாறு கெஞ்சுவார்.

"நான் நிறைய பணம் சேமித்து வைத்திருக்கிறேன் இப்போது," அவர் சொன்னார், அது பொய் என்ற போதிலும். இங்கிருந்து நேர்மையாக வெளியேற முடியுமென்றால், அதற்கு பணம் கொடுக்க அவர் ஒரு வழியை கண்டுபிடிப்பார். ஆப்ராஹிமின் பதில் எப்போதும் ஒன்றுதான்: "பொறுமையற்ற ஒரு மனிதன் இங்கிருப்பதை விட நரகத்தில் இருப்பதே சிறந்தது."

கலகத்தைப் பற்றிய முதல் கதைகள் வெளிவந்த இரண்டு வாரங்கள் கழித்து, ஒரு மைல் நீளத்திற்கு ஜீப்புகளின் அணிவகுப்பு நகரை நோக்கி வருவதாக சந்தையில் பேச்சு எழுந்தது. வெளிநாட்டு கப்பல்கள் அன்று காலை துறைமுகத்தை விட்டு வெளியேறத் தொடங்கின. கலகக்காரர்கள் முன்னோக்கி வந்துக் கொண்டிருந்தனர், மாலை தொடங்குவதற்குள் வந்து சேர்ந்து விடுவர். ஒரு சில மணிகளில் வதந்திகள் ஊரைச் சுற்றி வரத்தொடங்கின. அவர்கள் யாரையும் விட்டு வைக்க மாட்டார்கள். அவர்கள் இராணுவ சிப்பாய்களை மட்டும்தான் தாக்குவார்கள். அவர்கள் விடுதலையாளர்கள் என்று வாழ்த்தப்படுவார்கள். அவர்கள் மிருகங்களைப் போன்றவர்கள், அப்படித்தான் அவர்கள் நடத்தப்பட வேண்டும். அருகே வாழ்ந்த ஒரு பெண் அவளுடைய உடைமைகளை மடித்து பைக்குள் வைத்து, தன் குழந்தைகளை பக்கவாட்டிலும் பின்னாலும் கட்டி சாலையில் இறங்கி நடந்து போவதை அப்பா பார்த்தார். அவர்கள் எங்கே போகிறார்கள் என்று அவர் வியந்தார். அவர்களின் ஒரு பக்கம் கடலும் மறுபக்கம் பாலைவனமும் இருக்கிறது.

ஆப்ராஹிம் மதிய உணவிற்குப் பிறகு அப்பாவை வந்து பார்த்தார். தேநீர் பரிமாற அன்று ஒருவருமில்லை.

"நீ வேலையாயிருக்கிறாய் என்று தெரிகிறது," அவர் சொன்னார். "கூட்டம் குறைந்த பிறகு நான் வரட்டுமா?"

"நீங்களும் இந்நகரை விட்டு போகிறீர்களா?" என் அப்பா அவரை கேட்டார்.

"நான் ஏற்கனவே...," ஆப்ராஹிம் சொன்னார், "என் மொத்த குடும்பமும் க்ஹார்தூமிற்கு வெகு நாட்களுக்கு முன்னரே சென்று விட்டார்கள். என் உடல் அவர்களுடன் போய் சேர்வதற்காகத்தான் நான் காத்திருக்கிறேன்."

அன்று பின்மதியம், தூரத்தில் சிறு பீரங்கி குண்டுகள் பாலைவனத்தில் வெடிக்கும் சத்தம் கேட்டது. "பொம்மைகள் வைத்திருக்கும் சிறு பிள்ளைகளைப் போன்றவர்கள் அவர்கள்," அவர்கள் நின்றுக் கொண்டிருந்த தங்கும் விடுதியின் கூரையிலிருந்து பாலைவனத்தை நோக்கி சுட்டியபடி ஆப்ராஹிம் சொன்னார். "பெரிய துப்பாக்கிகளை வைத்து எவ்வளவு தொலைவு சுட முடியும் என்பதை கூட அவர்கள் இன்னும் அறிந்துக் கொள்ளவில்லை. அங்கு ஒன்றுமேயில்லை - அல்ல ஒருவேளை அவர்களுக்கு அதிர்ஷ்டம் இருந்தால் ஒரு ஒட்டகத்தைக் கொன்று இருக்கலாம். அவர்களிடமிருக்கும் குண்டுகளோ இல்லை ஒட்டகங்களோ தீர்ந்து போகும் வரை அவர்கள் இதை திரும்ப திரும்பச் செய்து கொண்டிருக்கப் போகிறார்கள்."

"அவர்களுக்கு நேரப் போவது மிகக் கொடூரமானதாக இருக்கப் போகிறது," ஆப்ராஹிம் தொடர்ந்தார். "இரண்டு பெரிய துப்பாக்கிகள் இருப்பதால் அவர்கள் சிப்பாய்களை பயமுறுத்தி துரத்திவிடலாம் என்று நினைக்கிறார்கள். அவர்கள் இதை 1898 என்றும் ஓம்டுர்மன் யுத்தம் என்றும் நினைத்துக் கொண்டிருக்கிறார்கள், இம்முறை அவர்கள் தான் பிரிட்டானியர்களைப் போன்றவர்கள் என்பதை தவிர."

என் அப்பா, யுத்தம் இவ்வளவு எளிமையாகவும் பரிதாபகரமாகவும் இருக்கும் என்று இதுவரை நினைத்ததில்லை ஆனால் கூரை மீதிருந்து பார்க்கும்போது அப்படித்தான் இருந்தது. கலகக்காரர்கள் நகரை நோக்கி வருவதை சத்தமாக அறிவித்தபடி வந்தனர், என் அப்பா பார்த்த வரையிலும் நகரிலிருந்த சிப்பாய்கள் எல்லோரும் மாயமாகி மறைந்து போயினர். ஆப்ராஹிம் சொன்னது தவறு என்று நினைக்கத் தொடங்கினார் அப்பா. அந்த கலகக்காரர்களும் அவர்களின் முட்டாள்தனத்தையும் மீறி இந்நகரை அநேக எதிர்ப்புகளற்று துடைத்துவிடுவார்கள் என்றும் நினைத்தார். இதை அவர் தலை மீது முதல் தூரத்து இடிச் சத்தம் கேட்டபோது ஆப்ராஹிமிடம் சொல்லலாமா வேண்டாமா என்று யோசித்தார். ஆப்ராஹிமும் அப்பாவும் இப்போது கடலை நோக்கி திரும்பி நின்றிருந்தனர், ஒரு விமானம் அவர்களை நோக்கி வந்துக்கொண்டிருந்தது, மிகத் தாழப் பறந்து. ஒரு நிமிடத்திற்குள்ளாகவே, அது அவர்களின் மேலே இருந்தது.

"இது சீக்கிரம் முடிந்துவிடும்," ஆப்ராஹிம் சொன்னார். அவர்கள் இருவரும் குண்டு வெடிக்கும் சத்தம் ஒன்றை கேட்பதற்காக காத்திருந்தார்கள் ஆனால் அப்படி எதுவும் நடக்கவில்லை.

அந்த விமானம் கடைசி நிமிடத்தில் பின் வாங்கிவிட்டது. அதன் திசையை நோக்கி குண்டுகள் சுடப்பட்டது, பாதிப்பு எதுவும் ஏற்படவில்லை. அணிவகுப்பு நெருங்கி வந்துக்கொண்டே இருந்தது - ஒரு நீண்ட, பழைய சரக்கு வண்டிகளின் துண்டு துண்டான வரிசை அடிவானத்திலிருந்து தப்பிக்க முயன்றுக் கொண்டிருந்தது.

அதே விமானம் மீண்டும் இருபது நிமிடம் கழித்து திரும்பி வந்தபோது, மூன்று மெலிந்த நிச்சயமாக வெளிநாட்டில் தயாரான ஜெட் விமானங்கள் அதை நெருங்கி பறந்துக் கொண்டிருந்தன.

“முதலில் பறந்தது வெறும் எச்சரிக்கை தான்,” ஆப்ராஹிம் சொன்னார். “அவர்கள் திரும்பி ஓடிவிடுவதற்கு ஒரு வாய்ப்பு கொடுப்பதற்காக. அதை புரிந்து கொள்ளமுடியாத அளவிற்கு முட்டாள்கள் அவர்கள். அவர்கள் வெற்றி பெற்றதாக நினைத்தார்கள்.”

“அவன் இறைச்சி துண்டை பெறுவான்.”

விமானங்கள் பறந்து சென்றன. என் அப்பாவும் ஆப்ராஹிமும் ஒவ்வொரு நொடியையும் எண்ணினார்கள். தூரத்திலிருந்துகூட அவை அசாதாரணமான ஒரு கர்ஜனையை எழுப்பியது - குறைந்தபட்சம் ஏழு குண்டுகளாவது கலகக்காரர்களின் மீது நேராக போடப்பட்டது, அவர்களின் படைக்கல வண்டிகள் புகையும் மணலுமான மேகமாக மறைந்து போனது. அண்டை வீடுகளின் கூரைகளிலிருந்து சில மகிழ்ச்சிக் கூச்சல்கள் வந்தன. சிப்பாய்கள் சீக்கிரமாக தெருக்களில் வெற்றிப் பாடலை பாடியபடி உதிர்ந்து வரத் தொடங்கியிருந்தார்கள்.

“அவர்கள் இந்தத் துறைமுகத்தை எடுக்க முயற்சி செய்திருக்கக் கூடாது,” ஆப்ராஹிம் சொன்னார். “அவர்கள் பல வருடங்களுக்கு பாலைவனத்திலேயே சண்டையிட்டு அந்த சிறிய கிராமங்களை வைத்துக் கொண்டிருக்கலாம், யாருமே அவர்களுக்கு தொல்லை கொடுத்திருக்க மாட்டார்கள். ஆனால் இந்த அழகிய துறைமுகத்தை இழக்கும் அபாயத்தை பெரிய நாடுகளில் ஒன்றாவது அனுமதிக்கும் என்று நினைக்கிறாயா? இன்றைய இரவு முடிவதற்குள் எல்லா வெளிநாட்டு கப்பல்களும் திரும்ப வந்து விடும். அவர்களின் அரசுகள் அது பாதுகாப்பானதுதான் என்று அவர்களிடம் சொல்வார்கள். பிரச்சினையை அவர்கள் பார்த்துக் கொண்டார்கள், மிக விரைவில், ஒன்றிரண்டு நாட்களுக்குள்ளேயே கூட நீ இங்கிருந்து கிளம்பக் கூடும்.”

ஒரு வாரம் கழித்து, என் அப்பாவின் மதிய இடைவேளையின் போது, ஆப்ராஹிம் அவரை அவரின் வழக்கமான நிழலிடத்தில்,

தண்ணீரை வெறித்துக் கொண்டிருப்பதை பார்த்தார். அருகிலிருந்த ஒரு காஃபி கடைக்கு இருவரும் நடந்து சென்றார்கள், என் அப்பா சூடானுக்கு வந்த பிறகு முதன்முறையாக வேறு ஒருவரால் அவருக்கு ஒரு கோப்பை தேநீரும் உணவும் வாங்கி கொடுக்கப்பட்டது.

"இது உன்னை வழியனுப்புவதற்கான உணவு. அனுபவித்து உண்," ஆப்ராஹிம் சொன்னார். "நீ இன்றிரவு கிளம்புகிறாய்."

ஆப்ராஹிம் அவருக்காக சூட்டில் வாட்டிய ஒரு பெரிய இறைச்சித் துண்டு வேண்டி உத்தரவிட்டார் - செம்மறி ஆட்டு குடல், பார்ப்பதற்கு வெள்ளாட்டின் கழுத்து போல இருந்தது - பழுப்பு நிற உண்டியில் சமைக்கப்பட்டது, என் அப்பா பல மாதங்களுக்கு அருந்தியிராத ஒரு விருந்து. உணவு வந்தபோது அவர் அழ விரும்பினார், அதை சாப்பிடுவதற்கு சிறிது பயந்தார். ஆப்ராஹிம் எப்போதும் யாரையும் நம்ப வேண்டாம் என்றே சொல்லி வந்திருக்கிறார், அப்பா அந்த அலோசனையை ஆப்ராஹிமிற்கே பொருத்திப் பார்த்தார். ஒருவேளை இதுதான் ஆப்ராஹிமின் தன் மீதான கடைசி தந்திரமாக இருக்கலாம்: ஒருவேளை அவர் குனிந்து உணவைத் தொடுவதற்கு முன் அந்த உணவு காணாமல் போகலாம் அல்லது ஒருவேளை அவரை நீண்ட நேரம் உறங்கச் செய்யும் விஷம் எதுவும் அதில் கலந்திருக்கலாம், விழித்து பார்க்கும்போது அவர் கட்டி போடப்பட்டிருக்கலாம். என் அப்பா அவரின் காற்சட்டைக்குள் கை விட்டார், அதுவரை அவர் சேமித்திருந்த அத்தனை பணத்தையும் வைத்திருக்கும் பையின் முடிச்சை அவிழ்த்தார். அதை மேசையின் மீது வைத்தார்.

"இதுதான் நான் வைத்திருக்கும் மொத்தம்," அவர் சொன்னார். "இது போதாது என்று எனக்குத் தெரியும்."

ஆப்ராஹிம் பணத்தை புறக்கணித்தார், ரொட்டித் துண்டை உணவிற்குள் தொட்டு எடுத்தார்.

"நீ உண்ணும் முன் அப்பணம் எடுத்த கையை கழுவிக் கொள்ள வேண்டுமென அறிவுறுத்துகிறேன்," அவர் சொன்னார். "அந்த பணப் பையையும் உன்னுடன் எடுத்துக் கொள்."

அவர்கள் முடித்ததும், ஆப்ராஹிம் என் அப்பாவை அவர் இதுவரை கண்டிராத அந்நகரின் பகுதிக்கு அழைத்துச் சென்றார் - ஒரு அகண்ட தூசி படிந்த தெரு செல்லச் செல்ல குறுகிக்கொண்டே போனது, வரிசையாக இருந்த குடில்களின் கூரைகள் ஒன்றோடு ஒன்றோடு தொட்டுக் கொள்ளும் வரை. ஆப்ராஹிமும் என் அப்பாவும்

ஒரு வீட்டின் முன் நின்றார்கள், கதவென இருந்த ஒரு திரையை ஆப்ராஹிம் திறந்தார். அதனுள்ளே, ஒரு தாட்டியான முதியவள், தலை பாதி திரையிட்டிருந்தது, விதவிதமான பாட்டில்கள் அடுக்கி வைக்கப்பட்டிருந்த மர மேடையின் பின்னே அமர்ந்திருந்தாள். ஆப்ராஹிம் ஒன்றை எடுத்துக் கொண்டார், என் அப்பாவை அந்த அறையின் மூலையில் தலையணைகள் குவித்து வைக்கப்படிருந்த ஓரிடத்தில் அமரச் சொன்னார். அவர் சில நிமிடங்களுக்கு அந்தப் பெண்மணியுடன் விவாதித்தும் பேரம் பேசிக்கொண்டும் இருந்தார், இறுதியாக அவர் மார்பின் அருகே இருந்த சட்டைப் பையிலிருந்து சூடானிய பணக்கட்டை எடுத்தார். அவர் என் அப்பாவின் அருகில் சென்று அமர்ந்தார், பாட்டிலை அவரிடம் நீட்டினார்.

"போகும் வழிக்கான குடி," அவர் சொன்னார். "நிதானமாக இதை குடிக்க வேண்டும்."

ஆப்ராஹிமின் எண்ணம் இவருக்கு கேடு செய்வதுதான் என்று இருந்தாலும் அப்படியே இருக்கட்டும் என்று எண்ணினார் அப்பா. ஒரு கண்ணியமான உணவு அதற்குப் பிறகு மது, இது ஒன்றும் அப்படியே போய் விடுவதாக இருந்தாலும் அதற்கு மோசமான வழி ஒன்றும் அல்ல. இந்நகரில் சாகும் ஒவ்வொரு மனிதனுக்கும் இது வழங்கப்படுமானால், சாவதற்காக காத்திருக்கும் மனிதர்களின் கூட்டம் பல மைல்களுக்கு நீண்டிருக்கும்.

"உன்னுடைய சிறிய பணப் பையை இப்போது என்னிடம் கொடு," ஆப்ராஹிம் சொன்னார். என் அப்பா அவரிடம் பையை கொடுத்ததும் ஆப்ராஹிம் நோட்டுகளை புரட்டினார். அவருடைய சொந்த பணக்குவியலிலிருந்து சில நோட்டுகளை எடுத்து அந்த சேகரிப்பில் சேர்த்துவிட்டார்.

"இது உனக்கு தண்ணீருக்கும், கொஞ்சம் உணவிற்கும், குழுவில் இருக்கும் சில மக்களை அமைதிப்படுத்தவும் உதவும். அவர்களிடமிருந்து வேறு எதுவும் எதிர்பார்க்காதே. அவர்களிடம் உணவையோ அல்ல அவர்கள் உனக்கு தராத இயலாத எதுவும் அவர்களிடம் கேட்காதே. அவர்களை கண் நோக்கி பார்க்காதே, அவர்களிடம் பேச முயற்சிக்காதே. நீ அங்கே இல்லாததைப் போல் அவர்கள் நடந்துக் கொள்வார்கள், அதுவே சிறந்தது. உன் இருப்பை உணர்ந்தால், இரவில் உன்னை கப்பலிலிருந்து தூக்கி எறிந்து விடுவார்கள். ஆட்கள் கப்பலில் ஏறிக்கொண்டு பிறகு குறை சொல்லத் தொடங்குவார்கள். முதுகு வலி என்றோ காலகளில் அடிபட்டிருக்கிறது

என்றோ. தாகம் எடுக்கிறது என்றும் பசிக்கிறது என்றும் அவர்கள் சொல்வார்கள். அப்படி நடக்கும்போது அவர்களின் வாயை எதை வைத்தாவது அடைத்து கடலில் தூக்கி எறியப்படுவார்கள், அங்கே அவர்களுக்கு தேவையான இடமும் நீரும் கிடைக்கும்."

என் அப்பா ஒரு மிடறு மதுவை அருந்தினார், அதன் கடுமையான உறைப்பான நாற்றம் ஆப்ராஹிம் மூடியை திறந்த உடனே காற்றில் கலந்திருந்தது.

"நீ ஐரோப்பாவிற்கு சென்ற உடன், இதுதான் நடக்கப் போகிறது. நீ கைது செய்யப்படுவாய். நீ அவர்களிடம் உனக்கு அரசியல் தஞ்சம் வேண்டுமென்று சொல்ல வேண்டும், உன்னை சிறைக்கு கூட்டிச் செவார்கள் அது சொர்க்கம் போல இருக்கும். உனக்கு உணவும் உடுப்பும் கொடுப்பார்கள், தூங்குவதற்கு கட்டிலும் இருக்கும். அங்கிருந்து போக வேண்டாமென்று உனக்கு தோன்றும் - அவ்வளவு நன்றாக இருக்கும். நீ கம்யூனிஸ்டுகளுக்கு எதிராக சண்டையிட்டுக் கொண்டிருந்தாய் என்று அவர்களிடம் சொல், உன்னை விரும்புவார்கள். நீ தெரிவு செய்ய நாடுகளின் பட்டியலை உனக்கு கொடுப்பார்கள், நீ அவர்களிடம் இங்கிலாந்து போக விரும்புகிறாய் என்று சொல்ல வேண்டும். நீ அவர்களிடம் உன்னுடைய மனைவியை சூடானிலேயே விட்டு வந்திருக்கிறாய் என்றும் அவர்களின் வாழ்க்கை இப்போது ஆபத்தில் உள்ளது என்றும் அவள் இங்கு வர வேண்டும் என்று நீ விரும்புகிறாய் என்றும் சொல்ல வேண்டும். அவர்களிடம் இந்த படத்தை நீ காட்ட வேண்டும்."

ஆப்ராஹிம் தன்னுடைய பாக்கெட்டிலிருந்து ஒரு சிறு பெண்ணுடைய புகைப்படத்தை எடுத்தார், அவளுக்கு பதினைந்து பதினாறு வயதுக்கு மேல் இருக்காது, வினோதமான மேற்கத்திய ஆடைகளில் இருந்தாள் - அவளை விட பல அளவுகள் கூட இருக்கும் 'போல்கா' புள்ளிகள் வைத்த கருப்பு வெள்ளை மடிப்பிலான ஒரு ஆடை, ஒரு ஜோடி உயர் காலணிகள், அவள் வயதேறியவளாக தெரிய பூசப்பட்ட ஒரு ஒப்பனை.

"இது என் மகள். அவள் இப்போது க்ஹார்தூமில் அவள் அம்மா அத்தைகளுடன் வாழ்ந்துக் கொண்டிருக்கிறாள். மிகவும் அறிவுக்கூர்மையுள்ள பெண். அவள் வகுப்பிலேயே சிறந்த மாணவள். நீ இங்கிலாந்து சென்றதும் இவளை நீ உன்னுடைய மனைவி என்று சொல்லப் போகிறாய். இப்படித்தான் நீ உன் கடனை எனக்கு திருப்பிச் செலுத்தப் போகிறாய். உனக்கு புரிந்ததா?

என் அப்பா தலையாட்டினார்.

"உன் திருமணத்திற்கான ஆதாரம் இதுதான்," ஆப்ராஹிம் சொன்னார். இதை தயாரிப்பதற்கு நான் நிறைய பணம் செலவு செய்திருக்கிறேன்."

ஆப்ராஹிம் அவரிடம் ஒரு துண்டு காகிதத்தை கையளித்தார், இதுவரை அதன் வாழ்வில் அது இருமுறைதான் பிரித்து மடிக்கப்பட்டிருக்கும், அத்தகைய காகிதங்கள் இப்படியான சூழலில் நீண்ட காலத்திற்கு தாங்காது. வார்த்தைகள் அதை தெளிவாக குறிப்பிட்டன. என் அப்பா அதுவரை சந்தித்திராத ஒருவருடன் திருமணமாகி இரண்டு வருடங்கள் ஆகிறது.

"இதை நீ பிரிட்டீஷ் தூதரகத்தில் யாரிடமாவது கொடுக்க வேண்டும்," ஆப்ராஹிம் தன் கைகளை என் அப்பாவின் கைகளின் மீது வைத்து சொன்னார், இந்த துண்டு காகிதத்தை தொடுவதின் மூலமாக அவர்கள் இருவரும் ஏதொவொரு ரகசிய ஒப்பந்தம் செய்துக் கொள்கிறார்கள் என்பதைப் போல. "அதற்கு சில வாரங்கள் ஆகலாம், ஆனால் இறுதியாக அவர்கள் இவளுக்கு விசா கொடுப்பார்கள். பிறகு நீ லண்டனிலிருந்து என்னை அழைக்க வேண்டும், மற்றதை நான் பார்த்துக் கொள்வேன். பயணச் சீட்டிற்கான காசு எங்களிடம் இருக்கிறது, அவள் வந்தவுடன் உங்கள் இருவருக்கும் கொடுப்பதற்கு மேலும் சிறிது உள்ளது. ஒன்றிரண்டு வருடங்கள் கழித்து அவள் அம்மாவும் நானும் லண்டனில் உன்னுடன் சேர்த்துக்கொள்வோம். நாம் ஒரு வீடு வாங்குவோம். ஒன்றாக தொழில் தொடங்குவோம். என் மகள் அவள் படிப்பை தொடர்வாள்."

என் அப்பாவைப் போல நம்பிக்கையற்ற மனிதருக்கு கூட, அரசுகளின் மீதும் நம்பிக்கையற்றவர், அந்தக் கதை வசீகரமாக இருந்தது: கடுமையான சிறைகளிலிருந்து தொடங்கும் ஒரு கதை லண்டனில் ஒரு வீட்டில் முன்-தயாரிக்கப்பட்ட ஒரு குடும்பத்துடன் வாழ்வதுடன் முடிகிறது. இதில் எந்தளவிற்கு ஆப்ராஹிமிற்கே நம்பிக்கை இருக்கிறது என்பதை அவர் பார்க்க விரும்பவில்லை, அதனால் அவர் தலையை லேசாகத் திருப்பி வைத்திருந்தார். காலத்தாலும் அனுபவத்தாலும் இறுகிப் போயிருந்த மனிதர்கள் கூட ஐரோப்பா அல்ல அமெரிக்கா என்று வந்துவிட்டால், கிட்டத்தட்ட குழந்தைத்தனமாக கற்பனைகளுக்கு ஆளாகிவிடுகிறார்கள்.

என் அப்பா அப்புகைப்படத்தை ஆப்ராஹிமிடமிருந்து வாங்கி அதை அவருடைய பாக்கெட்டில் வைத்துக் கொண்டார். "நிச்சயமாக

நான் இதை செய்வேன்," என்றோ அல்ல மேலும் எளிதாக "சரி" என்று கூட அவர் சொல்லவில்லை. ஏனென்றால், அப்படி ஒரு உறுதியை அவர் கொடுத்தால் மறுப்பதற்கு ஒரு வாய்ப்பு இருந்தது என்று ஆகிவிடும், அவர்களுக்கிடையில் அப்படியான ஒன்று இல்லை. ஆப்ராஹிம் அவரிடம் குடித்து முடிக்கச் சொன்னார். "உன்னுடைய கப்பல் காத்துக் கொண்டிருக்கிறது," அவர் சொன்னார்.

விரைவிலேயே, என் அப்பாவை பற்றிய கதைகள் அகாடெமியில் சுதந்திரமாக சுற்ற ஆரம்பித்தது. சற்றே சிதைந்த வடிவில் மீண்டும் என்னிடமே வந்த என் சொந்த கதையின் துணுக்குகளை நான் கேட்டேன் - இந்தப் பதிப்புகளில், கதை காங்கோவில் நடக்கலாம், பஞ்சத்தின் மத்தியில். நான் கேட்ட ஒரு வடிவத்தில் என் அப்பா ஆப்பிரிக்கா முழுதும் பல போர்களில் பங்கெடுத்திருக்கிறார். இன்னொன்றில் பலராலும் மறக்கப்பட்டுவிட்ட, பல ஆயிரம் மக்கள் ஒரே நாளில் கொன்று குவிக்கப்பட்ட ஒரு இனப் படுகொலையில் பிழைத்து வந்திருக்கிறார். சில அவர் ஒருவேளை ருவாண்டாவிலும் அல்லது டர்ஃபரில் இருந்திருப்பாரோ என்றும் வியந்தன - அவை இப்படியான செயல்கள் நடக்கும் என்று பொதுவாக அறியப்பட்ட இடங்கள்.

என் இறந்துபோன அப்பாவின் மீதும் என் மீதும் பெரும் அனுதாப அலைகள் எழுந்து பெருகி வந்தது. நான் இதுவரை பேசிராத மாணவர்கள் என்னைக் கூடத்தில் கண்டால் என்னிடம் "ஹலோ" சொன்னார்கள். அவர்கள் தனிப்பட்ட முறையில் எதிர்பார்க்கும் அனுபவங்களையெல்லாம் கிழித்தெறியும் ஒரு சோகக்கதையைநான் நேரிடையாக அவர்களின் கதவுகளுக்கே கொண்டு வந்திருந்த காரணத்தால் நான் போகுமிடமெல்லாம் எனக்கான புன்னகைகளாக இருந்தன.

நான் மாணவர்களிடம் இதையெல்லாம் கற்பிப்பதற்கு பொறுப்பேற்கச் சொல்லி என்னை அழைப்பது எந்நேரமும் நடக்கலாம் என்று எனக்குத் தெரியும். வெள்ளிக்கிழமை மாலை நான் வகுப்பிற்குள் செல்கையில் தலைமையாசிரியர் என்னை கூடத்தில் பிடித்துக் கொண்டார். அவருடைய குரலில் என்னை மிரட்டும் தொனியோ அல்ல என் மீது கோபமோ எதுவும் இல்லை. அவர் வெறுமனே இதைச் சொன்னார், "உங்களுடைய வகுப்பு முடிந்ததும் என் அலுவலகத்தில் வந்து என்னைப் பார்க்கவும்."

அன்றைய நாள் நான் என்னுடைய கதையை தவிர்த்துவிட்டு என் வழக்கமான பாடங்களுக்கு திரும்பிவிடலாம் என்று முடிவு

நரேன் ◆ 53

செய்தேன். என் மாணவர்களிடம் சொன்னேன், “நாம் முடிக்க வேண்டிய சில வேலைகள் இன்று இருக்கிறது. சென்ற வாரத்தின் பாடப்பணிகள் இதோ. அமைதியாக இவற்றை நீங்கள் முடிக்க வேண்டும்.” அவர்களின் புலம்பினார்களா அல்ல முனகினார்களா என்பது எதுவும் எனக்கு கேட்கவில்லை, அதில் எனக்கு அக்கறையும் இல்லை. வகுப்பு முடிந்ததும், நான் நிதானமாக மூன்று மாடிகள் படியேறி தலைமையாசிரியரின் அலுவலகத்திற்கு வந்தேன். அவர் எனக்காக கதவைத் திறந்து காத்திருந்தார். அவரின் அகண்ட சற்றே விகாரமான உடல் பெரிய மர மேசையின் மீது அவர் மூச்சு விட சிரமப்படுமளவு அழுந்தியிருந்தது. நான் அமர்ந்த உடனேயே, அவர் பின்னால் சாய்ந்து மூச்சு விடுத்தார்.

“இன்றைய வகுப்பு எப்படி இருந்தது?” என்னிடம் கேட்டார்.

“நன்றாக இருந்தது,” அவரிடம் சொன்னேன். “வழக்கத்திற்கு மாறாக எதுவும் இல்லை.”

“நீ உன்னுடைய மாணவர்களிடம் உன் அப்பாவைப் பற்றி சொல்லும் கதைகள் சிலவற்றை நான் கேட்டேன்,” அவர் சொன்னார். அந்தப் புள்ளியில் அவர், என் செய்கையினால் உண்டான கோபத்தின் சிறுகுறிப்பையாவது என் மீது காட்டுவார் என்று எதிர்பார்த்தேன், ஆனால் நாடகத்தனமாக கையை மடக்குவது கூட நிகழவில்லை.

“நீ சொல்வது சுவாரசியமாகத்தான் இருக்கிறது,” அவர் சொன்னார். “கொடுமையும்தான், நிச்சயமாக. அதை போன்ற ஒன்றை மிகச்சிறிய அளவில் கூட யார் வாழ்விலும் நடக்கக் கூடாது. அதுவேதான் என்னை இந்த கேள்வி கேட்கவும்தூண்டுகிறது: அவர்கள் சொல்வது எந்த அளவிற்கு உண்மை.?”

“கிட்டத்தட்ட அதில் எதுவும் இல்லை,” நான் அவரிடம் சொன்னேன். நான் என் மாணவர்களிடம் சொன்னதில் பெரும்பாலானவை நானே புனைந்துக் கொண்டவை என்று ஒப்புக்கொள்ள நான் தயாராக இருந்தேன் - துறைமுகத்தின் பின் இரவுகள், கலகக்காரர்களின் இராணுவம் படையெடுத்து வந்து பாலைவனம் முழுதையும் ஆக்கிரமிக்கும் கதை. ஆனால் அவரிடம் மேலதிகமாக எதுவும் சொல்வதற்கு முன்னால் அவர் என்னை நோக்கி தந்திரமான கிட்டத்தட்ட கிண்டலான ஒரு புன்னகையைத் தந்தார்.

“சரி, அது எப்படியாகவும் இருக்கட்டும்,” அவர் சொன்னார், “இப்படியான முக்கியமான விஷயங்களைப் பற்றி அவர்கள் பேசிக்

கொள்வதும் நல்லதுதான். நான் அவர்களிடமிருந்து பொதுவாக கேட்பதெல்லாம் ஆழமற்ற, சிறு சில்லறையான வதந்திகள்தான். பின்னர் நீங்கள் சொன்னவற்றில் எது உண்மை என்று அவர்களால் தேர்ந்துக் கொள்ள முடியும்." இறுதியாக அது இப்படித்தான் வந்து முடிந்தது: நான் என் மாணவர்கள் சிந்திப்பதற்காக ஒன்றை தந்திருக்கிறேன், அவர்கள் என்னிடமிருந்து கேட்டவற்றிற்கும் உண்மைக்கும் ஏதும் சம்மந்தம் இருக்கிறதா என்பது ஒரு விஷயமில்லை; உண்மையோ இல்லையோ, அது எல்லாமே அவர்களுக்கு கற்பனையானதுதான். அந்த மரணமும் இதில் கலந்துவிட்டதால் இந்தக் கதை மேலும் நம்பக்கூடியதாக மாறியது.

நான் என்னுடைய கடைசி பாடத்தை என் அப்பாவும் ஆப்ராஹிமும் தாங்கள் ஒன்றாகக் கழிக்கும் கடைசிக் காலையில் துறையை நோக்கி நடந்து செல்வதிலிருந்து தொடங்கினேன். அவர்கள் வழி நெடுக ஒன்றும் பேசிக்கொள்ளவில்லை, அவ்வபோது வந்து விழுந்த ஒன்றிரண்டு வார்த்தைகளைத் தவிர. ஆப்ராஹிமிடம் அவர் வெளிக்காட்ட எண்ணிய சில முக்கியமான திட்டங்கள் இருந்தன, ஆனால் அவற்றிற்கான சரியான வார்த்தைகள் எந்த மொழியிலும் அவருக்கு கிடைக்கவில்லை. அவரால் முடிந்திருக்குமானால், அவர் என் அப்பாவின் மணிக்கட்டை பற்றியிழுத்து அவர் என் அப்பாவை எந்தளவு நம்பியிருக்கிறார் என்றும் அதனாலேயே அவரை எந்தளவுக்கு வெறுக்கத் தொடங்கியிருக்கிறார் என்பதையும் என் அப்பா புரிந்துகொள்ளும்வரை விடாமல் பிடித்துக் கொண்டிருந்திருப்பார். இதற்கிடையில், என் அப்பா இங்கிருந்து வெளியேறுவதற்காகத் துடித்துக் கொண்டிருந்தார். கப்பல் ஏறுவதை நினைத்து பயந்தார். ஆனால் அதை விடவும் ஆப்ராஹிமின் விருப்பத்தை நினைத்துதான் மிரண்டு போயிருந்தார்.

அவர்கள் கப்பல் துறையை அடைந்ததும், ஆப்ராஹிம் கடைசியாக நிறுத்தப்பட்டிருந்த மூன்று படகுகளைக் காட்டினார். "அந்த ஒன்றுதான்," அவர் சொன்னார். "நீல உடல் கொண்டு இருக்கிறதே அதுதான்."

என் அப்பா அந்தப் படகை நீண்ட நேரம் வெறித்துப் பார்த்தார், பிறகு அதனுள் முதலில் ஒரு மணி நேரத்திற்கு பிறகு ஒரு நாள் முழுதும் புதைந்திருப்பது எப்படியிருக்கும் என்று கற்பனை செய்யத் தொடங்கினார். அதற்கு மேல் எதையுமே நினைத்துப் பார்க்க அவருக்கு தைரியம் இல்லை. அந்தப் படகு பழையதாக இருந்தது,

ஆனால் அந்நகரில் இருந்த எல்லாமே அப்படி பழையதாகத்தான் இருந்தது.

கப்பல் துறையின் முடிவில் உயரமான, மெல்லிய சருமம் கொண்ட மனிதன் ஒருவன் இருந்தான். வடக்கிலிருந்த அரபு இனக்குழுக்களை சேர்ந்த ஒருவன். அப்படியான ஆட்கள் இந்நகரில் இருப்பது வழக்கம்தான். அவர்கள்தான் அதன் பெருவாரியான தொழில் மற்றும் அரசியல் விவகாரங்களை தங்கள் கட்டுப்பாட்டில் வைத்திருப்பவர்கள், இதை பல நூற்றாண்டுகளாக செய்து வருகிறார்கள். அவர்கள் வியாபாரிகள், பெரு வணிகர்கள், எதையும் யாருக்கும் விற்பவர்கள். அவர்கள் மற்ற ஆட்களிடம் இருந்து ஒதுங்கியே இருந்தார்கள், சுத்தமான நீண்ட வெள்ளை அங்கியை அணிந்திருப்பார்கள் அல்லது, விசேஷ நிகழ்வுகளின்போது வெளிர் வண்ண அங்கிகளை அணிந்துக் கொள்வார்கள், அது எப்படியோ இந்நகரின் ஒவ்வொரு அங்குலத்தையும் நிரப்பியிருக்கும் தூசியிலிருந்து தன்னை தற்காத்துக் கொள்ளும் தன்மையை கொண்டிருந்தது.

"அவன் எல்லாவற்றையும் ஏற்பாடு செய்துவிட்டான்," ஆப்ராஹிம் சொன்னார்." அங்கிருக்கும் அந்த மனிதன்." அவர்கள் நின்றிருந்த இடத்திலிருந்து அவனின் முகத்தைப் பார்க்க என் அப்பா முயன்றார், ஆனால் தன்னைப் பற்றித்தான் பேசுகிறார்கள் என்று தெரிந்து கொண்டவனைப் போல அவன் முகத்தை வேறு பக்கமாகத் திருப்பி வைத்துக் கொண்டான். இங்கிருந்து என் அப்பாவிற்கு தெரிந்ததெல்லாம் அவனின் அசாதாரணமான நீண்டு குறுகிய மூக்கு மட்டும்தான், வேட்டையாடும் தன்மை தொண்டதொரு அம்சம்.

ஆப்ராஹிம் என் அப்பாவிடம் ஒரு மஞ்சள் சட்டப் பிரதியான காகித துண்டை கொடுத்தார், அதில் அவர் அரபிக்கில் என்னவோ எழுதியிருந்தார். என் அப்பா ஆப்ராஹிம் தன்னிடம் கனிவாக, நம்பிக்கை கொள்ளுமாறு ஏதாவது சொல்ல வேண்டும் என்று விரும்பியிருப்பார். "உன் பயணம் இனிதாக அமையட்டும்" என்றோ அல்ல "கவலைப்படாதே. உனக்கு ஒன்றும் நேராது" என்றோ அவர் சொல்ல வேண்டுமென விரும்பினார், ஆனால் அங்கேயே பல ஆண்டுகளாக அவர் நின்றிருந்தாலும் கூட அப்படியான உறுதியளிப்புகள் வராது என்று அவருக்குத் தெரியும்.

"அவனை காத்திருக்க வைக்காதே," ஆப்ராஹிம் சொன்னார். "அவனிடம் இந்த சீட்டையும் உன் பணத்தையும் கொடு. பிறகு அவன் சொல்வதையெல்லாம் செய்."

என் அப்பா ஆப்ராஹிமிற்கும் அந்த மனிதனுக்கும் இடையில் பாதிவழியில் இருந்தபோது, ஆப்ராஹிம் அவரை அழைத்து சொன்னார், "விரைவில் உன் அழைப்பு வருமென காத்திருப்பேன்." ஆனால் ஆப்ராஹிமின் குரலை கேட்பது அதுதான் கடைசி என்பது என் அப்பாவிற்கு தெரியும்.

என் அப்பா ஆப்ராஹிம் தன்னிடம் கொடுத்த காகிதத் துண்டை ஒப்படைத்தார். அவர் அதில் என்ன எழுதியிருக்கிறது என்று படிக்க முடியாததால் கவலையுற்றார், அதில் ஆயிரம் விஷயம் சொல்லப்பட்டிருக்கலாம், "இந்த மனிதனை நல்லபடியாக நடத்து" என்பதிலிருந்து "இவனிடமிருந்து பணத்தை எடுத்துக்கொண்டு இவனை என்ன வேண்டுமானாலும் செய்து கொள்" என்பது வரை.

அந்த மனிதன் படகின் பின்புறம் நுண்மையான பொருட்களைக் கொண்டு செல்வதற்காக இருந்த சேமிப்பு பெட்டிகளை சுட்டிக் காட்டினான். பொதுவாக இந்தப் பெட்டிகள்தான் கடைசியாக இறக்கப்படும், துறைமுகத்தில் இதைப் பெறுவதற்காக மக்கள் பலமணிநேரம் காத்திருப்பதை இவர் பார்த்திருக்கிறார். அவை எப்போதுமே மேற்கத்திய நாடுகளின் முத்திரையைத் தாங்கியிருக்கும், கையாள்வதற்கான வழிமுறைகளும் அந்நிய மொழிகளில் குறிப்பிடப்பட்டிருக்கும் - "cuidado," "உடையக் கூடிய பொருட்கள்." சமீபத்தில் அவரே அதைப் போன்ற பல பெட்டிகளை இறக்கியிருக்கிறார், அதில் என்ன இருக்கிறது என்று அவருக்கு உண்மையில் தெரியாது என்றாலும் அதை கணிக்க முயன்றிருக்கிறார்: பால் பொடி இருக்கும் அட்டைப்பெட்டிகள், தொலைக்காட்சி அல்லது ஒலியமைப்புச் சாதனம், வோட்கா, ஸ்காட்ச், எத்தியோப்பிய காஃபி, மென்மையான போர்வைகள், சுத்தமான தண்ணீர், நூற்றுக்கணக்கான காலணிகள், சட்டைகள் மற்றும் உள்ளாடைகள். அவர் ஏதாவது அதில் தவற விட்டிருந்தால், அவருக்கு தெரிந்து அவையெல்லாம் பெட்டிகளில் வராது என்று கற்பனை செய்திருக்கிறார் என்று அர்த்தம்.

ஒரு சதுரமான ஓட்டை இருந்தது, என் அப்பா அவர் கால்முட்டியை தன் மார்பு வரை மடக்கிக் கொண்டால் அதில் பொருந்தி விடுவார். அதனுள்தான் அவர் போக வேண்டும் என்று அவருக்குத் தெரியும் ஆனால் அனிச்சையாக ஒருதயக்கம் வந்தது, அதன் அளவை அவர் கணக்கிட்டார், பெட்டிகளை கீழிறக்க அவர் உதவியபோது அளவிட்டதைப் போல.

என் அப்பா அந்த மனிதனின் கைகளை அவரின் கழுத்துக்குப் பின்னால் உணர்ந்தார், அது தரையை நோக்கி அவரை கீழே தள்ளிக் கொண்டிருந்தது. அவனிடம் அதனுள் தானே நுழைய தயாராக இருப்பதாகவும், உண்மையில் அதற்காகவே அவர் பல மாதங்கள் பயிற்சி எடுத்திருக்கிறார் என்றும் சொல்ல நினைத்தார், ஆனால் அவர் புரிந்துக்கொள்ளப்படிருக்க மாட்டார், அதனால் என் அப்பா அவனையே அதை செய்ய விட்டார். அந்த இடைவெளிக்குள் அவர் மண்டியிட்டு ஊர்ந்து போனார், அப்படியல்ல அவர் அதில் நுழைய எண்ணியது. தலை முதலில் நுழைவதுதான் சரியான முறை, ஆனால் அதற்கினி நேரமில்லை. கடைசி அவமானகரச் செயலாய் அந்த மனிதன் அவரை கால்களால் நெட்டி தள்ளினான், அவரை வேகமாக அவன் உள்ளே அடைத்ததில் அவரின் கைகளும் கால்களும் அவரைச் சுற்றி மடங்கிக் கொண்டது. அருகிலிருந்த மரக்கதவை எடுத்து நுழைவை அடைப்பதற்கு முன்னால் அவருக்கு தன்னை ஒழுங்குபடுத்திக் கொள்ள மட்டும்தான் நேரமிருந்தது.

படகிற்குள் நுழைவதற்கு முன்னால், இந்தப் பயணத்தை கடந்து விடுவதற்காக தான் சிந்தனை செய்ய வேண்டிய விஷயங்கள் என ஒரு பட்டியலை தயார் செய்திருந்தார். அவை பல்வேறு தலைப்புகளுக்கடியில் தொகுத்து வைத்திருந்தார். உதாரணமாக,'நான் பிறந்த இடம்','எதிர்காலத்திற்கான திட்டங்கள்' மற்றும் 'ஆங்கிலத்தில் முக்கியமான வார்த்தைகள்'. அவற்றை இப்போதே தொடங்க வேண்டுமா அல்ல இந்தப் படகு துறைமுகத்தை விட்டு வெளியேறும் வரை காத்திருக்க வேண்டுமா என்று உறுதியாகத் தெரியவில்லை. பெட்டிக்குள் இருந்த இருட்டு அச்சம் தருவதாயிருந்தது, ஆனால் அவ்விருட்டு முழுமையானதாகவும் இல்லை. நுழைவாயில் வழியாக சிறு ஒளி இன்னும் உள்ளே வந்துக் கொண்டுதான் இருந்தது, தொடர்ந்தும் வந்தது, படகின் உட்பகுதி முழுமையாக மூடப்பட்டு படகு கரையிலிருந்து விலகத் தொடங்கும் வரை. சிறுவனாக அவர் இருட்டை கண்டு முட்டாள்தனமாக பயந்தது அவரின் நினைவுக்கு வந்தது, அது ஒரு கிராமத்தானின் இயல்பு அல்ல, ஆனால் அவருக்கு பயமிருந்தது. அவனை சுற்றி வாழ்ந்த பரந்து விரிந்த குடும்பத்தில், இதற்காக அவனை கிண்டல் செய்யாதது அவரின் அம்மா மட்டும்தான். கடலில் நீண்ட தொலைவு சென்ற பிறகு இப்பயணத்தில் பின்னர் நினைத்து பார்ப்பதற்காக அவர் அம்மாவின் உருவத்தை சேமித்து வைத்திருந்தாலும், இப்போதே அவளின் எண்ணங்களை ஓட விட்டார் அவர். அவள் இறப்பதற்கு சிறிது முன் எப்படி இருந்தாளோ

அப்படியே இப்போது அவளை மனதில் பார்த்தார். அவள் பெரிய உருவம் கொண்டிருந்தவள், ஆனால் அப்போது அவளிடம் அது எதுவும் மிச்சம் இல்லை. அவளின் தலைமுடி முழுவதுமாக நரைத்துப் போய்விடவில்லை, ஆனால் அது சிறியதாக வெட்டப்பட்டது, ஒரு உறவினனின் அவள் உடலை தாக்கிய நோய் அவள் தலையில்தான் எங்கேயோ புதைந்திருப்பதாகவும் அது வெளியே செல்ல வழி ஒன்று தேவை என்றும் கனவு கண்டதால் இப்படி செய்யுமாறு அறிவுறுத்தினான். மூர்க்கமாக அவள் தன்னுடைய தலைமுடி அத்தனையையும் வெட்டிக் கொண்டாள், முப்பதுகளிலிருக்கும் அவள் தன் வயதை விட இன்னும் சிறியதாகத் தெரிந்தாள். இந்த உருவம்தான் அவர் மனதில் இருந்தது, பொம்மை போலிருக்கும் அவரின் அம்மாவின் உருவம். இதைவிட வேறு ஒரு நல்ல ஞாபகம் வேண்டுமென்று அவர் விரும்பியிருப்பார்தான் ஆனால் அவருக்கு கொடுக்கப்பட்டதிலேயே அவர் சமாதானமடைந்து, கண்களை மூடி அதில் அவர் கவனம் செலுத்தினார். அதன் சில நிமிடங்களுக்கு பிறகு கப்பல் நங்கூரத்தை எடுக்க இயந்திரம் சுழன்று மெதுவாக கடலை நோக்கிச் செல்லத்துவங்கியது.

நான் இந்தப் பகுதியை அடைந்ததும், என் வகுப்பில் நான் சொல்லப் போகும் கடைசி விஷயம் இதுதான் என்பது எனக்குத் தெரியும். விரைவிலேயே, தலைமையாசிரியர் என்னை அவரின் அலுவலகத்திற்கு அழைத்து, என் அப்பாவின் கதை ஆர்வம் கொள்ளத்தக்கதாக இருகிறதுதான் என்றாலும் அது தேவையை விட வெகு நீண்டு சென்று விட்டது, மேலும் நான் என் வழக்கமான பாடங்களுக்கு திரும்ப வேண்டிய நேரம் வந்துவிட்டதென்றும் அப்படி இல்லையென்றால் அக்காடெமியில் என் இடத்திற்கு கேடு நானே வரவழைத்துக் கொள்வதாக இருக்குமென்றும் சொல்வார். வகுப்பு மணி அடித்தது, நான் என் கதையை தொடங்கியபோது அடித்ததைப் போலவே. பத்து பதினைந்து நொடிகளுக்கு வகுப்பிலிருந்த ஒருவரும் நகரவில்லை. என் மாணவர்கள், அவர்கள் கணிசமாக அனுபவிக்கும் எல்லா வளங்களாலும் சிறப்புச் சலுகைகளாலும் அவர்கள் இன்னும் இந்த உலகம் கவர்ச்சியானது, பிரத்தியேகமானது, ஆர்வமிக்க தேடல்களுக்குத் தகுதியானது, அனைவரையும் நெருங்கி கண்காணிப்பது என்று நினைக்கும் வயதிலிருப்பவர்கள். அவர்களுக்கு நான் அதை நினைவூட்டினேன் என்றே நினைக்கிறேன். விரைவிலேயே அவர்கள் அதிலிருந்து வெளிவந்து தன் வாழ்விற்கு மிகவும் நெருக்கமான தொடர்புடைய விஷயங்களில்தான் கவலை

செலுத்துவார்கள். இறுதியாக, தரையிலிருந்து ஒரு பை தூக்கப்பட்டது, இருபத்தி எட்டு அதை பின் தொடர்ந்தது. என் மாணவர்களில் அநேகம்பேர் அறையை விட்டு வெளியே செல்கையில் என்னிடம் கையசைத்தோ தலையை ஆட்டியோ சென்றனர், என் ஒரு பகுதி அவர்களை மீண்டும் அவர்களின் இருக்கைக்கு அழைத்து கதை இன்னும் முடியவில்லை என்று சொல்ல விழைந்தது. சூடானிலிருந்து வெளியேறியது வெறும் ஆரம்பம்தான். இன்னும் நிறைய மீதம் இருந்தது. சில நேரங்களில், என் கற்பனைகளில் மிகச்சரியாக அதைத்தான் அவர்களிடம் சொல்வேன். விட்ட இடத்திலிருந்து மேலும் தொடர்ந்து, என் அப்பா, அனைவரும் நினைப்பதைப் போல் அன்றி, உண்மையில் அந்தக் கப்பலிலிருந்து உயிருடன் வெளியே வரவில்லை என்று விளக்கமாக வேறு ஒரு கதை சொல்வேன். ஆப்ராஹிம் உறுதியளித்ததைப் போல அவர் ஐரோப்பாவில் வந்து இறங்கினார், ஆனால் அவரின் முக்கியமான ஒரு பகுதி பயணத்திலேயே இறந்து போனது. அவர் தன்னுடைய சிறுநீரையே குடிக்கும் சிறுமையில் உழன்று கடைசி மூன்று நாட்களில் எப்போதோ ஒரு கணம் முதல் அவர் கைகளையும் கால்களையும் அவரால் உணரமுடியாமல் போனது.

இத்தாலியின் கடற்கரைக்கு அருகில் உள்ள ஒரு தீவில் ஆறு மாதங்கள் தடுப்புக் காவலில் கழித்தார். அவரைப் போல பல ஆட்கள் அங்கிருந்ததைக் கண்டு ஆச்சரியப்பட்டார், ஆப்பிரிக்காவின் அத்தனை சாத்தியமான மூலைகளிலிருந்தும், இவரைவிட மோசமான நிலையைக் கடந்து வந்திருந்தனர். முச்சுத் திணறியோ அல்லது கப்பலிலிருந்து உயிருடன் தூக்கி எறியப்பட்டோ இறந்த போன மனிதர்களின் கதைகளை அவர் கேட்டார். என் அப்பாவால் அவர்களுக்காக பரிதாபப்படக் கூட முடியவில்லை. ஆப்ராஹிம் சொன்னதற்கு மாறாக அவரை பிடித்து வைக்கப்பட்டிருந்த இடம் சிறிது கூட சொர்க்கம் போலில்லை: ஒரு பெரிய வெள்ளையடிக்கப்பட்ட அறையில் பத்து அங்குல இடைவெளியில் கட்டில்கள், ஜன்னல்களின் மீது கம்பிகள். காவலர்கள் அடிக்கடி இவரைக் கண்டும் மற்ற சிறைக்கைதிகளைக் கண்டும் கத்தினர். இத்தாலிய மொழியில் சில வார்த்தைகளை அவர் கற்றுக் கொண்டார், அவற்றை அவர் முதன்முறை பயன்படுத்தியபோது மிக மோசமாக கேலி செய்யப்பட்டார். வரும் ஒவ்வொரு புது காவலாளியிடமும் அதை மீண்டும் மீண்டும் சொல்லச் சொல்லி கட்டாயப்படுத்தப்பட்டார். அவர் அப்படி மறுக்க முயற்சித்த

போதெல்லாம், ஒரு நாளின் அவருடைய முதல் உணவு, குளிர்ந்த காய்ந்த இறைச்சியும் பழைய ரொட்டி துண்டும், அவரிடமிருந்து பிடுங்கிச் செல்லப்பட்டது. "பேசு," காவலாளிகள் உத்தரவிட்டார்கள், அவரும் அடுத்த பல நாட்களுக்கு பல டஜன் முறைகள் அப்படி செய்து காட்டினார், அதில் சிரிப்பதற்கு மீதம் எதுவும் இனி இல்லை என்றபோதும்.

"நீ இத்தாலியன் பேசுவாயா?" காவலாட்கள் கேட்பார்கள்.

"இல்லை."

சொல். பேசு. அல்லது அரிதாக, ஏதாவது கூறு.

இத்தாலியில் அவருக்கு புகலிடம் வழங்கப்பட்டு அவர் விடுதலை செய்யப்பட்டார். அங்கிருந்து அவர் வடக்குநோக்கி நகர்ந்து பின் ஐரோப்பா முழுதும் கடந்து மேற்கே சென்றார். அவர் பல ஆப்ராஹீம்களை சந்தித்தார், அவர் லண்டனை சென்று அடைந்துவிட்டால் அவர் கற்பனையில் கண்ட காட்சிகள் அவர் வாழ்வில் இறுதியாக புலப்படத் தொடங்கும் என்று உறுதியளித்த ஆட்கள். "அங்கே வேறு மாதிரி இருக்கும், "எப்போதும் அவர்கள் இதைச் சொன்னார்கள். இந்த உலகில் தனக்கென வடித்துக் கொண்ட திட்டங்களுக்கும் கனவுகளுக்கும் ஏற்றபடி வாழ்வதற்கு குறைந்தபட்சம் ஒரு இடமாவது இருக்க வேண்டும். பலருக்கு, அந்த இடம் லண்டன்; சிலருக்கு அது பாரிஸ், சிறிய ஆனால் துணிச்சலான சிலருக்கு அது அமெரிக்கா. அந்த நம்பிக்கைதான் பலரை இவ்வளவு தூரம் சுமந்து வந்திருக்கிறது, அக்கனவுகள் பலவீனம்தான் என்றாலும், அதை தொடர்ந்து மாற்றியமைத்துக் கொண்டே இருக்க வேண்டிய தேவை இருக்கிறது என்றாலும் ("ரோம் நான் நினைத்தது போல் இல்லை. பிரான்ஸ் நிச்சயம் இதைவிட சிறப்பாக இருக்கும்"), அதன் அறுதியான தேவையினால்தான் அது நின்று நிலைக்கிறது. என் அப்பா கடைசியாக லண்டனை வந்தடைந்தபோது, பதினெட்டு மாதங்கள் கழித்து, அவர் சந்தித்த அத்தனை மனிதர்களையும் ஆப்ராஹிம்மின் திரிபுகளாக பார்த்தார், அனைவரும் அவர்களின் கனவுகளால் முடமாகியும் உருதிரிந்தும் இருந்தனர்.

ஆப்ராஹிம் இவரை பின்தொடர்ந்து லண்டன் வரை வந்து இவரின் விசுவாசத்தை பரிசோதித்தபடி இருந்தார், என் அப்பாவும் அவர் இங்கேயே வந்து விட்டதால் அவர் கடன்களை மொத்தமாக

அடைத்துவிடுவது என்று முடிவு செய்தார். இந்நகரத்தில் அவரின் முதல் நாளில் ஹாம்ப்ஸ்டட்டின் தரிசு நிலப் பூங்காவில் ஒரு அமைதியான மூலையை தெரிவு செய்தார். ஒரு அமெரிக்க வழிகாட்டி புத்தகம் அவருக்கு அங்கிருந்து ஒரு அகலமான வியத்தகு காட்சி கிடைக்கும் என்று சொல்லியது. அப்பூங்காவின் விளிம்பில், லண்டன் அவரின் காலடியில், சூடானிலிருந்து தன்னுடன் அவர் கொண்டு வந்த அத்தனை ஆவணங்களுக்கும் அவர் தீ வைத்தார். போலி திருமண உரிமம் நொடிகளில் சாம்பலாகிப் போனது. ஆப்ராஹிம்மின் மகள் படம் உண்ணத்தகாத பழுத்த சிவப்பு பெர்ரிக்கள் தொங்கும் நீண்ட பச்சை வேலியின் அருகே உருகிச் சென்றது. அதன் பிறகு, பல இரவுகளுக்கு அவளையோ அவள் அப்பாவையோ பற்றிய சிந்தனைகளை மறுத்தார். இதைப் போன்ற முட்டாள்தனங்களுக்கு வாழ்க்கையில் எந்த வெகுமதியும் இல்லை, மேலும் அவர் இப்படியான குருட்டுத்தனமான, தன் விருப்பத்திற்கேற்ப கற்பனைகள் செய்வதில்லை என்றும் தனக்குத் தானே உறுதியளித்துக் கொண்டார். அப்படிச் செய்பவர்கள் அவர்கள் சந்திக்கப் போகும் எந்த விதமான துன்பத்திற்கும் தகுதியானவர்கள்.

●

கென் லியூ (Ken Liu)

சீனாவில் 1976ம் வருடம் பிறந்தவர் கென் லியூ. இவருடைய பதினோராவது வயதில் இவர் குடும்பம் அமெரிக்காவில் குடியேறியது. ஹார்வர்டு பல்கலைக்கழகத்தில் ஆங்கில இலக்கியமும் கணினி தொழில்நுட்பமும் பயின்ற இவர் சிறிது காலம் மைக்ரோசாஃப்டில் பணிபுரிந்து பின்னர் ஹார்வர்டிலேயே சட்டப் படிப்பும் முடித்து தற்போது கார்பொரேட் கம்பெனிகளின் வக்கீலாக பணியாற்றி வருகிறார். 2002 லிருந்து அபுனைவு கதைகளை பதிப்பித்து வரும் இவர் அறிவியல் புனைவு மற்றும் கற்பனை வகை கதைளின் மூலம் பிரபலமாக அறியப்படுகிறார். பல சீன இலக்கியங்களையும் ஆங்கிலத்தில் மொழிபெயர்த்து வருகிறார். இவரின் இந்த காகித மிருக சாலை என்ற சிறுகதை 2013ல் அறிவியல் கற்பனை கதைகளுக்கு வழங்கப்படும் அத்தனை விருதுகளையும் வென்றது. இருப்பினும் இக்கதை இவரின் மற்ற சிறந்த சிறுகதைகளைப் போல மாய எதார்த்தத் தன்மை கொண்டு இருக்கிறது. தொன்மங்களிலிருந்து பிறக்கும் மாயங்களாக, அறிவியல் கற்பனைகளாக புறத்தில் வித்தைகள் காட்டி அதன் அகத்தில் ஆழமான உறவுப் பின்னலை விரித்து வைக்கிறார், மை எழுத்து கடிதத்தின் பின்பக்க நிழற்கோடுகளைப் போல.

காகித மிருக சாலை

(The Paper Menagerie)

என்னுடைய இளவயது நினைவுகளில் ஒன்று நான் தேம்பியழுவதிலிருந்து தொடங்கும். அம்மாவும் அப்பாவும் எவ்வளவோ முயற்சி செய்தும் நான் ஆறுதலடைய மறுத்தேன்.

அப்பா தன் முயற்சியை கைவிட்டு படுக்கையறைக்குச் செல்ல, அம்மாவோ என்னை சமையலறைக்கு அழைத்துச் சென்று உணவு மேசையின் மேல் அமரச் செய்தார்.

“கேன், கேன்” என்று சொல்லிக்கொண்டே அவர் ப்ரிட்ஜின் மேலிருந்த காகித உறை ஒன்றை இழுத்தார். பல வருடங்களாக, கிறிஸ்துமஸ் பரிசுகளின் காகித உறைகளை அம்மா கவனமாக பிரித்து எடுத்து அவற்றை தடித்த அடுக்குகளாக ப்ரிட்ஜின் மீது சேமித்து வைத்திருந்தார்.

அவர் காகிதத்தை கீழே விரித்து, வெற்றுப் பக்கம் மேலிருக்கும்படி வைத்து அதை மடிக்கத் தொடங்கினார். நான் அழுவதை நிறுத்தி அவரை ஆர்வத்துடன் பார்த்தேன்.

அவர் காகிதத்தை திருப்பி மீண்டும் மடித்தார். கிண்ணமென குவிந்த அவர் உள்ளங்கைகளுக்குள் அந்தக் காகிதம் மறைந்துபோவது வரை அதை அளவாய் சிறு சிறு மடிப்புகளாக்கினார், சுருட்டினார், உள்ளுக்குள் சொருகினார், உருட்டினார், திருகினார். பின்னர் மடிந்து போன காகித பொட்டலத்தை தன் வாயருகே எடுத்து பலூனைப் போல ஊதினார்.

“கேன்”, என்றார். “லாஓஹு”. மூடிக் குவிந்த தன் கைகளை மேசை மீது வைத்து அதை வெளியே விட்டார்.

ஒரு சிறிய காகித புலி மேசை மீது நின்றது, இரு உள்ளங்கை அளவிலானது. காகித உறையின் மீதிருந்த அலங்கார வண்ண கோலங்களே புலியின் மேல் தோல் என ஆனது, வெள்ளைப் பின்னணியில் சிவப்பு குச்சி மிட்டாய்களும் பச்சை கிறிஸ்துமஸ் மரங்களும்.

அம்மாவின் சிருஷ்டியை நோக்கி கை நீட்டினேன். அது தன் வாலை சட்டென வெட்டியிழுத்தது, என் விரல்களின் மீது விளையாட்டாக பாய்ந்தது. "ர்ர்ர்ர்வ்வ்வ்வ்வ்-சாவ்வ்வ்" அது உறுமியது, அந்தச் சத்தம் பூனைக்கும் செய்தித்தாள்களின் சரசரப்புக்கும் இடைப்பட்ட ஏதோவொரு ஒலியில் இருந்தது.

நான் சிரித்தேன், வியப்புற்றேன், என் சுட்டு விரலால் அதன் பின்னால் தடவிப் பார்த்தேன். என் விரலடியில் அக் காகிதப் புலி சிலிர்த்து மென்மையாய் உறுமியது.

"ஸே...ஜியாஓ ஸேஹேஸி", அம்மா சொன்னார். "இதுதான் ஓரிகாமி'.

அப்போது அது என்னவென்று எனக்குத் தெரியாது, ஆனால் அம்மா செய்பனவோ தனித்துவமானது, அவர் தன் மூச்சைப் பகிர்ந்து அவற்றுக்குள் செலுத்துவாள், அவை அவரின் உயிர் கொண்டு நகரத் தொடங்கும். இதுதான் அவர் நிகழ்த்தும் மாயம்.

*

பட்டியல் புத்தகமொன்றிலிருந்துதான் அம்மாவை தேர்ந்தெடுத்தார் அப்பா. ஒருமுறை, நான் உயர்நிலைப் பள்ளியில் இருந்த போது, அப்பாவிடம் அதைப் பற்றிய விவரங்களைக் கேட்டேன். அப்போது என்னை மீண்டும் அம்மாவிடம் பேச வைக்கும் முயற்சிகளில் இருந்தார் அவர்.

1973ம் ஆண்டின் வசந்த காலமொன்றில், மணமகள் அறிமுகச் சேவை ஒன்றில் தன்னை இணைத்திருந்தார். சில நொடிகளுக்கு மேல் எதிலும் நிலைக்காமல் பக்கங்களை சீராய் திருப்பிக் கொண்டிருந்தார், அம்மாவின் புகைப்படத்தை அவர் பார்த்த அந்தப் பக்கம் வரை.

அந்தப் படத்தை நான் பார்த்ததில்லை. அப்பா அதை விவரித்தார். அம்மா நாற்காலியில், தன் ஒரு பக்கம் காமிராவில் தெரியும்படி இறுக்கமாக பச்சைப் பட்டினால் ஆன சீன உடை அணிந்து அமர்ந்திருக்கிறார். அவரது நீண்ட கருங்கூந்தல் கலையெழிலுடன்

தன் தோளிலும் மார்பு மீதிலும் படரும்படி தலையை காமிரா பக்கம் திருப்பியிருந்தார். அப்பாவை சாந்தமான குழந்தையின் கண்களைக் கொண்டு பார்த்திருந்தார்.

"அந்தப் பட்டியல் புத்தகத்தில் நான் புரட்டிய கடைசிப் பக்கம் அதுதான்" என்று சொன்னார்.

விவரங்களில் அவருக்கு பதினெட்டு என்றும், நடனமாட விரும்புபவர், ஹாங்காங்கிலிருந்து வருவதால் நல்ல ஆங்கிலம் பேசக் கூடியவர் என்றும் சொன்னது. இதில் எந்தத் தகவலும் உண்மையானதாக இருக்கவில்லை.

அவர் அம்மாவிற்கு எழுதினார், நிர்வாகமும் இருவரின் செய்திகளையும் முன்னும் பின்னும் அனுப்பி பரிமாறியது. இறுதியாக அம்மாவைப் பார்ப்பதற்கு அவர் ஹாங்காங் பறந்தார்.

"அந்த நிர்வாகத்தின் ஆட்களே அவளின் பதில்களை எழுதி அனுப்பியிருந்தார்கள். "ஹலோ", "குட்பை" தவிர அவளுக்கு ஆங்கிலத்தில் வேறு எதுவும் தெரியாது."

எந்த மாதிரியான பெண் தான் விலைபோக வேண்டி தன்னை பட்டியலில் இட்டுக் கொள்வாள்? உயர்பள்ளி மாணவனான எனக்கு அனைத்தும் தெரியுமென நினைத்திருந்தேன். ஒருவரை அவமதிப்பது மதுவைப் போல நல்லதொரு உணர்வைத் தந்தது.

அந்த அமைப்பின் அலுவலகத்தை முற்றுகையிட்டு தன்னுடைய காசைத் திருப்பிக் கேட்பதற்கு பதிலாக அவர்கள் முதலில் சந்தித்த ஒரு உணவகத்தின் பணிப்பெண்ணுக்கு தங்களை மொழிபெயர்ப்பதற்காக காசு கொடுத்தார்.

"நான் பேசுகையில் அவள் என்னைப் பார்த்தாள், பாதி கண்ணில் பயத்துடனும் மீதியில் நம்பிக்கையுடனும். நான் பேசியதை அந்தப் பணிப்பெண் மொழிபெயர்க்கத் தொடங்குகையில் அவள் மெதுவாக சிரிக்கத் தொடங்குவாள்."

அவர் கனெக்டிக்கட்டுக்கு திரும்ப பறந்து வந்து அம்மா தன்னிடம் வருவதற்கு வேண்டிய ஆவணங்களை விண்ணப்பிக்கத் தொடங்கினார். நான் ஒரு வருடம் கழித்து பிறந்தேன், புலி வருடத்தில்.

*

நான் கேட்டுக்கொண்டதன் பேரில் அம்மா ஒரு ஆடும் மானும் நீர் எருதும் கூட காகித உறைகளிலிருந்து செய்து கொடுத்தார். 'லாஓஹு'

உறுமிக்கொண்டே துரத்தும்போது இவை ஒய்வறையை சுற்றிச் சுற்றி ஓடி வரும். அவன் இவற்றை துரத்திப் பிடித்து அதன் உள்ளிருந்த காற்று முழுதும் வெளியேறி, வெறும் தட்டையான, மடிந்த காகித துண்டுகளாக ஆகும் வரை அவற்றை கீழே அழுத்துவான். பிறகு, அவை இன்னும் கொஞ்சம் சுற்றி ஓடுவதற்கு ஏதுவாக நான் ஊதி மீண்டும் உப்பச் செய்வேன்.

சில சமயங்களில், இவ் விலங்குகள் வம்புகள் செய்து மாட்டிக் கொள்ளும். ஒருமுறை, இரவுணவின் போது மேசை மீதிருந்த 'சோய் சாஸ்' கிண்ணத்துக்குள் குதித்து விட்டது. நிஜ நீர் எருதைப் போல அவன் புரண்டெழ விரும்பினான். நான் அவனை வேகமாக வெளியில் எடுத்தேன், ஆனாலும் உடலின் நுண்துளைகள் அக்கருந்திரவத்தை ஈர்த்து அவன் மேல் கால்கள் வரை இழுத்துவிட்டது. சாஸில் தோய்ந்த கால்களால் அவனை நிலையாய் நிறுத்த இயலவில்லை, மேசையின் மீது தளர்ந்து விழுந்தான். அவனை சூரிய ஒளியில் உலர வைத்தேன், ஆனால் அவன் கால்கள் கோணிப் போனது, நொண்டியபடி சுற்றி ஓடி வந்தான். இறுதியில் அம்மா பாலிதீன் உறையைக் கொண்டு அவன் கால்களைச் சுற்றினாள். அதனால் அவன் மனம் விரும்பியபடி சாய் சாஸில் மட்டும் என்றில்லாமல் எதிலும் புரண்டு எழலாம்.

மேலும், நான் லாஓஹு¯வுடன் கொல்லைப்புறத்தில் விளையாடுகையில் அவன் குருவிகள் மீது பாய விரும்புவான். ஆனால் ஒருமுறை அவனால் சுற்றிவளைக்கப்பட்ட பறவை ஒன்று துணிந்து திருப்பித் தாக்கி அவன் காதை கிழித்தது. நான் அவனை தூக்கிக்கொண்டபோது, சிணுங்கி வேதனையில் உதைத்தான். அம்மா அவன் காதை சேர்த்து டேப் வைத்து ஒட்டினார். அதன் பிறகு அவன் பறவைகளை தவிர்க்கத் தொடங்கினான்.

பின்பொருநாள், நான் டிவியில் சுறாவைப் பற்றி ஆவணப் படமொன்றை பார்த்து எனக்கும் சொந்தமாக ஒன்று வேண்டுமெனக் கேட்டேன். அவர் சுறா ஒன்றை செய்து தந்தார். ஆனால் அவன் மேசையின் மீது மகிழ்ச்சியின்றி துடித்தான். நான் கழிநீர்த் தொட்டியில் நீர் நிரப்பி அவனை அதில் போட்டேன். அவன் வட்டமடித்து மகிழ்ச்சியாக நீந்தினான். எனினும், சிறிது நேரத்திற்கு பிறகு அவன் சொத சொதப்பாகவும் ஒளி ஊடுருவும் உடலென ஆகி மடிப்புகளெல்லாம் விலகி வர மெதுவாக அடியில் மூழ்கிப் போனான். அவனை மீட்கும் பொருட்டு நான் கையை நீட்டி

தூக்கினேன், அதில் மிஞ்சி நின்றதெல்லாம் ஈரம் தோய்ந்த ஒரு காகித துண்டுதான்.

லாஓஹூ அவன் முன்னங்கால்களை ஒன்றாக தொட்டியின் விளிம்பில் வைத்து அதன் மீது தன் தலையை சாய்த்தான். காதுகள் தொங்க, தன் தொண்டையிலிருந்து மந்தமான உறுமல் ஒலியொன்றை எழுப்பினான். அது என்னை குற்ற உணர்வு கொள்ளச் செய்தது.

அம்மா எனக்கு புதிய சுறா செய்து கொடுத்தார், இந்த முறை அலுமினிய தாள் கொண்டு. இந்த சுறா, தங்கமீன் தொட்டியில் மகிழ்ச்சியாக வாழ்ந்தது. லாஓஹூவும் நானும் தொட்டியின் அருகிலமர்ந்து அலுமினியத் தாள் சுறா தங்கமீன்களை துரத்துவதை வேடிக்கைப் பார்ப்பது பிடிக்கும். லாஓஹூ அந்தப் பக்கமாக முகத்தைத் தூக்கி தொட்டியின் மீது அழுத்தியிருக்க நான் என்னை முறைத்துக் கொண்டிருக்கும், காஃபி கோப்பை அளவிற்கு பெரிதாகியிருக்கும், அவனின் கண்களைப் பார்ப்பேன்.

*

எனக்கு பத்து வயதாகியிருந்தபோது நாங்கள் ஊரின் மறுபக்கத்திலிருந்த ஒரு புதிய வீட்டிற்கு குடிபெயர்ந்தோம். பக்கத்து வீட்டு பெண்கள் இருவர் எங்களை வரவேற்க வந்தனர். அவர்களுக்கு குடிப்பதற்கு பானங்களை வழங்கினார் அப்பா. பழைய வீட்டின் பாக்கி தொகைகளை பராமரிப்பு நிறுவனத்திடம் செலுத்துவதற்காக அவசரமாக வெளியே செல்ல வேண்டியிருப்பதற்கு மன்னிப்பும் கேட்டுக் கொண்டார். “உங்கள் வீட்டைப்போல நினைத்துக் கொள்ளுங்கள். என் மனைவி அவ்வளவாக ஆங்கிலம் பேச மாட்டாள், அதனால் உங்களிடம் பேசாமல் இருப்பதை தயவுசெய்து அவமதிப்பாக எடுத்துக் கொள்ளாதீர்கள்”

நான் உணவறையில் படித்துக் கொண்டிருந்தபோது அம்மா சமையலறையில் பொருட்களை பிரித்தடுக்கிக் கொண்டிருந்தார். வந்தவர்கள் வரவேற்பறையில் உரையாடிக் கொண்டிருந்தனர். அவர்கள் மெல்லமாக பேச தனிச் சிரத்தை எதுவும் எடுத்துக் கொள்ளவில்லை.

“அவர் பார்ப்பதற்கு இயல்பாகத்தான் இருக்கிறார், பின் ஏன் இப்படிச் செய்தார்?”

“இந்தக் கலப்பில் எதுவோவொன்று சரியாக இல்லை. குழந்தை முழுமையற்றதைப் போல தெரிகிறது. சரிந்த கண்கள், வெள்ளை முகம். ஒரு குட்டி பூதம்.”

“அவனுக்கு ஆங்கிலம் பேச வரும் என்று நினைக்கிறாயா?”

அப்பெண்கள் அமைதியானார்கள். சிறிது நேரம் கழித்து உணவறைக்கு வந்தார்கள்.

“ஹலோ தம்பி! உன் பெயர் என்ன?”

“ஜாக்”, நான் சொன்னேன்.

“அது அவ்வளவு சீனத்தனமாக இல்லையே.”

பிறகு அம்மாவும் உணவறைக்கு வந்தார். அப்பெண்களை நோக்கி புன்னகைத்தார். அம்மூவரும் என்னைச் சுற்றி முக்கோணமாய் நின்றுக்கொண்டு மேலும் பேசுவதற்கு ஏதுமன்றி, அப்பா வரும்வரை ஒருவரையொருவர் நோக்கி புன்னகைத்துக் கொண்டும் தலையசைத்துக் கொண்டும் இருந்தனர்.

*

மார்க், பக்கத்து வீட்டு பையன்களில் ஒருவன், தன்னுடைய சண்டையிடும் “ஸ்டார் வார்ஸ்” பொம்மைகளோடு வந்தான். ‘ஓபி-வான்’னின் கதிர்வாளுக்கு ஒளியூட்டினான். ஓபி-வான் கைகளை முன்னும் பின்னும் அசைத்தான். தகரக் குரலில், “ஆற்றலை வெளிப்படுத்து” என்று சொன்னான். அந்த உருவம் கொஞ்சங் கூட ‘ஓபி-வான்’னைப் போல் இருந்ததாக எனக்கு தோன்றவில்லை. நாங்களிருவரும், காஃபி மேசையின் மீது தொடர்ந்து அவன் இச்செய்கையை ஐந்து முறை நிகழ்த்தியதை கண்டோம். “இவனால் வேறு ஏதாவது செய்து காட்ட முடியுமா?”, நான் கேட்டேன்.

மார்க் என்னுடைய கேள்வியால் எரிச்சலடைந்தான். “எல்லா நுணுக்கங்களையும் பார்” என்றான் அவன்.

நான் அத்தனையையும் பார்த்தேன். என்ன சொல்ல வேண்டும் என்று எனக்குச் சரியாகத் தெரியவில்லை.

மார்க் நான் பதில் சொல்லாததைக் கண்டு ஏமாற்றமடைந்தான். “உன்னுடைய பொம்மைகளை எனக்குக் காட்டு”.

என்னுடைய காகித மிருகங்களைத் தவிர என்னிடம் வேறு பொம்மைகள் இல்லை. என் படுக்கையறையிலிருந்து “லாஓஹூ” வை வெளியே கொண்டு வந்தேன். நானும் அம்மாவும் அவன் இத்தனை வருடங்களில் கிழிந்த போதெல்லாம் பழுது பார்த்ததற்கு சாட்சியாக டேப்பும் பசையும் கொண்ட ஒட்டுகள் சாட்சியாக இருந்தன.

அவனால் முன்னைப் போல சுறுசுறுப்பாகவும் உறுதியாகவும் அடியெடுத்து வைக்க முடியவில்லை. காஃபி மேசையின் மீது அவனை அமர வைத்தேன். பின்னால் மற்ற மிருகங்கள் தத்தித் தத்தி கூடத்தில் நடந்து வரும் ஓசை எனக்கு கேட்டது. அவை வழியில் நின்று தயக்கத்துடன் ஒய்வறைக்குள் எட்டிப் பார்த்தன.

“ஜியாஓ லாஓஹு” என்று சொல்லியவுடன் நிறுத்தினேன். ஆங்கிலத்திற்கு மாறினேன். “இது புலி”. லாஓஹு கவனமாக நீண்ட அடி வைத்து எழுந்து மார்க்கின் கைகளை முகர்ந்தபடி உறுமினான்.

மார்க், லாஓஹுவின் தோலிலிருக்கும் கிறிஸ்துமஸ் உறையின் வண்ணக் கோலங்களை ஆய்வு செய்தான். “இது புலியைப் போலவே இல்லை. உன் அம்மா உனக்கு குப்பையிலிருந்துதான் பொம்மைகள் செய்து தருவார்களா?”

நான் ஒருபோதும் லாஓஹுவை குப்பை என எண்ணியதில்லை. ஆனால் இப்போது பார்க்கையில், உண்மையிலேயே அவன் வெறும் காகித உறையின் ஒரு துண்டுதான்.

மார்க் மீண்டும் ஓபி-வானின் தலையை தள்ளினான். கதிர்வாள் பளிச்சிட்டது; கைகளை மேலும் கீழும் அசைத்தது. “ஆற்றலை வெளிப்படுத்து.”

லாஓஹு திரும்பிப் பார்த்து அப்பிளாஸ்டிக் உருவத்தை மேசையிலிருந்து கீழே தட்டியது. அது தரையில் மோதி உடைந்து, ஓபி-வானின் தலை உருண்டு சாய்விருக்கைக்கு அடியில் போனது. “ர்ர்ர்ர்ராவ்வ்வ்”, லாஓஹு சிரித்தது. அதனுடன் நானும் சேர்ந்துக் கொண்டேன்.

மார்க் என்னை பலமாக குத்தினான். “இது மிக விலையுயர்ந்தது. இதை கடைகளில் கூட உன்னால் தேடிப் பிடிக்க முடியாது. அநேகமாக உன் அம்மாவை வாங்குவதற்கு உன் அப்பா கொடுத்த பணத்தை விட இதன் விலை அதிகமாக இருக்கும்!”

நான் தடுமாறி தரையில் விழுந்தேன். லாஓஹு உறுமியபடி மார்க்கின் முகத்தின் மீது பாய்ந்தான்.

மார்க் அலறினான், வலியை விடவும் பயத்தினாலும் ஆச்சரியத்தினாலும். லாஓஹு வெறும் காகிதத்தால் செய்யப் பட்டதுதானே.

மார்க் லாஓஹுவை பறித்து, கைகளால் கசக்கியதில் அவன் உறுமல் அடங்கிப்போனது. பாதியாக கிழித்தான் அவனை. இரண்டு

காகித துண்டுகளையும் பந்தாக சுருட்டி என் மீது எறிந்தான். "இந்தா உன்னுடைய மலிவான மூட சீனக் குப்பை."

மார்க் சென்ற பிறகு, காகிதத்தை சமமாக்கி, அதன் மடிப்புகளை பிந்தொடர்ந்து, லாஓஹுவை மீண்டும் மடித்து துண்டுகளை டேப்பை கொண்டு ஒட்டவைக்கை நீண்ட நேரம் முயற்சித்து தோல்வியுற்றேன். மெதுவாக, மற்ற மிருகங்களும் ஒய்வறைக்குள் நுழைந்து எங்களை, என்னையும் அதுவரை லாஓஹுவாக இருந்த காகித உறையையும், சுற்றி சூழ்ந்து நின்றனர்.

*

மார்க்குடனான சண்டை அத்தோடு முடியவில்லை. மார்க் பள்ளியில் பிரபலமானவன். பின்தொடர்ந்த இரண்டு வாரங்களை நான் எப்போதும் மீண்டும் நினைத்து பார்க்க விரும்பியதில்லை.

இரண்டாவது வாரத்தின் இறுதி வெள்ளிக்கிழமை நான் பள்ளி முடித்து வீடு வந்தபோது, 'ஸூவேஸியோ ஹாஓ மா' என்று அம்மா கேட்டார். நான் எதுவும் சொல்லாமல் குளிப்பறைக்குச் சென்றேன். நான் கொஞ்சம் கூட அவரைப் போல இல்லை. சுத்தமாக இல்லை.

இரவுணவின் போது நான் அப்பாவிடம் கேட்டேன், "நான் 'சிங்க்கிகளின்' முகம் கொண்டிருக்கிறேனா?".

அப்பா உணவுன்னும் இணைகுச்சிகளை கீழே வைத்தார். நான் பள்ளியில் நடந்ததெதுவும் சொல்லவில்லையென்றாலும் அவர் புரிந்துக் கொண்டார் என்று தெரிந்தது. அப்பா கண்களை மூடி மூக்குத்தண்டை தேய்த்தார். "இல்லை".

அம்மா ஒன்றும் புரியாமல் அப்பாவை பார்த்தார். திரும்பவும் என்னை பார்த்தார். "ஷா ஜியாஓ சிங்க்"?

"ஆங்கிலம்" என்றேன். "ஆங்கிலத்தில் பேசுங்கள்."

அம்மா முயற்சித்தார் "வாட் ஹாப்பன்?"

நான் எனக்கு முன்னால் இருந்த இணைக்குச்சிகளையும் கிண்ணத்தையும் தூரத் தள்ளினேன்: வறுத்த குடை மிளகாயும் ஐந்து மசாலாவில் சமைத்த பீஃப்பும். "நாம் அமெரிக்க உணவைத்தான் உண்ண வேண்டும்."

அப்பா நியாயப்படுத்த முயன்றார். "நிறைய குடும்பங்கள் சீன உணவுகளை அவ்வப்போது சமைப்பார்கள்."

“நாம் மற்ற குடும்பங்கள் அல்ல.” மற்ற குடும்பங்களில் அவர்களுடன் தொடர்பற்ற அம்மாக்கள் இல்லை.

அவர் அப்பால் பார்த்தார். பிறகு அம்மாவின் தோள் மீது கை வைத்தார். “நான் உனக்கு சமையல் புத்தகம் வாங்கித் தருகிறேன்.”

அம்மா என் பக்கம் திரும்பினார். “ப்பு ஹாஓச்சி?”

“ஆங்கிலம்,” குரலை உயர்த்திச் சொன்னேன். “ஆங்கிலத்தில் பேசுங்கள்”.

அம்மா கைகளை நீட்டி என் உடற் சூட்டை உணர்வதற்காக என் நெற்றியை தொட்டார். “ஃபாஷாஓ ளா?”

நான் அவர் கைகளை தட்டி விட்டேன். “எனக்கு ஒன்றுமில்லை. ஆங்கிலத்தில் பேசுங்கள்”. நான் கத்திக் கொண்டிருந்தேன்.

“அவனுடன் ஆங்கிலத்தில் பேசு”, அம்மாவிடம் அப்பா சொன்னார். “இப்படி ஒரு நாள் நடக்குமென்று உனக்கு தெரியும். வேறு என்ன எதிர்பார்த்தாய்?”

அம்மா கைகளை பக்கவாட்டில் தொங்க விட்டார். அப்பாவி லிருந்து பார்வையை என் மீது திருப்பியபடியே அமர்ந்தார். பிறகு மீண்டும் அப்பாவின் பக்கம் திரும்பினார். அவர் பேச முயற்சித்தார், நிறுத்தினார், பிறகு மீண்டும் முயற்சித்தார், மீண்டும் நிறுத்தினார்.

“நீ முயற்சி செய்துதான் ஆக வேண்டும்,” அப்பா சொன்னார். “உன்னிடம் நான் இதுவரை கடினமாக நடந்துக் கொண்டதில்லை. ஜாக் உன்னுடன் பொருந்த வேண்டும்.”

அம்மா அவரைப் பார்த்தார். “நான் ‘ரீஷீஸ்மீ’ என்று சொன்னால் இங்கே உணர்கிறேன்.” தன் உதடுகளை சுட்டினார். “நான் ‘அய்’ என்று சொன்னால் அதை இங்கே உணர்கிறேன்.” அவர் தன் கையை இதயத்தின் மீது வைத்தார்.

அப்பா தலையை ஆட்டினார். “நீ அமெரிக்காவில் இருக்கிறாய்.”

அம்மா தன் இருக்கையில் வளைந்து அமர்ந்தார், பார்ப்பதற்கு நீர் எருதின் மீது லாஓஹு பாய்ந்து அவனில் இருந்தை காற்றை பிழிந்து வெளியேற்றிய போது அவன் எப்படி இருந்தானோ அப்படியிருந்தார்.

“அப்புறம், எனக்கு நிஜ பொம்மைகள் வேண்டும்.”

*

அப்பா எனக்கு 'ஸ்டார் வார்ஸ்' சண்டையிடும் பொம்மைகளின் முழுத் தொகுப்பையும் வாங்கி கொடுத்தார். ஒபி-வான் ஐ நான் மார்க்கிடம் கொடுத்துவிட்டேன்.

காகித மிருக சாலையை நான் ஒரு பெரிய காலணிப் பெட்டியில் நிரப்பி அதை கட்டிலுக்கு அடியில் போட்டேன்.

அடுத்த நாள் காலை, விலங்குகள் எனது அறையில் அவர்களுக்கு பிடித்தமான இடங்களை மீண்டும் எடுத்துக்கொண்டனர். அவர்களைப் பிடித்து காலணிப் பெட்டியில் மீண்டும் அடைத்து மூடியை டேப்பால் ஒட்டி அழுத்தி மூடினேன். ஆனால் அவ்விலங்குகள் பெட்டிக்குள் பெரும் சத்தம் எழுப்பிக் கொண்டிருந்ததால் அதை என் அறையிலிருந்து முடிந்த மட்டும் தூரத்தில் பரணின் ஒரு மூலையில் தள்ளி விட்டேன்.

அம்மா என்னுடன் சீனத்தில் பேசினால் அவருக்கு பதிலளிக்க மறுத்தேன். சிறிது காலத்திற்கு பிறகு அவர் அதிகமும் ஆங்கிலத்தை பயன்படுத்த முயற்சித்தார். ஆனால் அவரின் உச்சரிப்பும் உடைந்த வாக்கியங்களும் என்னை சங்கடப்படுத்தியது. அவரைத் திருத்த முயற்சித்தேன். முடிவில், நான் அருகிலிருக்கும்போது அவர் பேசுவதையே ஒட்டுமொத்தமாக நிறுத்திக் கொண்டார்.

அம்மா எனக்கு ஏதாவது தெரியப்படுத்த வேண்டியிருந்தால் அதை சைகையாலேயே செய்து காட்டத் தொடங்கினார். டிவி யில் அவர் பார்த்த அமெரிக்க அம்மாக்களை போல் என்னை கட்டியணைக்க முயற்சி செய்தார். அவர் செயல்களெல்லாம் மிகைப்படுத்தப்பட்டதாகவும் நிச்சயமற்றும் கிண்டலுக்குரியதாகவும் நயமற்றிருப்பதாகவும் எனக்கு தோன்றியது. நான் எரிச்சலடைவதைப் பார்த்தார், பின்பு அதையும் நிறுத்திக் கொண்டார்.

"உன் அம்மாவை நீ இப்படி நடத்தக் கூடாது" என்று அப்பா சொன்னார். ஆனால் என் கண்களை நேரில் நோக்கி அவரால் இதைச் சொல்ல முடியவில்லை. தன் மனதின் ஆழத்தில், ஒரு சீன விவசாயப் பெண்ணை கொண்டு வந்து கனெக்டிகட்டின் புறநகர் ஒன்றில் பொருந்தச் செய்துவிட முயற்சித்ததுதவறு என்று உணர்ந்திருப்பார்.

அம்மா அமெரிக்கப் பாணியில் உணவு சமைக்கக் கற்றுக் கொண்டார். நான் வீடியோ கேம்கள் விளையாடினேன். பிரெஞ்ச் படித்தேன்.

அவ்வப்போது சமையற்கட்டில் காகித உறையின் வெற்றுப் பக்கத்தை படிப்பதைப் போல அவர் உற்று நோக்குவதை பார்ப்பேன். பின்னர், படுக்கையருகில் ஒரு புதிய காகித மிருகம் தோன்றி என்னை அரவணைத்துக் கொள்ள முயலும். நான் அவற்றைப் பிடித்து அவற்றினுள்ளிருந்து காற்று முழுதும் வெளியேறும் வரை கசக்கி பரணிலிருந்த பெட்டியில் போட்டு அடைத்து விடுவேன்.

இறுதியில், நான் உயர்நிலைப் பள்ளியில் இருந்தபோது அவர் விலங்குகள் செய்வதை நிறுத்திக் கொண்டார். அப்போது அவரது ஆங்கிலம் நன்றாகவே தேர்ந்திருந்தது, ஆனால் அவர் சொல்வதை அது எந்த மொழியிலாக இருந்தாலும் அக்கறை கொள்ளாத வயதை ஏற்கனேவே நான் எட்டியிருந்தேன்.

சில நேரங்களில், நான் வீட்டிற்கு வரும்போது சமையலறைக்குள் சீனப் பாடல் ஒன்றை தனக்குத் தானே பாடியபடி அவரின் சிறிய உடல் அவசர அவசரமாக அங்கும் இங்கும் நகர்வதைப் பார்ப்பேன், இவர்தான் என்னைப் பெற்றெடுத்தார் என்று நம்புவதற்கே கடினமாக இருக்கும். எங்களிருவருக்குள் பொதுவானதென்று எதுவுமேயில்லை. அவர் நிலவிலிருந்து வந்தவராகக் கூட இருக்கலாம். நான் வேகமாக என் அறைக்குள் சென்றுவிடுவேன், அங்கேதான் என் அத்தனை அமெரிக்க இன்பங்களை நாடும் செயல்களைத் தொடரமுடியும்.

*

நானும் அப்பாவும் மருத்துவமனை கட்டிலில் கிடந்த அம்மாவின் இரு பக்கத்திலும் நின்றுக் கொண்டிருந்தோம். அவருக்கு நாற்பது வயது கூட ஆகியிருக்கவில்லை ஆனால் அவர் மிகுந்த வயதானவரைப் போல தோற்றமளித்தார்.

பல வருடங்களாக உள்ளுக்குள்ளேயே இருந்த வலிக்காக டாக்டரிடம் செல்ல மறுத்து வந்தார், அது அவ்வளவு பெரிய விஷயமில்லை என்றார். ஆம்புலன்ஸ் வந்து இறுதியாக அவரை தூக்கிச் சென்றபோது அறுவை செய்து எடுக்க முடியாத அளவு கேன்ஸர் பரவியிருந்தது.

என் மனம் அந்த அறையில் இல்லை. வளாக நேர்முகத் தேர்வுகள் நடைபெற்றுக்கொண்டிருந்த பருவம் அது. என் கவனமெல்லாம் தற்குறிப்புகளிலும் உரை தயாரிப்புகளிலும் திட்டமிட்டு அடுக்கப்பட்ட நேர்முகத் தேர்வு அட்டவணைகளிலுமே இருந்தது. பெருநிறுவன தேர்வாளர்களிடம் என்ன பொய் சொன்னால்

என்னை அவர்கள் நல்ல விலைக்கு வாங்கிக் கொள்வார்கள் என்பதிலேயே என் யோசனை இருந்தது. அம்மா படுக்கையில் மரணித்துக் கொண்டிருக்கும்போது இதைப் பற்றியெல்லாம் யோசிப்பது எவ்வளவு கொடூரமானது என்ற அறிவார்ந்த புரிதல் எனக்கிருந்தது. ஆனால் என் அப்போதைய உணர்வை மாற்றக் கூடிய சக்தி அப்புரிதலுக்கு இல்லை.

அம்மா சுயநினைவுடன் இருந்தார். அப்பா தன் இருகைகளாலும் அம்மாவின் இடக்கையை ஏந்தியிருந்தார். அவர் அம்மாவின் நெற்றியில் முத்தமிட கீழே வளைந்தார். நான் திடுக்கிடும் வகையில் அப்பா வலுவற்றும் வயதாகியும் தோன்றினார். நான் அப்பாவையும் அம்மா அளவிற்கே குறைவாக அறிந்து வைத்திருக்கிறேன் என்று உணர்ந்தேன்.

அம்மா அவரைப் பார்த்து புன்னகைத்தார். “நான் நன்றாக இருக்கிறேன்.”

என்னிடம் திரும்பினார், இன்னமும் புன்னகைத்துக் கொண்டிருந்தார். “நீ கல்லூரிக்குத் திரும்பச் செல்ல வேண்டுமென எனக்கு தெரியும்.” அவரின் குரல் மிகவும் மெலிந்திருந்தது, அவர் மீது பொருத்தப்பட்டிருந்த இயந்திரங்களின் இரைச்சலொலியில் அவர் சொல்வதை கேட்பது கடினமாக இருந்தது. “போ. என்னைப் பற்றி கவலைப் படாதே. இது ஒரு பெரிய விஷயமில்லை. நீ கல்லூரியில் தேர்வுகளை நன்றாகச் செய். “

எட்டி அவர் கைகளை தொட்டேன். இச்சந்தர்பத்தில் அப்படித்தான் நான் எதுவோ செய்யவேண்டும் என்று எனக்குத் தோன்றியதால் அதைச் செய்தேன். நான் நிம்மதியடைந்தேன். நான் திரும்ப வேண்டிய விமானம் குறித்தும் பிரகாசமான கலிஃபோர்னிய கதிரொளி குறித்தும் சிந்திக்கத் தொடங்கியிருந்தேன்.

அப்பாவிடம் ஏதோ முணுமுணுத்தார் அம்மா. அவர் தலையசைத்து அறையிலிருந்து வெளியேறினார்.

“ஜாக் ஒருவேளை - “திடீர் இருமல்களின் தாக்குதலினால் பீடிக்கப்பட்டு அவரால் சிறிது நேரத்திற்குப் பேச முடியவில்லை. “ஒருவேளை நான் தேறி வரவில்லையென்றால், நீ அதிகம் கவலைப்பட்டு உன் உடல் நலத்தை கெடுத்துக் கொள்ளாதே. உன் வாழ்க்கையின் மீது கவனத்தைச் செலுத்து. நீ பரணில் போட்டு வைத்திருக்கும் அந்த பெட்டியை மட்டும் உன்னோடு வைத்திரு,

ஒவ்வொரு வருடமும் 'குயிங்மிங்' அன்று அதை வெளியில் எடுத்து என்னை நினைத்துக் கொள். நான் எப்போதும் உன்னோடு இருப்பேன்."

'குயிங்மிங்' மரித்தவர்களுக்கான சீனப் பண்டிகை. நான் மிகவும் இளையவனாக இருந்தபோது அம்மா சீனாவில் இறந்துபோன தன் பெற்றோர்களுக்கு 'குயிங்மிங்' அன்று கடிதம் எழுதுவார். தன் அமெரிக்க வாழ்வில் சென்ற ஆண்டின் மகிழ்ச்சியான செய்திகளை அதில் எழுதியிருப்பார். அக்கடிதத்தை சத்தமாக எனக்கு படித்து காட்டுவார், நான் ஏதாவது கருத்து தெரிவித்தால் அதையும் அக்கடிதத்திலேயே குறித்துக் கொள்வார். பிறகு அதை காகித நாரையைப் போல மடித்து வடக்கு நோக்கி விடுவிப்பார். அந்நாரை தன் நீண்ட வடதிசைப் பயணத்திற்காக, பசிஃபிக்கை நோக்கி, சீனாவை நோக்கி, அம்மாவின் குடும்பத்தினரின் கல்லறைகளை நோக்கி தன் மொடமொடப்பான சிறகுகளை அசைப்பதை நாங்களிருவரும் கவனிப்போம்.

நான் அவருடன் சேர்ந்து இப்படிச் செய்து பல வருடங்களாகி விட்டது.

"எனக்கு சீன காலண்டரைப் பற்றி எதுவும் தெரியாது" என்று சொன்னேன். "அமைதியாக ஓய்வெடுங்கள் அம்மா"

"அந்தப் பெட்டியை மட்டும் உன்னுடனே வைத்திரு. அவ்வப்போது ஒருமுறை திறந்து வைத்திரு. சும்மா திறந்து மட்டும் -" அவர் மீண்டும் இருமத் தொடங்கினார்.

"அது பரவாயில்லை அம்மா" அவர் கரங்களை நான் தட்டுத் தடுமாறி தடவிக் கொடுத்தேன்.

"ஹைஜி, மாம்மா அய் நி -" அவரை இருமல் மீண்டும் பற்றிக்கொண்டது. பல வருடங்களுக்கு முந்தைய படிமம் ஒன்று என் ஞாபகத்தில் பளிச்சிட்டது: அம்மா 'அய்' என்று சொல்லி தன் கையை அவர் இதயத்தின் மீது வைக்கிறார்.

"சரி, அம்மா. பேசுவதை நிறுத்துங்கள்."

அப்பா திரும்பி வந்தார், நான் என் விமானத்தை தவறவிட விரும்பவில்லையென்றும் நிலையத்திற்கு கொஞ்சம் முன்னதாகவே செல்ல வேண்டும் என்றும் சொன்னேன்.

நெவேடாவின் மீது என் விமானம் எங்கோ பறந்துக் கொண்டிருந்த போது என் அம்மா இறந்து போனார்.

*

அம்மா இறந்த பிறகு அப்பாவிற்கு வேகமாக வயதாகியது. அவருக்கு அந்த வீடு மிகப் பெரியதாக இருந்தது, விற்க வேண்டியதாயிற்று. நானும் என் பெண் தோழி சூசனும் பொருட்களை தொகுத்து கட்டவும் இடத்தை சுத்தம் செய்யவும் சென்றிருந்தோம்.

சூசன் என் காலணிப்பெட்டியை பரணில் கண்டெடுத்தாள். காகித மிருக சாலை, நீண்ட காலமாக பரணில் காப்பற்ற காரிருளில் பொதிந்திருந்தவை, தற்போது உடைந்து போகக் கூடியவையாக, ஒளிர்ந்த காகித உறையின் வண்ணங்கள் வடிந்து போனவையாக மாறியிருந்தது.

“இதைப் போன்ற ஓரிகாமியை நான் பார்த்ததே இல்லை,” சூசன் சொன்னாள். “உன்னுடைய அம்மா ஒரு அற்புதக் கலைஞர்”

காகித மிருகங்கள் நகரவில்லை. ஒருவேளை எந்த மாயம் அவற்றுக்கு உயிரூட்டினவோ அது அம்மாவோடே மரித்துப் போனதோ. அல்ல இக்காகித கட்டுமானங்களுக்கு உயிரிருந்ததாக நான்தான் கற்பனை செய்துக் கொண்டேனோ? சிறுவர்களின் நினைவுகள் நம்பக் கூடியவை அல்ல.

*

அது ஏப்ரல் வாரயிறுதி, அம்மா இறந்து இரண்டு வருடங்கள் ஆகியிருந்தது. சூசன் மேலாண்மை ஆலோசகராக தன்னுடைய இடைவிடாத பயணங்கள் ஒன்றுக்காக வெளியே சென்றிருந்தாள், நான் வீட்டில் சோம்பலாக டி.வி. சேனல்களை மாற்றியபடி இருந்தேன்.

சுறாவைப் பற்றிய ஆவணப்படம் ஒன்றைப் பார்த்ததும் இடைநிறுத்தினேன். சட்டென பார்த்தேன், என் மனதில் அம்மாவின் கைகள் நானும் லாஓஹூவும் பார்த்துக் கொண்டிருக்கையில் அலுமினிய காகிதத்தை மடித்து மடக்கி மீண்டும் மடித்து எனக்காக சுறாவை செய்து கொண்டிருந்தது.

ஒரு சலசலப்பு. எட்டிப் பார்த்தேன். காகித உறை பந்தும் கிழிந்த டேப்பும் புத்தக அலமாரிக்கு அடுத்து தரையில் இருந்தது. அதை குப்பையில் எறிவதற்காக எழுந்து நடந்தேன்.

அக்காகிதப் பந்து நகர்ந்தது, தன்னைத் தானே அவிழ்த்துக் கொண்டதும் கண்டுகொண்டேன் அது லாஓஹு'வென. நீண்ட காலமாக அவனை பற்றிய எண்ணமே எனக்கில்லை. "ர்ர்ர்ரவ்வ்-சாவ்". நான் கைவிட்ட பிறகு அம்மா இவனை மீண்டும் ஒன்றாக இணைத்திருக்க வேண்டும்.

நான் நினைவில் வைத்திருந்ததைவிட இவன் சிறியதாக இருந்தான். அல்லது அந்நாட்களில் என் உள்ளங்கைகள் சிறியனவாக இருந்திருக்கலாம்.

சூசன் காகித மிருகங்களால் எங்கள் அடுக்குமாடி இல்லத்தை அலங்கரித்திருந்தாள். அநேகமாக அவள் லாஓஹு'வை ஒரு நல்ல மறைவான மூலையில் வைத்திருக்கவேண்டும், அவன் பார்ப்பதற்கு அவலட்சணமாக இருக்கிறானென்பதால்.

நான் தரையிலமர்ந்து விரலால் அவனைத் தொட்டேன். லாஓஹு'வின் வால் சட்டென வெட்டியிழுத்தது, என் விரல்களின் மீது விளையாட்டாக பாய்ந்தான். நான் சிரித்தேன், அவன் முதுகை வருடிக் கொடுத்தேன். என் கைகளடியில் மெல்ல உறுமினான்.

"எப்படி இருக்கிறாய் என் முன்னாள் நண்பனே?"

லாஓஹு' விளையாடுவதை நிறுத்தினான். எழுந்து ஒரு பூனையின் கருணையோடு என் மடி மீது தாவி தன் மடிப்புகளை அவிழ்த்து திறந்துக் கொள்ள தொடங்கினான்.

என் மடியில் மடிப்புத் தடங்களுடன் சதுர காகிதமொன்று வெற்றுப் பக்கம் மேலே பார்த்தபடி இருந்தது. அதில் அடர்த்தியான சீனஎழுத்துருக்கள் நிறைந்திருந்தது. நான் சீன மொழியை வாசிக்கக் கற்றுக்கொள்ளவேயில்லை ஆனால் "மகன்" என்ற சொல்லுக்குரிய எழுத்துக்கள் எனக்குத் தெரியும். அவை மேலேயே இருந்தது, ஒருவருக்கு எழுதப்படும் கடிதத்தில் அவரை குறிப்பிட்டு விளக்குமிடத்தில், அம்மாவின் அலங்கோலமான, மழலைக் கையெழுத்தில்.

நான் சென்று கணினியில் இணையத்தை திறந்து ஆராய்ந்தேன். இன்றுதான் "குயிங்மிங்".

*

நான் கடிதத்தை எடுத்துக் கொண்டு நகரத்திற்குள், நான் அறிந்த சீன சுற்றலா பேருந்துகள் நிற்குமிடத்திற்கு சென்றேன். ஒவ்வொரு பயணியையும் நிறுத்தி "நின் ஹு'ய் து ழோங்கவென் மா?" உங்களால்

சீனம் வாசிக்க முடியுமா? நான் சீன மொழி பேசி வெகுகாலம் ஆகியிருந்தது நான் பேசியதை அவர்கள் புரிந்து கொண்டார்களா என்று தெரியவில்லை.

ஒரு இளம் பெண் உதவ ஒப்புக்கொண்டார். நாங்களிருவரும் ஒரு நீள் இருக்கையில் அமர்ந்துக் கொண்டோம், அவர் கடிதத்தை எனக்காக சத்தமாக வாசித்தார். நான் பல வருடங்களாக மறக்க நினைத்த மொழி மீண்டும் என்னிடம் திரும்பி வந்தது,

வார்த்தைகள் என் தோலினுடாக என் எலும்புகளைத் துளைத்து, என் இதயத்தை இறுக்கமாக சுற்றி வளைப்பதை எனக்குள் உணர்ந்தேன்.

*

மகனுக்கு,

நாம் பேசி பல காலமாயிற்று. நான் உன்னைத் தொட முயற்சிக்கும்போதெல்லாம் நான் அச்சமுறும்படி நீ அதிக கோபம் கொள்கிறாய். இவ்வளவு காலமாக நான் அனுபவித்து வந்த வலி தற்போது தீவிரமடைந்துள்ளது என்று நினைக்கிறேன்.

அதனால் உனக்கு எழுதலாம் என்று முடிவெடுத்தேன். நான் உனக்கு செய்து கொடுத்த காகித மிருகங்கள் உனக்கு மிகவும் பிடித்தவையாக இருந்ததுண்டு என்பதால் நான் அதிலேயே எழுதப்போகிறேன்.

நான் மூச்சு விடுவது நின்றதுமே இவ்விலங்குகள் நகர்வதும் நின்றுவிடும். ஆனால் நான் உனக்கு இதயப்பூர்வமாக எழுதினால், நான் என்னையே கொஞ்சமாக இக்காகிதத்தின் பின்னால் இவ்வார்த்தைகளில் விட்டுச் செல்ல முடியும். பிற்பாடு, குயிங்மிங் அன்று நீ என்னை நினைத்துப் பார்க்கையில், பிரிந்து சென்ற ஆத்மாக்கள் தங்கள் குடும்பங்களைக் காண அனுமதிக்கப்படும் அந்நாளில், நான் விட்டுச் செல்லும்என்சில உணர்வுகளை உன்னால் உயிர்பிக்கச்செய்யமுடியும். நான் உனக்காகச் செய்த உயிரினங்கள் மீண்டும் குதித்து தாவி ஓடும், ஒருவேளை நீ இவ்வார்த்தைகளை காணும் வாய்ப்பை கூட பெறலாம்.

நான் இதயம் முழுதும் நிரப்பி எழுதவேண்டுமென்பதால், சீன மொழியிலேயே உனக்கு எழுத வேண்டியிருக்கிறது.

இத்தனை காலமாக என் வாழ்க்கை கதையை நான் உன்னிடம் சொல்லாமல் இருந்தேன். நீ சிறுவனாக இருந்தபோது, நீ வளர்ந்து பெரியவனானதும் உன்னிடம் சொல்ல வேண்டுமென்று நினைத்திருந்தேன், உன்னால் அப்போதுதான் புரிந்துக்கொள்ள முடியும் என்பதால். ஆனால்எதனாலேயோ அப்படி ஒரு வாய்ப்பு வராமலே போனது.

நான் 1957ல் ஹெபேய் மாகாணத்திலுள்ள சிகுலு கிராமத்தில் பிறந்தேன். உன்னுடைய தாத்தா பாட்டி அதிக உறவினர்களற்ற மிகுந்த ஏழைக்கு குடும்பத்திலிருந்து வந்தவர்கள். நான் பிறந்த சில வருடங்களிலேயே முப்பது மில்லியன் மக்களை பலி கொண்ட பெரும் பஞ்சங்கள் சீனாவைத் தாக்கியது. என் முதல் நினைவே என் அம்மா அவர் வயிற்றை நிரப்பிக் கொள்ள அழுக்கை உண்பதை பார்த்துக்கொண்டே விழிப்பதுதான், கடைசித்துளி மாவை எனக்காக விட்டு வைத்திருந்தார்.

அதன் பிறகு நிலைமை சற்று சீரானது. சிகுலு, காகித கைவினைகளுக்கு பெயர் போனது, என் அம்மா எப்படி விலங்குகளை செய்து அவற்றுக்கு உயிர் கொடுப்பது என்று எனக்கு கற்றுக் கொடுத்தார். இது எங்கள் கிராம நடைமுறைப்படி தினசரி வாழிவில் நிகழ்த்தும் ஒரு மாய வித்தை. நாங்கள் காகிதப் பறவைகளை செய்து வெட்டுக்கிளிகளை விரட்டுவோம், காகிதப் புலியால் எலிகளை விரட்டுவோம். சீன புத்தாண்டிற்கு நானும் என் நண்பர்களும் சிவப்பு டிராகன்களை செய்தோம். அக்குட்டி டிராகன்கள் தலைமீது வானத்தில் விரிந்து, சென்ற வருடத்தின் துர்நினைவுகளை விரட்டுவதற்காக வெடித்துச் சிதறும் பட்டாசுச் சரங்களை ஏந்தியபடி பறந்த காட்சியை என்னால் என்றுமே மறக்க முடியாது. நீ அதை கண்டிருந்தால் உனக்கு அவ்வளவு பிடித்திருக்கும்.

பிறகு 1966ல் கலாச்சார புரட்சி வந்தது. அக்கம் பக்கதினரும் அண்ணன் தம்பிகளும் ஒருவருக்கு ஒருவர் எதிராக திரும்பினர். என் அம்மாவின் உடன் பிறந்தவர், என் மாமா, 1946ல் ஹாங்காங்கிறகு சென்றுவிட்டாரென்றும் அங்கே வியாபாரியாக இருக்கிறார் என்பதையும் யாரோ நினைவில் வைத்திருந்தார்கள். ஹாங்காங்கில் உறவினரைக் கொண்டிருப்பது நாங்கள் உளவாளிகளென்றும் மக்களின் எதிரிகளென்றும் அர்த்தம் கொள்ளும், அனைத்து விதத்திலும் அதை நாங்கள் எதிர்த்துப் போராடவேண்டியிருந்தது. பாவம் உன்னுடைய பாட்டி - இந்த வசைகளை ஏற்றுக்கொள்ள

முடியாமல் கிணற்றுக்குள் குதித்துவிட்டார். பிறகு சில பையன்கள் வேட்டை துப்பாக்கிகளுடன் உன் தாத்தாவை ஒருநாள் காட்டுக்குள் இழுத்துச் சென்றனர், அதன் பிறகு அவர் திரும்பி வரவேயில்லை.

அங்கே நான் பத்து வயது அநாதையாக ஆனேன். இவ்வுலகில் எனக்கிருந்த ஒரே உறவு ஹாங்காங்கிலிருக்கும் என் மாமாதான். ஒரு இரவில் யாருமறியாமல் தெற்கே செல்லும் சரக்கு ரயிலில் ஏறிக்கொண்டேன்.

சில நாட்கள் கழித்து, குவாங்டாங் மாகாணத்தில் உண்பதற்காக வயலில் இறங்கி திருடியபோது யாரோ ஆட்கள் சிலர் என்னை பிடித்து விட்டனர். ஹாங்காங்கிற்குள் செல்ல முயற்சிக்கிறேன் என்று நான் சொன்னதை கேட்டு அவர்கள் சிரித்தனர். "இது உன்னுடைய அதிர்ஷ்ட நாள். எங்கள் வணிகமே பெண்களை ஹாங்காங் கொண்டு செல்வதுதான்".

ஒரு பார வண்டியின் கீழே மற்ற பெண்களோடு சேர்த்து என்னையும் மறைத்து வைத்து எல்லையைத் தாண்டி எங்களை கடத்திச் சென்றனர்.

எங்களை ஒரு கட்டிடத்தின் அடித்தளத்திற்கு கூட்டிச் சென்று எங்களை வாங்குபவர்களின் பார்வைக்கு நாங்கள் ஆரோக்கியமானவர்களாகவும் அறிவாளிகளாகவும் தெரியும்படி எழுந்து நிற்கச் சொன்னார்கள். குடும்பங்கள் வந்து எங்களைப் பார்த்து அதில் ஒருவரை 'தத்தெடுப்பதற்காக' தேர்வு செய்ய இக்கிடங்கிற்கு கட்டணம் செலுத்தினர்.

சின் குடும்பம் தங்கள் மகன்களை கவனித்துக் கொள்வதற்காக என்னை தேர்ந்தெடுத்தனர். நான் தினமும் காலை நான்கு மணிக்கு உணவு தயாரிப்பதற்காக எழுந்துக் கொள்வேன். பையன்களைக் குளிப்பாட்டினேன் அவர்களுக்கு உணவளித்தேன். உணவு வாங்க கடைகளுக்குச் சென்றேன். நான் சலவை செய்தேன் தரையைத் துடைத்தேன். அப்பிள்ளைகளின் பின்னால் சுற்றி வந்தேன். அவர்களின் கட்டளைகளையெல்லாம் ஏற்றேன். இரவில் நான் தூங்குவதற்காக சமையலறையிலிருந்த ஒரு அலமாரியில் வைத்து பூட்டப்பட்டேன். நான் நிதானமாகவோ அல்ல தவறாகவோ எதையாவது செய்தால் தாக்கப்பட்டேன். பையன்கள் ஏதேனும் தவறு செய்தாலும் நானே அடிவாங்கினேன். நான் ஆங்கிலம் கற்க முயற்சிக்கும்போது பிடிபட்டால் அடிக்கப்பட்டேன்.

“நீ எதற்கு ஆங்கிலம் கற்க விரும்புகிறாய்” மிஸ்டர். சின் கேட்டார். “உனக்கு போலீஸிடம் போக வேண்டுமா? நாங்கள் போலீஸிடம் நீ மைய சீன நிலத்தை சேர்ந்தவள் என்றும் சட்டத்திற்கு புறம்பாக ஹாங்காங்கில் இருக்கிறாய் என்றும் சொல்வோம். அவர்கள் உன்னை சிறையில் அடைக்க பெரிதும் விரும்புவார்கள்.”

இப்படி நான் ஆறு வருடங்கள் வாழ்ந்தேன். ஒருநாள், காலைச் சந்தையில் என்னிடம் மீன்கள் விற்கும் ஒரு வயதான பெண்மணி என்னை தனியே இழுத்தார்.

“உன்னைப் போன்ற பெண்களை எனக்குத் தெரியும். உனக்கு என்ன வயதாகிறது, பதினாறு? உன் உரிமையாளர் ஒருநாள் குடித்துவிட்டு உன்னைப் பார்த்து வாரியிழுத்து தன்மீது போட்டுக் கொள்வார், உன்னால் அதை தடுக்க முடியாது. இதை மனைவி கண்டுபிடித்து விடுவாள். அதன் பிறகு நீ நேராக நரகத்திற்கே வந்து விட்டதுபோல் தோன்றத் துவங்கும். நீ இந்த வாழ்க்கையை விட்டு வெளியேற வேண்டும். எனக்கு தெரிந்த ஒருவரால் உனக்கு உதவ முடியும்.”

அவர்தான் ஆசிய பெண்களை மனைவியாகக் கொள்ள விரும்பும் அமெரிக்க ஆண்களைப் பற்றிச் சொன்னார். என்னால் சமைக்க சுத்தம் செய்ய என் அமெரிக்க கணவனை கவனித்துக் கொள்ள முடியுமென்றால் அவர் எனக்கொரு நல்வாழ்வைத் தருவார். அதுதான் அப்போது எனக்கு இருந்த ஒரே நம்பிக்கை. அப்படித்தான் எல்லா பொய்களோடும் அப்படியலில் சேர்ந்து பின் நான் உன் அப்பாவை சந்திதேன். இது ஒரு காவிய காதல் கதை அல்லதான், ஆனால் இதுதான் என் கதை.

கனெக்டிகட்டின் புறநகர்ப் பகுதிகளில் நான் தனித்திருந்தேன். உன் அப்பா என்னிடம் கனிவாகவும் மென்மையாகவும் நடந்துக் கொண்டார், நான் அவருக்கு மிகவும் நன்றிக்கடன் பட்டிருக்கிறேன். ஆனால் என்னை யாருமே புரிந்துகொள்ளவில்லை என்னாலும் எதையும் புரிந்துகொள்ள முடியவில்லை.

ஆனால் அதன் பிறகு நீ பிறந்தாய்! நான் உன்னுடைய முகத்தில் என் அம்மாவின் அப்பாவின் என் சாயல்களைக் கண்டதும் நான் பெருமகிழ்ச்சி கொண்டேன். நான் என் மொத்த குடும்பத்தையும், சிகுலு முழுவதையும், நான் அறிந்த நான் விரும்பிய அத்தனையையும் இழந்திருந்தேன். ஆனால் அங்கே நீ இருந்தாய், அவை அத்தனையும்

உண்மையென்பதற்கு சாட்சியாக இருந்தது உன் முகம். என் கற்பனையல்ல அது.

நான் பேசுவதற்கென்று ஒருவர் உண்டு இப்போது. நான் பற்றிக்கொண்டிருந்தது துறந்தது என அத்தனையையும் மீண்டும் சிறு துண்டுகளாக உன்னோடு சேர்ந்து செய்வேன். நீ என்னிடம் உன் முதல் சில சொற்களை பேசியபோது, சீன மொழியில் என்னுடையதும் என் அம்மாவுடைய உச்சரிப்பையும் அப்படியே கொண்டிருந்தது, நான் பல மணிநேரங்கள் அழுதேன். நான் உனக்கு முதன்முதலாக 'ஷேஜை' விலங்குகளை செய்து தந்தபோது, நீ சிரித்தாய், இவ்வுலகில் கவலைகளே இல்லையென்று உணர்ந்தேன்.

நீ சற்று வளர்ந்தாய், இப்போது உன்னால் உன் அப்பாவிற்கு உதவிகள் கூட செய்ய முடிந்தது, நாம் ஒருவருக்கொருவர் பேசிக்கொண்டோம். உண்மையிலேயே எனக்கெனெ ஒரு இல்லம் இப்போது இருகிறதெனெ உணர்ந்தேன். கடைசியில் நான் ஒரு நல்ல வாழ்க்கையைக் கண்டடைந்தேன். ஆனால் அப்போது என் பெற்றோர்கள் என்னைச் சுற்றி இல்லை. சீனர்கள் இவ்வுலகிலேயே துயரமானதாகக் கருதுவது எதுவென உனக்குத் தெரியுமா? ஒரு குழந்தைக்கு தன் பெற்றோர்களை கவனித்துக்கொள்ளும் ஆசை முழுதாக வளரும்போது, அவர்கள் பிரிந்து சென்று நீண்ட காலமாகிவிட்டது என்பதை உணர்வதுதான்.

மகனே, உனக்கு உன்னுடைய சீனக் கண்களைப் பிடிக்காது என்று எனக்குத் தெரியும்,

அவை என்னுடைய கண்கள். உனக்கு உன்னுடைய சீனத் தலைமுடி பிடிக்காது என்று எனக்குத் தெரியும், அவை என்னுடைய முடி. ஆனால் உன்னுடைய இருப்பே எனக்கு எவ்வளவு மகிழ்ச்சியை கொடுத்தது என்று உனக்குப் புரியுமா? நீ என்னுடன் பேசுவதை நிறுத்தியதும் என்னை உன்னுடன் சீன மொழியில் பேச விடாமல் தடுத்தபோதும் நான் எவ்வாறு உணர்ந்தேன் என்பது உனக்கு புரியுமா? நான் அத்தனையையும் மீண்டும் இழப்பதாக உணர்ந்தேன்.

நீ ஏன் என்னுடன் பேச மாட்டாய், மகனே? அவ்வலி இதை எழுதுவதை மேலும் கடினமாக்குகிறது.

*

அந்த இளம்பெண் காகிதத்தை என்னிடம் திருப்பிக் கொடுத்தார். என்னால் அவர்முகத்தை நேரிட்டு பார்க்க முடியவில்லை.

தலையைத் தூக்கிப் பார்க்காமலேயே, அம்மாவின் கடிதத்தின் பின்புறத்தில் "அய்" என்ற வார்த்தை நிழலை கண்டுபிடிக்க உதவுமாறு அவரிடம் கோரினேன். என் பேனாவால் அம்மாவின் எழுத்தோடு பிணைத்து அவ்வெழுத்தின் மேல் மீண்டும் மீண்டும் எழுதினேன்.

அப்பெண் என்னை அருகி என் தோள்களின் மீது கைகளை வைத்தார். பின்னர் எழுந்துச் சென்றார், என்னை என் அம்மாவுடன் தனிமையில் விட்டுவிட்டு.

மடிப்புத் தடங்களைப் பின்தொடர்ந்து நான் காகிதத்தை மீண்டும் லாஓஹூவாக மடித்தேன். என் கரங்களின் வளைவைத் தொட்டிலாக்கி அதில் அவனை வைத்தேன், அவன் செல்லமாக உரும, நாங்களிருவரும் வீட்டிற்கு நடக்கத் தொடங்கினோம்.

●

கீற்ஸ்ட்டின் வால்டேஸ் குவேட்

(Kirstin Valdez Quade)

வால்டேஸ் குவேட் மெக்ஸிகோவை தனது பூர்வீகமாகக் கொண்ட அமெரிக்க எழுத்தாளர். 2009 லிருந்து எழுதத் தொடங்கிய இவர் இதுவரை ஒரு சிறுகதை தொகுப்பை வெளியிட்டுள்ளார். நெமேஷியா என்ற இந்தச் சிறுகதைக்காக 2013ம் ஆண்டின் 'நர்ரேட்டிவ்' சிறுகதை போட்டியில் முதல் பரிசை வென்றார். தன்னுடைய சிறுகதைகளில் தற்போது அமெரிக்கக் குடியரசின் ஒரு அங்கமான 'நியூ மெக்சிகோ' நிலத்தின் வரலாறை தொட்டு பேசுகிறார். பண்டைய ஸ்பானிய பண்பாட்டின் சரடுகள் நவீனக் கலாச்சாரத்தின் ஊடாக நெளிவதை தன் கதாபாத்திரங்களின் சிதைவுற்ற மனங்களின் வழியே தொடர்ந்து வெளிப்படுத்தி வருகிறார்.

நெமேஷியா

(Nemecia)

என் பெரியம்மா மகள் நெமேஷியாவுடன் அவரை வயற் பரப்பில் நான் நின்றுக்கொண்டிருக்கும் என்னுடைய புகைப்படம் ஒன்றிருக்கிறது. அதன் பின்னால் என் அம்மாவின் கையால் 'நெமேஷியா மற்றும் மரியா, தாஹ்ஜிக்யூ, 1929' என்று பென்சிலில் எழுதி இருக்கும். நெமேஷியாவிற்கு 13; எனக்கு 6. அவள் தன் முழங்கால் வரை வீழும் மரவிழைப் பட்டாடை ஒன்றை உடுத்தியிருக்கிறாள், கண்ணாடி மணிகளும், நிஜப்பட்டில் நெய்த காலுறைகளும், எல்லாம் கலிஃபோர்னியாவில் இருக்கும் அவள் அம்மாவின் பரிசுகள். அவள் ஹெல்மெட்டைப் போல நெருக்கி அழுத்தும் தொப்பி ஒன்றை அணிந்திருக்கிறாள், அவளின் புன்னகைக்கும் உதடுகள் சுருங்கி ஒட்டி மூடியிருக்கின்றன. என் கைகளை இறுகப் பிடித்திருக்கிறாள். நான் என்னுடைய வெள்ளை ஆடையில் கூட பார்ப்பதற்கு ஒரு பையனைப் போல இருக்கிறேன்; என்னுடைய தலை முடி, நானே வெட்டிக் கொண்டது, சிறியதாய் துண்டு துண்டாய் இருந்தது. நெமேஷியாவின் தலை சாய்ந்திருந்தது; அவள் தன் கண் இமைகளுக்கு அடியிலிருந்து வெளியே எட்டி கேமிராவை பார்க்கிறாள். என் முகபாவம் பாவப்பட்டதாக, குற்றம் இழைத்துவிட்டவளைப் போல் இருந்தது. இது எக்காரணத்திற்காக எடுக்கப்பட்ட புகைப்படம் என்பதோ, நாங்கள் ஏன் புழுதி நிறைந்த வயல்வெளி நடுவில் நன்றாக உடுத்தி நின்றிருந்தோம் என்பதோ எனக்கு நினைவில்லை. அந்த நாளைப் பற்றி நான் ஞாபகம் வைத்திருப்பதெல்லாம் நெமேஷியாவின் காலணி உயர் குதிகால் கொண்டது என்றும், அது சேற்றில் அமிழ்ந்துவிடாமலிருக்க அவள் முன்னங்காலில் தத்தித் தத்தி முன்னேறி நடந்தாள் என்பதும்தான்.

நெமேஷியா என் அம்மாவின் அக்காள் மகள். என்னுடைய பெரியம்மா பெணிக்னா தன் மகளை பார்த்துக்கொள்ளும் நிலையில் இல்லை என்பதால் அவள் நான் பிறக்கும் முன்னரே என் பெற்றோருடன் வாழ வந்துவிட்டாள். பின்னர், பெரியம்மா பெணிக்னா நலம் மீண்டு லாஸ் ஏஞ்சலீஸ்க்கு இடம் பெயர்ந்தபோது, நெமேஷியா இங்கேயே தங்கிவிடும்படிக்கு நீண்ட காலத்தை எங்களோடே ஏற்கனவே கழித்து விட்டிருந்தாள். எங்கள் நியூ மெக்ஸிக்கோ நகரத்தில் போர்களுக்கு இடையிலான அவ்வருடங்களில் இது ஒன்றும் புதிதல்ல; யாரேனும் இறந்து விட்டாலோ, அல்ல கடின காலங்களை எதிர்கொள்ள நேர்ந்தாலோ, அல்லது மிக அதிகமான குழந்தைகளை பெற்றிருந்தாலோ கூட, அத்தைகளோ சகோதரிகளோ அல்லது பாட்டிகளோ அவர்கள் வீட்டில் கூடுதலாக ஒரு குழந்தைக்கான இடத்தோடு எப்போதும் காத்திருப்பார்கள்.

நான் பிறந்த மறுநாள் நெமேஷியாவை அழைத்துக் கொண்டு என் பெரிய அத்தை பௌலிட்டா என்னைப் பார்ப்பதற்காக என் அம்மாவின் படுக்கையறைக்குள் வந்தார். நெமேஷியா ஒரு பீங்கான் குழந்தை பொம்மையை எடுத்து வந்தாள், ஒரு காலத்தில் அது பெரியம்மா பெணிக்னாவிற்கு சொந்தமாக இருந்தது. என்னை பார்க்க வேண்டி என் முகத்திலிருந்து போர்வையை அகற்றியதும், அவள் தன் பொம்மையை தரைப்பலகையில் போட்டு நொறுக்கினாள். அதன் எல்லா துண்டுகளும் பிறகு கிடைத்தது; என் அப்பா அவற்றை ஒன்றாகச் சேர்த்து ஒட்டினார், விரிசல்களில் பசை வழிவதை நீக்குவதற்கா க அதன் மேற்பரப்பை தன் கைக்குட்டையால் துடைத்தார். பசை காய்ந்து பழுப்பு நிறமானது, அல்லது அது வெள்ளையாகக் காய்ந்து பின் நாட்பட அது பழுப்பு நிறமாய் மாறியிருக்கலாம். அப்பொம்மை எங்கள் படுக்கையறையில் பீரோவின் மேல் அமர்ந்திருந்தது. அதன் வட்ட முகமும் பழுப்பு விரிசல்களின் வலைப்பின்னலுக்கு பின்னால் இருக்கும் அதன் மென்னமைதிப் புன்னகையும், வெள்ளை இழையின் குறுக்கே பாந்தமாக மடங்கியிருக்கும் கைகளுமாக, பழையது புதியதின் திகிலூட்டும் கலவையாக அது இருந்தது.

நெமேஷியா அவளைப் பற்றியஒரு துயரச் சூழலை உருவாக்கி வைத்திருந்தாள், அது அவளே வளர்த்தெடுத்தது. மை பென்சிலால் தன் கண்களை கருமையாக்கிக் கொண்டாள். அவளின் செலவுக் காசில் அவள் பத்திரிக்கைகள் வாங்கி அதில் வரும் ஊமைப்பட

நடிகர்களின் புகைப்படங்களை எங்களின் அலங்கார மேஜை மீதிருக்கும் கண்ணாடியைச் சுற்றி குத்தி வைத்துவிடுவாள். அவள் எந்தத் திரைப்படத்தையும் பார்த்ததாக எனக்கு நினைவில்லை - குறைந்தபட்சம், எங்களை விட்டுச் சென்றது வரை இல்லை, ஏனென்றால் எங்களுக்கு அருகாமை சினிமா கொட்டகையே வெகு தொலைவில் இருக்கும் ஆல்பற்கர்க்கி நகரில்தான் உள்ளது. மேலும், என் பெற்றோர்கள் எந்த நிலையிலும் சினிமா ஒரு இளம் பெண் பார்க்க ஏற்றது என்று கருதியிருக்க மாட்டார்கள். இருப்பினும், மேரி ஃபிக்போர்டு மற்றும் கிரேட்டா கார்போவின் மேல் நோக்கிய விழிகளும் உதட்டுக் குவியல்களாலும் நெமேஷியா எங்களின் சிறிய படுக்கையறை கண்ணாடியை அலங்கரித்திருந்தாள்.

அப்போதிருந்த நெமேஷியாவைப் பற்றி நான் நினைத்துப் பார்க்கும்போதெல்லாம், அவள் சாப்பிடுவதைப் பற்றித்தான் யோசிப்பேன். என் பெரியம்மா மகள் கொடும் பசி கொண்டவள். அவளுக்கு பொருட்கள் வேண்டும், உணவும் வேண்டும். அவள் சிறு சிறு கடிகளாக எடுத்துக் கொள்வாள், பூனையைப் போல அத்தனையும் சுத்தமாக விழுங்கிவிடுவாள். அவள் எப்போதும் நிறைவடைந்ததேயில்லை, ஆனால் அத்தனை உணவும் அவள் வடிவத்தில் வெளிப்பட்டதும் இல்லை.

அவள் ஒன்றன்பின் ஒன்றாக உணவுகளை தனக்குத்தானே பரிமாறிக் கொண்டேயிருக்கும்போது அவள் ஜோக்குகள் சொல்வாள், அப்போதுதான் அவள் எத்தனை டார்த்தியாக்கள் அல்லது எத்தனை கிண்ணங்கள் பச்சை மிளகாய் குழம்பு சாப்பிட்டாள் என்பதை கவனிக்காது விடுவோம். என்னுடைய அப்பாவோ என் தம்பிகளோ மேஜையிலேயே அவளைக் கிண்டல் செய்தால் அவள் சீற்றம் கொண்டு சிவந்துவிடுவாள். என் அம்மா, அப்பாவை ‘உஷ்’ என்று அடக்கி, வளரும் பெண் அவள் என்று சொல்லுவார்.

இரவில் சரக்கு அறையிலிருந்து தின்பண்டங்களைத் திருடுவாள், கை நிறைய கொடி முந்திரிகள், பீஃப் ஜெர்கிகள், பன்றியிறைச்சி துண்டுகள். அவளின் இந்தக் கள்ளத்தனம் அநாவசியமற்றது; என் அம்மா அவள் நிறையும் வரை உவகையோடு அவளுக்கு உணவூட்டியிருப்பாள். ஆனால், காலையில் அனைத்தும் அதனதன் இடத்தில் இருக்கும், ச்சீஸை சுற்றி மெழுகுக் காகிதம் ஒழுங்காக மடிக்கப்பட்டிருக்கும், ஜாடிகள் மீது மூடிகள் அழுந்தி மூடியிருக்கும். அவள் திருட்டுகள் வெளியே தெரிவதில்லை,துண்டுகளாக்குவதிலும் வழித்தெடுப்பதிலும் நிபுணத்துவம் வாய்ந்தவள். நான் விழித்து

பார்க்கும்போது அவள் என் படுக்கையின் மீது முட்டிக்காலிட்டு அமர்ந்திருப்பாள், தேன் தடவிய டார்த்தியா என் உதடுகளின் மீது இருக்கும். "இந்தா", அவள் முணுமுணுப்பாள், நானும் இரவுணவுக்குப் பின் வயிறு நிறைந்திருந்தாலும் விழிப்பற்று இருந்தாலும், ஒரு வாய் எடுத்துக்கொள்வேன், அவளின் குற்றத்தில் என் பங்கும் இருக்க வேண்டும் அவளுக்கு.

அவள் சாப்பிடுவதைப் பார்க்கையில் உணவின் மீது வெறுப்பு ஏற்பட்டது எனக்கு. உறுதியான சிறு சிறு கடிகள், அவள் தாடையின் அசைவுகள், உணவு அவள் தொண்டைக்குள் கீழிறங்கிச் செல்லும் முறை - அவள் உடல் அந்த அளவு அனுமதிக்கிறது என்று நினைக்கையில் எனக்கு குமட்டிக்கொண்டு வந்தது. அவள் வாய் நிறைய எடுத்துக் கொள்ளும்போது காட்டும் நயமிக்க பாவனைகளும் நாகரீக பெண்ணைப் போன்ற தலை சாய்தலும் எப்படியோ என் எண்ணத்தை உறுதி செய்தது. ஆனால் நான் குறைந்த உணவு உட்கொண்டாளோ அல்லது என் உணவுத் தேவையை நிராகரித்தாலோ, அது ஒரு பெரிய விஷயமாக இருக்காது. ஏனென்றால், நெமேஷியா என்னுடைய பங்கையும் சாப்பிட்டு விடுவாள், எதுவும் எப்போதும் வீணாகியதே இல்லை.

நான் நெமேசியா மீது பயம் கொண்டிருந்தேன், காரணம் அவளின் மிகப்பெரிய ரகசியம் எனக்குத் தெரியும்: அவள் ஐந்து வயதாயிருக்கும்போது, அவள் அம்மாவை கோமாவில் தள்ளினாள், எங்கள் தாத்தாவைக் கொன்றாள்.

இது எனக்கு எப்படி தெரியுமென்றால் நாங்கள் ஒரு ஞாயிறு நிதானமாக விழித்தபடியே படுக்கையில் கிடந்தபோது அவளே சொன்னாள். மொத்த குடும்பமும் எங்கள் வீட்டிலேயே சாப்பிட்டார்கள், ஒவ்வொரு வாரமும் செய்வதைப் போல, பெரியவர்கள் முன்னறையில் அமர்ந்து பேசிக் கொண்டிருப்பது எனக்கு கேட்டது.

"நான் அவர்களை கொன்றேன்," நெமேஷியா இருளுக்குள் சொன்னாள். ஏதோ ஒப்பிப்பதைப் போல சொன்னாள், முதலில் அவள் என்னிடம்தான் சொல்கிறாள் என்பதே எனக்கு தெரியவில்லை. "என் அம்மா செத்துப் போனாள். என்னால் கொல்லப்பட்டு கிட்டத்தட்ட ஒரு மாதம் செத்து போனாள். பிறகு திரும்ப வந்தாள், கிறிஸ்துவைப் போல, ஆனால் அதைவிட இது பெரும் அற்புதம். அவள் நீண்ட நாட்களாக செத்து போயிருந்தாள், வெறும் மூன்று நாட்கள் அல்ல." அவள் குரல் உண்மைச் சம்பவத்தை சொல்வதாயிருந்தது.

“நம்ம தாத்தாவை ஏன் கொன்றாய்?” நான் கிசுகிசுப்பான குரலில் கேட்டேன்.

“எனக்கு ஞாபகம் இல்லை,” அவள் சொன்னாள். “நான் கோபமாக இருந்திருப்பேன்”.

நான் இருளுக்குள் அழுத்தமாக உற்று நோக்கினேன், பின் சிமிட்டினேன். கண்கள் மூடியிருந்தாலும் திறந்திருந்தாலும் இருள் ஒன்று போல இருந்தது. நெமேஷியா மூச்சு விடுவதை என்னால் கேட்க முடியவில்லை, பெரியவர்களின் தூரத்து குரல் மட்டும்தான் கேட்டது. நான் அறையில் தனியாக இருப்பதைப் போன்றதொரு உணர்வு ஏற்பட்டது.

பிறகு நெமேஷியா பேசினாள், “ஆனாலும் நான் அதை எப்படி செய்தேன் என்று ஞாபகமில்லை”.

“நீ உன் அப்பாவையும் கொன்றாயா?” நான் கேட்டேன். முதன் முறையாக நான் இதுவரை கவனித்திராத என்னைச் சுற்றி ஒரு பாதுகாப்பு வளையம் இருந்தது என்பதை உணர்ந்தேன், ஆனால் அது இப்போது கரைந்துக் கொண்டிருந்தது.

“ஒ...இல்லை” நெமேஷியா என்னிடம் சொன்னாள். அவள் குரல் மீண்டும் தீர்க்கமாக இருந்தது. “நான் செய்ய வேண்டிய அவசியமேயில்லை, அவராகவே ஓடிப் போய்விட்டார்.”

அவளுடைய ஒரே தவறென்று அவள் சொன்னது அந்த அதிசயக் குழந்தையை அவள் கொல்லாமல் விட்டது. அந்த அதிசயக் குழந்தை அவளுடைய தம்பி, என் பெரியம்மா மகன் பேட்ரிக், என்னை விட மூன்று வயது பெரியவன். அவனொரு அதிசயம், ஏனென்றால், என் பெரியம்மா பெணிக்னா நீள் உறக்கத்திலிருந்தபோது கூட, உலகுக்கு பல வாரங்கள் உயிரற்றவளாயிருந்தாள், அவனுடைய உயிரணுக்கள் பெருகி அவனுடைய தோற்றம் உருக்கொண்டது. பெரியம்மாவின் வீணாகும் உடம்பிலும் சர்க்கரைத் தண்ணீரிலும் அவன் வலுப்பெற்றதாக நினைத்துக் கொண்டேன், அவன் உயிர் அவளுள் நிலைபெற்று ஒளிர்ந்தது. அவன் ஆழ்ந்த நீரமைதியில் புரண்டு திரும்பியதாக கற்பனை செய்து கொண்டேன்.

“அதைச் செய்யுமளவு நெருங்கிவிட்டேன்” கிட்டத்தட்ட பேரார்வத்துடன் சொன்னாள்.

குழந்தையாக இருக்கும் பேட்ரிக்கின் புகைப்படமொன்று பியானோவின் சட்டகத்தின் மீது நின்றிருக்கும். அவன் நான்

இதுவரை நேரில் பார்த்திராத பெரியம்மா பெணிக்னாவிற்கும் அவரின் புதிய கணவருக்கும் இடையில் அமர்த்தப்பட்டிருப்பான், எல்லோரும் கலிஃபோர்னியாவில் வாழ்கிறார்கள். புகைப்படத்தில் இருக்கும் பேட்ரிக் கொழுத்த கன்னங்களோடும் புன்னகையற்றும் இருந்தான். 900 மைல்கள் தள்ளி வேறொரு வீட்டில் எங்களோடு அவன் அக்கா வாழ்வது அவன் அறிந்திருப்பதாகத் தெரியவில்லை. நிச்சயமாக அவளின் இழப்பை உணர்ந்தவனில்லை.

“இதை நீ யாரிடமும் சொல்லாமல் இருப்பது நல்லது,” நெமேஷியா சொன்னாள்

“நான் சொல்ல மாட்டேன்”, என்று சொன்னேன். பயமும் விசுவாசமும் என்னுள் பொங்கியெழுந்தது. எங்கள் படுக்கைக்கு இடையிலான இருளிடத்தை கைகளை நீட்டித் தொட்டேன்.

அடுத்த நாள் இந்த உலகம் வித்தியாசமாகத் தெரிந்தது; நான் எதிர்கொண்ட அத்தனை பெரியவர்களும் வீழ்த்தப்பட்டுவிட்டார்கள் இப்போது, நெமேஷியாவின் ரகசியத்தால் பலவீனமாக்கப்பட்டு விட்டார்கள்.

அன்று மதியம் நான் கடைக்குச் சென்று பொருட்கள் விற்பனை மேடைக்குப் பின் இருக்கும் கலைந்து கிடந்த மேஜையில் அமர்ந்து வேலை செய்து கொண்டிருந்த அம்மாவின் அருகில் சென்று நின்றுக் கொண்டேன். பென்சிலின் ஒரு முனையை தன் மேலுதட்டில் தட்டிக்கொண்டே கணக்குகளை சரி பார்த்துக் கொண்டிருந்தார்.

என் இதயம் படுவேகமாக துடித்தது, என் தொண்டை இறுக்கமானது. “பெரியம்மா பெணிக்னாவிற்கு என்ன ஆச்சு? உங்க அப்பாவுக்கு என்ன ஆச்சு?”.

அம்மா என்னை திரும்பிப் பார்த்தார். பென்சிலை கீழே வைத்தார், ஒரு கணம் அசைவற்று இருந்தார், பின்னர் தலையைக் குலுக்கி அத்தனையையும் தன்னிடமிருந்து தூர விலக்கி வைப்பதுபோல ஒரு பாவனை செய்தார்.

“முக்கியமான விஷயம் என்னவென்றால், நமக்கான அற்புதம் நமக்கு கிடைத்தது. அற்புதங்கள். பெணிக்னா உயிருடன் திரும்பி வந்தாள், அந்தக் குழந்தையும் உயிர் பெற்றது.” அவள் குரல் அழுத்தமாயிருந்தது. “ஆண்டவர் குறைந்தபட்சம் நமக்கு அதையாவது அருளினார். அதற்காக அவருக்கு நான் என்றும் நன்றி சொல்லுவேன்.” அவர் நன்றியுடையவராகக் காணப்படவில்லை.

"ஆனால் என்ன நடந்தது?" என் கேள்வியின் வேகம் சற்று குறைந்திருந்தது இப்போது.

என் அம்மா மீண்டும் தலையைக் குலுக்கினார். "அதை மறந்துவிடுவது நல்லது என் 'ஹிஜிட்டா'. அதைப் பற்றி யோசிக்க எனக்கு விருப்பமில்லை."

நெமேஷியா என்னிடம் சொன்னது உண்மையென்று நான் நம்பினேன். என்னைக் குழம்பச் செய்தது எதுவென்றால், ஒருவரும் நெமேஷியாவை ஒரு கொலைகாரியைப் போல நடத்தவில்லை. மாறாக அவளை தனிச்சிறப்புடன் நன்றாக நடத்தினார்கள். அவள் செய்தது என்னவென்று அவர்களுக்கு தெரிந்திருக்குமா என்றே வியந்தேன். அவர்களை அவள் என்ன செய்துவிடுவாளோ என்று பயப்படுகிறார்களோ என்றும் யோசித்தேன். ஒருவேளை மொத்த நகரமும் அவளைக் காணும்போதெல்லாம் பேரச்சம் கொள்கிறதோ. நானும் நெமேஷியாவை கவனிக்கிறேன், பள்ளிக்கூட படிகளில், அவள் ஆசிரியரோடு பேசிக்கொண்டு போகையில், இரவுணவுக்கு முன் என் அம்மாவிற்கு உதவிகள் செய்யும்போதெல்லாம். எங்கேயுமே அவள் பிடி நழுவியதில்லை, ஆனாலும் சிலசமயங்களில் பெரியவர்களின் முகத்தில் எச்சரிக்கை மினுங்குவதை நான் கண்டுகொண்டிருக்கிறேன், உறுதியாகச் சொல்ல முடியவில்லை.

மொத்த நகரமும் என்னை அறியாமையில் வைத்திருக்க ஒப்புக்கொண்டதைப் போல் தெரிந்தது, ஆனால் அவளை எதிர்த்து யாராவது வெளிப்படையாக பேசுவார்கள் என்றால் அது என்னுடைய பெரிய அத்தை பௌலிட்டாவாகத்தான் இருக்க முடியும் என்று நான் நினைத்தேன். அவர் நிச்சயம் கொலைக்கு எதிரானவர்தான். ஒருநாள் மதியம் அவர் வீட்டில் நாங்கள் டார்த்தியாக்கள் செய்து கொண்டிருந்தபோது அவரிடம் கேட்டேன், கவனமாக நெமேஷியாவின் ரகசியத்தை காக்கும் என் சத்தியத்திற்கு துரோகம் இழைக்காதவாறு. "என்னுடைய தாத்தாவுக்கு என்ன ஆச்சு?" மாவைக் கிள்ளி உருண்டையாக்கி அவரிடம் கொடுத்தேன்.

"அது கற்பனைக்கே எட்டாத ஒன்று" பௌலிட்டா சொன்னார். அவர் மாவை சிறிது சிறிதாக நெக்கி மூர்க்கமாய் அழுத்தித் தட்டையாக்கினார். அவர் மேலே சொல்வார் என்று நினைத்தேன், ஆனால் அவர் மீண்டும் "கற்பனைக்கு எட்டாத ஒன்று" என்று மட்டுமே சொன்னார்.

இருக்கலாம், ஆனால் ஒன்றைத் தவிர, நெமேஷியா ஒருவரை கொலை செய்வதை என்னால் கற்பனை செய்ய முடிந்தது. நரகம்,

பேய்கள், தீ நாக்குகள் - இத்தகைய பயங்கரங்களை என்னால் காட்சிப்படுத்திக்கொள்ள முடியவில்லை. ஆனால், நெமேஷியாவின் சீற்றம் - அது முழுமையாக நம்பக் கூடியது.

"ஆனால் என்னதான் ஆச்சு?"

பௌலிட்டா தட்டையாக்கிய மாவை திருப்பிப் போட்டார், மீண்டும் தேய்த்து, அடுப்பின் மேல் இரும்பு தட்டில் அதை அறைந்தார். அது கொப்புளித்து எழுந்தது. உருளை கட்டையை என்னை நோக்கி சுட்டினார். "மரியா, அந்த நாளிற்கு பிறகு நீ பிறந்ததற்கு அதிர்ஷ்டம் செய்தவள். உன்னை அது தொடவில்லை. நாங்கள் யாரும் அதை எப்போதும் மறக்கப் போவதில்லை, ஆனால் உன்னையும், என் மகளே, இரட்டை தம்பிகளையும் தீண்டவில்லை." அவர் அடுப்பின் முன் கதவைத் திறந்து இரும்பு ஊக்கியால் உள்ளிருந்த நெருப்பை தொந்தரவு செய்தார்.

நெமேஷியா ஐந்து வயதாயிருந்தபோது என்ன நடந்தது என்று யாருமே பேச மாட்டார்கள். நானும் சொற்ப காலத்தில் அதைப் பற்றி கேட்பதை நிறுத்திவிட்டேன். தூங்கும் முன் நெமேஷியா அவள் குற்றங்களைப் பற்றி மேலும் ஏதாவது சொல்வாள் என்று காத்திருப்பேன், ஆனால் மீண்டும் அதைக் குறிப்பிட்டு அவள் எதுவும் பேசியதேயில்லை.

இரவுகளில் என்னால் முடிந்தளவு நீண்ட நேரம் தூங்காமல் விழித்திருப்பேன், இருளில் எனக்கு பிறகு நெமேஷியா வருவதற்காக காத்துக்கொண்டு.

எந்த ஒரு புதுப்பொருள் எனக்குக் கிடைத்தாலும், அது எவ்வளவு உபயோகமற்ற ஒன்றாக இருந்தாலும், கவனிக்கத்தக்கதாக இல்லாமல் போனலும், நெமேஷியா அதை கெடுத்து வைத்து விடுவாள், மிகச் சிறியதாகவேனும்: பென்சில் கட்டையில் தன் விரல் நகத்தால் ஒரு சுரண்டல், ஆடையின் உள் முனையில் ஒரு கிழிசல், புத்தகத்தின் பக்கங்களை மடித்து கசக்குதல். ஒருமுறை புகார் செய்தேன், காற்றில் எம்பி குதிக்கும் என் புது தவளை பொம்மையை கற்படியில் நெமேஷியா மோதியுடைத்தபோது. கீறல் விழுந்த தகர உடம்பை பார்க்க வேண்டி அத்தவளையை அம்மா மீது நெட்டி இடித்து காட்டினேன். என் அம்மா அப்பொம்மையை மீண்டும் என் உள்ளங்கையில் வைத்து மடித்து, தலையசைத்தார் ஏமாற்றத்துடன். "மற்ற குழந்தைகளைப் பற்றி நினைத்துப் பார்," அவர் சொன்னார். எனக்கு தெரிந்த குழந்தைகளைப் பற்றித்தான் அவர் குறிப்பிடுகிறார்,

தாஹ்ஜிக்யூவிலிருக்கும் குழந்தைகள். "நிறைய குழந்தைகளிடம் இதைப்போன்ற அழகிய பொருட்கள் இருப்பதில்லை."

நான் பலமுறை நெமேஷியாவின் பராமரிப்பில் விடப்படுவேன். நெமேஷியாவின் இவ்வுதவியால் என் அம்மா உவகையடைவார்; அவர் தன் கடையிலும் என் மூன்று வயது தம்பிகளாலும் ஓய்வு நேரமின்றி இருப்பார். நெமேஷியா எனக்கு தீங்கு விளைவிக்க விரும்புவாள் என்று என் அம்மா ஒருபோதும் கற்பனை செய்திருக்க மாட்டார் என்றே நினைக்கிறேன். என் அம்மா தன் குழந்தைகளின் பாதுகாப்பின் மீது கழுகுப்பார்வை வைத்திருந்தார் - பின்நாளில், நான் பதினைந்தாகியிருந்தபோது, என்னை நோக்கி விசிலடித்தார் என்பதால் வயதான பக்கத்து பண்ணையாள் ஒருவருக்கு தன் கடையில் பொருள் விற்க மறுத்தார் - ஆனால் நெமேஷியாவை நம்பினார். நெமேஷியா என் அம்மாவின் அக்காள் மகள், கிட்டதட்ட ஒரு அநாதை, என் அம்மாவின் முதல் குழந்தை.

என் பெரியம்மா மகள் தன் அன்பிலும் வெறுப்பிலும் மூர்க்கம் கொண்டவளாயிருந்தாள், சில சமயங்களில் என்னால் வித்தியாசம் கூற முடியாது. என்னை அறியாமலேயே அவளின் கோபத்தை நான் தூண்டுவதாகத் தோன்றியது. அவளின் உச்சகட்ட கோபத்தில் என் தோல் சிவந்தும் நீலம் பாயும் வரையிலும் என்னை அறைந்தும் கிள்ளியும் தாக்குவாள். சிலசமயம் அவள் கோபம் பல வாரங்களாகியும் நீளும், பின்பு அது நீண்ட மௌனமாக மாறி மறைந்து போகும். அவள் என்னை மன்னித்து விட்டாள் என்பதை எனக்கு அவள் கதைகள் சொல்லத் தொடங்கியதும் அறிந்துக்கொள்வேன். வறண்ட ஆறுகளை பீடித்துக்கொண்டு நெருங்கும் மரணமாய் காற்றைப் போல ஓலமிட்டுத் திரியும் 'லா லோரோனா' பற்றிய பேய்க் கதைகள், கொள்ளைக்காரர்களைப் பற்றியும் அவர்கள் இளம் பெண்களுக்கு செய்யும் கொடுமைகளைப் பற்றிய கதைகள், அதைவிட மோசம்... எங்கள் குடும்பக் கதைகள். பிறகு அவள் என்னைத் தாங்கிப் பிடித்து முத்தமிட்டுச் சொல்வாள், அவள் சொன்ன அத்தனையும், ஒவ்வொரு வார்த்தையும், உண்மை என்றாலும் நான் தீயவள்தான். இந்த வாழ்விற்கு தகுதியற்றவள்தான் என்றாலும் என்னை அவள் நேசிக்கிறாள் என்று.

அவளின் எல்லா கதைகளும் என்னை பயமுறுத்தியதில்லை. சிலது அற்புதமானவை - பல வாரங்களுக்கு விரிந்து பரவும் நுட்பமான வீரதீரக் கதைகள், எங்களைப் போன்ற வீட்டைவிட்டு வெளியேறிய இளம் பெண்களின் சாகசங்கள். அவளின் அத்தனை

கதைகளும் எங்களுக்கு மட்டுமே உரித்தானவை. இரவுகளில் எனக்கு தலை பின்னி விடுவாள், பையன் எவராவது என்னைக் கிண்டல் செய்தால் திருப்பி கடுகடுப்பாள், நான் உயரமாக தெரியும்படி நடப்பது எப்படி என்று எனக்கு காட்டுவாள். "உன்னை கவனித்துக் கொள்ள நான் இருக்கிறேன் இங்கு "என்னிடம் அவள் சொன்னாள். "அதற்காகவேதான் நான் இங்கு இருக்கிறேன்."

அவளின் பதினான்காவது பிறந்த நாளிற்குப் பிறகு, நெமேஷியாவின் தோல், எண்ணெய் பசையுடன் சிவப்பாக மாறியது, சிறு கொப்புளங்களால் வீங்கியிருந்தது. பார்ப்பதற்கு மென்மையாக இருந்தது. என்னுடைய அடர்த்தியான புருவங்களையும் கோணலான பற்களையும் கண்டு சிரிக்கத் தொடங்கினாள், இதெல்லாம் நானே கவனிக்காத விஷயங்கள்.

ஒரு நாள் அவள் எங்கள் படுக்கையறக்குள் வந்து கண்ணாடியில் நீண்ட நேரம் தன்னையே பார்த்துக் கொண்டிருந்தாள். அவள் அங்கிருந்து நகர்ந்ததும் படுக்கையில் நான் அமர்ந்திருந்த இடத்திற்கு குறுக்காக வந்து அவள் நகத்தை என் வலது கன்னத்தில் குத்தி அழுத்தினாள். நான் வலியில் குரலெழுப்பி தலையை வெட்டியிழுத்தேன். "ஷ்ஷ்ஞ்," அவள் அன்பொழுகச் சொன்னாள். ஒரு கையால் அவள் என் தலைமுடியை சீராக தடவிக் கொடுத்தாள். தன் நகத்தை என் கன்னத்தினுள் இறக்கிக் கொண்டிருக்கையில் நான் மிருதுவாகிவிட்டதைப் போல் உணர்ந்தேன். கொஞ்சம்தான் வலித்தது, ஏழு வயதில் அழகைப் பற்றி நான் என்ன அக்கறை கொண்டிருக்கப் போகிறேன்? நெமேஷியாவின் முழங்கால்களுக்கிடையில் நான் கதகதப்பாக அமர்ந்திருக்க, அவள் கைகளில் என் முகம், அவள் கவனம் என் மீது மெதுவாக வெம்மையாக ஆனால் கடுகடுவென, என் கற்பனையில் அது ஒரு அலையென வீசிச் சென்றது.

ஒவ்வொரு இரவும் அவள் கால்களுக்கிடையில் நான் அமர்ந்திருக்க அவள் என் காயத்தை மீண்டும் மீண்டும் பிரித்து திறந்துவிடுவாள். ஒருநாள் இதை வைத்து ஒரு விளையாட்டை உருவாக்குவாள், நான் ஒரு கடற்கொள்ளையனைப் போல உள்ளேன் என்பாள். மற்றொரு நாள் நான் பாவம் செய்தவள் என்றும் அதனால் என் மீது இப்படி முத்திரை இடுவது அவளின் கடமை என்றும் சொல்வாள். தினமும் அவளும் என் அம்மாவும் ஒருவருக்கொருவர் எதிராக வேலை பார்த்தனர், என் அம்மா ஒவ்வொரு காலையும் தழும்பின் மீது புண்ணாற்றும் மருந்தை தடவுவார், நெமேஷியா தன் நகங்களால் ஒவ்வொரு இரவும் புண்ணை எளிதாகத் திறந்து வைப்பாள்.

“உனக்கு ஏன் இது இன்னும் ஆறவில்லை, என் ‘ஹிஜிட்டா’?”, என் அம்மா எனக்கு பச்சை பூண்டு உண்ணக் கொடுத்துக்கொண்டே ஆச்சரியப்பட்டார். நான் ஏன் அவரிடம் சொல்லவில்லை? எனக்கு சரியாகத் தெரியவில்லை, ஆனால் நான் நெமேஷியாவின் கதைகளுக்குள் இழுக்கப்படவேண்டிய தேவையிருந்தது என்று நினைக்கிறேன்.

இறுதியாக நெமேஷியாவிற்கு ஆர்வம் தொலைந்து என் கன்னம் குணமடைய விட்டபோது, அத்தழும்பு என் மூக்கின் ஒரு பக்கமிருந்து உதடு வரை நீண்டிருந்தது. பார்ப்பதற்கு நான் எதிலோ அதிருப்தியுற்றவள் போலிருந்தேன், குளிர்காலத்தில் அது ஊதா நிறத்திற்கு மாறியது.

நெமேஷியா 16 வயதான போது என்னைத் தனியாக விட்டுவிட்டாள். இது இயல்புதான், அவள் அதிக நேரத்தை அவளுக்கெனவும் அவள் வயதை ஒத்த பெண்களுக்காகவும் செலவிடுவாள் என்று அம்மா சொன்னார். இரவுணவின் போது அவள் என் பெற்றோர்களுடன் வேடிக்கைப் பேச்சுகளைத் தொடர்ந்தாள், அத்தைகளுடனும் மாமாக்களுடனும் சதா பேசிக் கொண்டே இருந்தாள். ஆனால் அந்த விசித்திரமான ஆத்திரமும் ரகசிய தாக்குதல்களும் - என் மீது குவிந்திருந்த அவளின் அத்தனை கவனமும் - சுத்தமாக நின்றுபோனது. என்னை விட்டு விலகிச் சென்றுவிட்டாள், ஆனால் ஆசுவாசம் அடைவதற்கு பதிலாக நான் வெறுமையாக உணர்ந்தேன்.

எங்களின் பழைய நெருக்கத்திற்குள் நெமேஷியாவை மீண்டும் இழுத்து வர முயற்சி செய்தேன். அவளுக்கு கேரமல்கள் வாங்கி வந்தேன், சர்ச்சில் முழங்கையால் அவளை விளையாட்டாக முட்டினேன், ஏதோ நாங்கள் ரகசிய கேலிப்பேச்சு ஒன்றை பகிர்ந்து கொண்டவர்களைப் போல. ஒருநாள் பள்ளியில் அவள் பெரிய பெண்களுடன் நின்றுக்கொண்டிருந்த இடத்திற்கு ஓடினேன். எல்லா இடங்களிலும் அவளை நான் தேடிக்கொண்டிருந்ததைப் போல “நெமேஷியா!” என்று உரக்கக் கத்தி அவள் கையை பிடித்தேன். அவள் என்னை தூர தள்ளவோ அல்ல நொடித்து விலகவோ இல்லை, வெறுமென யாரோ போல புன்னகைத்து அவள் நண்பர்கள் பக்கம் திரும்பிக் கொண்டாள்.

நாங்கள் இப்போது அறையைப் பகிர்ந்துக் கொண்டோம், ஆனால் அவள் மிகத் தாமதமாக படுக்கைக்கு வருவாள். அவள் எனக்கு

கதைகள் சொல்வதில்லை, என் தலைமுடியை கோதி விடுவதில்லை, பள்ளிக்கு என்னுடன் நடந்து வருவதில்லை. நெமேஷியா என்னைப் பார்ப்பதை நிறுத்தி விட்டாள், அவள் பார்வையின்றி எனக்கு நானே தெளிவற்றவள் ஆனேன். படுக்கையில், என் மேலிருக்கும் போர்வையை நான் உணரத் தவறும் வரை, இருளில் நான் உடலற்று போகும் வரை அசையாமல் அவளுக்காக காத்திருப்பேன். இறுதியில் நெமேஷியா உள்ளே வருவாள், அவள் வந்ததும் நான் பேச முடியாமல் ஆவேன்.

என் தோல் வண்ணமிழந்திருந்தது, என் உடல் அதன் எடையிழந்திருந்தது, மே மாதத்தின் ஒருநாள் காலை பள்ளியறையின் ஜன்னல் வழியே வயதான மிஸஸ். ரோமெரோ, அவர் போர்வை அவரைச் சுற்றி சிறகுகளைப் போல அசைய தெருவில் நடந்து வருவதை பார்க்கும் அந்நாள் வரையில். என் ஆசிரியர் என் பெயரை அழைத்தபோது, நான் என் உடலுக்குள் இருப்பதை அறிந்து ஆச்சரியப்பட்டேன், திடமாக என் மேஜையில் அமர்ந்துக் கொண்டிருந்தேன். சட்டென முடிவு செய்தேன்: கார்ப்பஸ் கிறிஸ்டி ஊர்வலத்தை நான்தான் முன்னின்று நடத்தப் போகிறேன். நான் சிறகுகளை அணிந்து கொள்வேன், அனைவரும் என்னையேப் பார்ப்பார்கள்.

சிறு பிராயத்திலிருந்தே என் அம்மாவின் விருப்பத்திற்குரிய விழா நாளாக இருந்தது கார்பஸ் கிறிஸ்டி, ஒவ்வொரு கோடைக்காலத்திலும் அவர் மற்ற பெண்களுடன் அழுக்கடைந்த தெருக்களில் ரோஜா இதழ்களைத் தூவியபடி நடந்து போவார். ஒவ்வொரு வருடமும் என் அம்மா எனக்கும் நெமேஷியாவிற்கும் வெள்ளை ஆடை அணிவித்து, எங்கள் பின்னலை ரிப்பன்களால் முடிச்சிட்டு தலையைச் சுற்றி சிறிய கிரீடத்தைச் சூட்டுவார். நான் எப்போதும் நேசித்த சடங்கு அது; பக்திப்பூர்வமான பவனி, பட்டுக் குஞ்சம் போர்த்திய விதானத்தின் கிழே பாதிரியார் உயரே ஏந்திய தங்கப்பெட்டியில் இருக்கும் புனிதமான திருச்சின்னம், வழிநெடுக பலிபீடங்களில் நிகழ்த்தப்படும் பிரார்த்தனைகள். இப்போது அப்பவனியை முன்னின்று வழிநடத்துவது மட்டுமே என் சிந்தனையில் நிலைத்து நின்றது.

என் அம்மாவின் பலிபீடம் அவளின் பெருமிதம். ஒவ்வொரு வருடமும் தெருவில் எங்கள் வீட்டின் முன்னே அட்டை மேசை ஒன்றை அமைப்பாள். அதன்மீது பின்னலிடப்பட்ட சரிகைத்துணியின் நடுவே தூய இருதயம் நின்றிருக்கும், பக்கவாட்டில்

மெழுகுவர்த்திகளும் கண்ணாடி ஜாடியில் மலர்களும் அதைச் சூழ்ந்திருக்கும்.

ஊர்வலத்தை தலைமை தாங்கும் பெண் யார் என்பது உறுதி செய்யப்பட வேண்டும், அது அவள் தோத்திரங்கள் ஒப்பிப்பதை வைத்து தேர்வு செய்யப்பபடும். எனக்கு பத்து வயது, நான் தேர்வான முதல் வருடமும் அதுதான். ஒப்புவித்தல் நடைபெறுவதற்கு முந்தைய நாட்களில் நான் அப்போட்டியைப் பற்றிய விவரங்களைச் சேகரித்தேன். நகரின் வெளியே இருக்கும் பண்ணைகளிலிருந்து வரும் பெண்கள்தான் அதிகம். அவர்களுக்கு நன்கு படித்த மனப்பாடம் செய்வதற்கு உதவக்கூடிய பெற்றோர்களோ உடன் பிறந்தவளோ இருந்தாலும் கூட அவர்களால் வார்த்தைகளை சரியாக உச்சரிக்க முடியாது என்று எனக்குத் தெரியும். என் அத்தை மகள் அந்தோணியா மட்டும்தான் உண்மையான அச்சுறுத்தல்; முந்தைய வருட ஊர்வலத்தை அவள்தான் வழிநடத்தினாள், எப்போதும் போல் மிக அழகாக அதைக் கையாண்டாள், ஆனால் அவள் சுலபமான தோத்திரங்களையே ஒப்புவிப்பாள். நெமேஷியாவிற்கு வயது அதிகம், எப்படியும் அவள் இதிலெல்லாம் ஆர்வம் காட்டியதேயில்லை.

நான் சங்கீதம்: 37 என்று முடிவு செய்தேன், அதை என் அம்மாவின் ‘மன்னா’வை மூடியிருந்த அட்டைப் பலகையின் மீதிருந்த அதன் கவர்ச்சியான நீண்ட வாக்கிய அமைப்பிற்காகவும் அதிலிருந்த கடினமான வார்த்தைகளுக்காவும் தேர்வு செய்திருந்தேன்.

நான் பேரார்வத்துடன் பயிற்சி செய்தேன், குளியல் தொட்டியில், பள்ளிக்கு நடந்து போகையில், இரவில் படுக்கையில். நான் ஒட்டுமொத்த நகரத்தின் முன்னிலையிலும் என் ஒப்புவித்தலை நிகழ்த்துவேன் என்றவாறு கற்பனை செய்தேன். பாதிரியார் கார்சியா திருப்பலி கூட்டத்தின் இறுதியில், மக்கள் அங்கிருந்து கலைந்து செருமிக்கொண்டும் தங்கள் தொப்பிகளை சேகரித்து அங்கும் இங்கும் நகரும் முன்னர், தன் கைகளை உயர்த்தி சொல்வார், “பொறுங்கள். நீங்கள் கேட்க வேண்டியது மேலும் ஒன்று உள்ளது.” எனக்கு முன்னால் ஒன்றிரண்டு பெண்கள் செல்வார்கள், தங்கள் சங்கீதங்களைச்சொல்ல முடியாமல் தடுமாறுவார்கள் (அவை மிகச் சிறியவை, குறிப்பிடத்தக்கவை கூட அல்ல). பிறகு நான் நளினமாக நடந்து வந்து தேவாலயத்தின் முன் நிற்பேன், அங்கே அல்தாரின் முன்னே, சொற்றிரம் மிக்கு பேசுவேன், மக்கள் அதை பிற்பாடு “தெய்வீகம்” என்று வர்ணிப்பார்கள். என் சங்கீதத்தை

என் அம்மாவிற்காக அர்ப்பணிப்பேன். திருக்கோயிலின் சூழிருக்கையிலிருந்து என் அம்மா என்னைப் பார்ப்பதை நான் பார்ப்பேன், அவள் கண்கள் கண்ணீராலும் பெருமிதத்தாலும் நிறைந்திருக்கும்.

ஆனால் என் கற்பனைக்கு மாறாக மனப்பாடப் போட்டி, திருப்பலிக் கூட்டம் தொடங்கும் முன்னால் ஞாயிறு பள்ளியின்போது நடை பெற்றது. ஒன்றன் பின் ஒருவராக எங்கள் வகுப்பு மாணவர்களின் முன் ஆசிரியை மிஸஸ். ரேயஸ் போலவே நின்றோம், அவர் எங்கள் வார்த்தைகளை பைபிளில் பின்தொடர்ந்தார். சென்ற வருடம் சொன்ன அதே சங்கீதத்தையே அந்தோனியா மீண்டும் ஒப்புவித்தாள். என் முறை வந்தபோது நான் ஒரு வாக்கியத்தில் தடுமாறினேன், "என் அக்கிரமங்கள் என் தலைக்கு மேலாகப் பெருகிற்று, அவைகள் பாரச்சுமையைப் போல என்னால் தாங்கக்கூடாத பாரமாயிற்று." நான் மற்ற பிள்ளைகளுடன் சென்று அமர்ந்தபோது என் கண்களில் கண்ணீர் முட்டியது. இது எதுவும் தேவையில்லை என்று எனக்கு நானே சொல்லிக்கொண்டேன்.

விழா ஊர்வலத்திற்கு ஒரு வாரம் முன்னால், என் அம்மா என்னை பள்ளிக்கு வெளியே வந்து சந்தித்தார். பகல் வேளைகளில் மிக அரிதாகத்தான் கடையை விட்டோ, என் இளைய தம்பிகளை விட்டோ வெளியே வருவார், அதனாலேயே ஏதோ முக்கியமான விஷயம் என்று எனக்கு புலப்பட்டது.

"மரியா, மிஸஸ். ரேயஸ் இன்று நம் கடைக்கு வந்திருந்தார்." என்று சொன்னார் அம்மா. அவள் முகத்தை வைத்து செய்தி நல்லதா கெட்டதா அல்லது அது என்னைப் பற்றியதுதானா என்று எதையுமே என்னால் சொல்ல முடியவில்லை. அவர் தன் கையை என் தோள் மீது போட்டு என்னை வீட்டிற்கு நடத்திச் சென்றார்.

அவர் கைகளின் கீழே நான் விரைப்பாய், காத்திருப்பில், என் கண்களை தூசு படிந்த என் காலணியின் பாத முனைகளில் குத்திட்டு நடந்தேன். இறுதியாக, என் அம்மா என் பக்கம் திரும்பி என்னைக் கட்டியணைத்தார். "நீ சாதித்துவிட்டாய், மரியா."

அன்றிரவு நாங்கள் கொண்டாடினோம். அம்மா கடையிலிருந்து 'ஜிஞ்சர் அல்' பாட்டில்களை கொண்டு வந்திருந்தார், அதை அனைவருடனும் மேஜையை சுற்றியனுப்பி பகிர்ந்து கொண்டோம். என் அப்பா அவருடைய கோப்பையை உயர்த்தி எனக்காக என்று சொல்லிக் குடித்தார். நெமேஷியா என் கைகளைப் பற்றி அழுத்தினாள்.

நாங்கள் இரவுணவை முடிக்கும் முன்னரே, அம்மா எழுந்து கூடத்தைச் சுட்டி அவரை பின்தொடர்ந்து வருமாறு சைகை காட்டினார். அவருடைய படுக்கையறையில் அவர் அலமாரியிலிருந்து பெட்டியை கீழே இறக்கி சிறகுகளை வெளியே எடுத்தார். "இதோ," அவர் சொன்னார், "இதை உடுத்திப் பார்ப்போம்." அவர் ரிப்பன்களை என் கட்டம் போட்ட ஆடையின் மீதே வைத்து கைகளைச் சுற்றிக் கட்டினார், என் குடும்பம் அமர்ந்திருந்த இடத்திற்கு என்னை மீண்டும் அழைத்துச் சென்றார்.

சிறகுகள் இலகுவாக இருந்தது, வாசற்படியை அவை உரசித் தேய்த்தது. நான் நடக்கையில், நிஜ தேவதையின் சிறகுகளை நான் கற்பனை செய்தது போலவே அவை மிக லேசாக அசைந்து நகர்ந்தது.

"திரும்பிக் காட்டு," என் அப்பா சொன்னார். என் தம்பிகள் அவர்கள் நாற்காலியிலிருந்து நழுவி என் அருகே வந்தனர். என் அம்மா அவர்கள் கைகளை பிடித்துக்கொண்டார். "எண்ணெய் பிசுக்கான உங்கள் கைகளை அச்சிறகுகள் மீது வைத்து விடாதீர்கள்." நான் என் குடும்பத்தினருக்காக சுற்றிச் சுழன்று காண்பித்தேன், என் தம்பிகள் கை தட்டினார்கள். நெமேஷியா புன்னகைத்து அடுத்த சுற்று உணவை அவளே பரிமாறிக் கொண்டாள்.

அன்றிரவு நெமேஷியா நான் படுக்கையறைக்குச் சென்ற அதே நேரம் அவளும் வந்தாள். நாங்கள் இரவு அங்கிக்கு மாறியபோது அவள் சொன்னாள், "அவர்கள் வேறு வழியில்லாமல் உன்னைத் தேர்ந்தெடுத்தார்கள், தெரியுமா உனக்கு?"

நான் அவள் பக்கம் திரும்பினேன் ஆச்சரியத்துடன். "அது உண்மையில்லை," என்று சொன்னேன்.

"உண்மைதான்," அவள் சாதாரணமாக சொன்னாள். "யோசித்துப் பார். சென்ற வருடம் அந்தோனியா, அதற்கு முந்தைய வருடம் கிறிஸ்டினா கார்சியா. எப்போதுமே பலிபீடசமூகத்தின் மகள்களைத்தான் தேர்ந்தெடுக்கிறார்கள்." எனக்கு இதற்கு முன் இப்படி தோன்றவில்லை, அவள் சொன்னது சரிதான். நான் இதை எதிர்த்து வாதிட விரும்பினேன், அனால் அதற்கு பதிலாக அழத் தொடங்கினேன். அவள் முன்னால் அழுததற்காக என்னை நானே வெறுத்தேன், நெமேஷியாவையும் வெறுத்தேன். நான் என் படுக்கையில் ஏறி திரும்பிப் படுத்து தூங்கிப் போனேன்.

சிலநேரம் கழித்து இருளில் விழித்துக் கொண்டேன். நெமேஷியா படுக்கையில் என் பக்கத்தில் இருந்தாள், அவளின் சூடான முச்சுக்

காற்று என் முகத்தின் மீது பட்டது. அவள் என் தலையைத் தட்டி கிசுகிசுத்தாள், "என்னை மன்னித்துவிடு, என்னை மன்னித்துவிடு என்னை மன்னித்துவிடு." அவளின் கை வீச்சு கனமாக மாறியது. அவள் மூச்சு சீறலாகவும் சூடாகவும் இருந்தது. "நான்தான் அற்புதக் குழந்தை. அவர்கள் ஒருபோதும் அதை அறிந்துக்கொள்ளவில்லை. நான்தான் அற்புதக் குழந்தை, காரணம் நான் மட்டும்தான் பிழைத்திருக்கிறேன்."

நான் அசைவற்று படுத்திருந்தேன். அவள் கரங்கள் என் தலையை இறுக்கமாகச் சுற்றியிருந்தது, என் முகம் அவள் மார்பெலும்பின் மீது அழுந்தியிருந்தது. அவள் சொன்னதில் சிலவற்றை என்னால் கேட்கமுடியவில்லை, நான் உள்ளிழுத்த காற்று நெமேஷியாவின் சுவை கொண்டிருந்தது. மெல்லிய மார்பின் வழியே என் மண்டைக்குள் ஊடுருவிய அதிர்வுகளின் மூலமாகத்தான் அவள் அழுது கொண்டிருக்கிறாள் என்று இறுதியாக உணர்ந்தேன். சிறிது நேரம் கழித்து அவள் என்னை விடுவித்து என் தலையணையின் மீது என்னை ஒரு பொம்மையை போல பொருத்தினாள். "சரி இப்போது," என்று சொல்லி, போர்வையின் மீது என் கைகளை ஒழுங்கு செய்தாள். "தூங்கச் செல்." என் கண்களை மூடி கீழ்படிய முயன்றேன்.

கார்பஸ் கிறிஸ்ட்டியின் முந்தைய நாள் மதியத்தை என் தம்பிகள் தோட்டத்தில் விளையாடுவதை பார்த்தபடி கழித்தேன், என் அம்மா பலிபீடத்தை தயார் செய்துக் கொண்டிருந்தார். அவர்கள் பள்ளம் தோண்டிக்கொண்டிருந்தனர். மற்ற நேரமென்றால் நான் அவர்களுக்கு உதவியிருப்பேன், ஆனால் நாளை கார்பஸ் கிறிஸ்ட்டி. பலமான காற்று வீச்சும் வெப்பமாகவும் இருந்தது, என் கண்கள் உலர்ந்து போனது. இரவுக்குள் இக்காற்று நின்றுவிடும் என்று நம்பினேன். என் சிறகுகள் மீது தூசு படிவத்தை நான் விரும்பவில்லை.

நெமேஷியா தாழ்வாரத்திற்குள் நுழைவதைப் பார்த்தேன். அவள் கண்களுக்கு நிழல் தந்து ஒரு நொடி அசையாமல் நின்றாள். தோட்டத்தின் ஒரு மூலையில் நாங்கள் குவிந்து இருப்பதைக் கண்டதும், எங்களை நோக்கி வந்தாள், அவள் காலடிகள் நீண்டு பெரியவர்களைப் போன்று இருந்தது.

"மரியா. நாளை நான் உன்னுடன் ஊர்வலத்தில் நடந்து வரப்போகிறேன். உனக்கு உதவப் போகிறேன்."

"எனக்கு எந்த உதவியும் தேவையில்லை," நான் சொன்னேன்.

நெமேஷியா இது அவள் கைகளை மீறியது என்பதைப் போல புன்னகைத்தாள். "நல்லது." அவள் தோள்களை குலுக்கினாள்.

"ஆனால் நான்தான் வழி நடத்துகிறேன்," நான் சொன்னேன். "மிஸஸ். ரேயஸ் என்னைத்தான் தேர்ந்தெடுத்தார்."

"உன் அம்மா நான் உனக்கு உதவ வேண்டுமென்று சொன்னார், ஒருவேளை நான் சிறகுகளை அணிந்துக் கொள்ள வேண்டியிருக்கலாம் என்றும் சொன்னார்."

நான் எழுந்து நின்றேன். நான் நிற்கையில் கூட அவள் தோள் உயரத்திற்கே வந்தேன். கதவு சடாரென திறப்பதைக் கேட்டேன், என் அம்மா தாழ்வாரத்தில் இருந்தார். வேகமாக அடியெடுத்து எங்களிடம் வந்தார், முகம் கவலையுற்றிருந்தது.

"அம்மா, எனக்கு உதவி தேவையில்லை. அவளிடம் மிஸஸ். ரேயஸ் என்னைத்தான் தேர்ந்தெடுத்தார் என்று சொல்லுங்கள்."

"உனக்கு வரும் வருடங்களில் வாய்ப்பு கிடைக்கும் என்று சிந்தித்தேன்." என் அம்மாவின் குரல் மன்றாடும் தொனியில் இருந்தது. "நெமேஷியா அடுத்த வருடம் இதற்கு தகுதியான வயதை தாண்டியிருப்பாள்."

"ஆனால் நான் மீண்டும் இதைப்போல சிறப்பாக மனப்பாடம் செய்ய முடியாமல் போகலாம்!" என் குரல் உயர்ந்தது. "இதுதான் என்னுடைய ஒரே வாய்ப்பாக இருக்கவும் கூடும்."

என் அம்மவின் முகம் சற்று பிரகாசமானது. "மரியா, நிச்சயம் நீ மீண்டும் சிறப்பாக மனனம் செய்வாய். இந்த ஒரு வருடம் மட்டும்தான். நீ மீண்டும் தேர்ந்தெடுக்கப்படுவாய், நான் உறுதியளிக்கிறேன்."

என்னால் எதுவும் சொல்லமுடியவில்லை. என்ன நடந்திருக்கும் என்று என்னால் ஊகிக்க முடிந்தது: நெமேஷியா சிறகுகளை அணிந்து கொள்ள வேண்டும் என்று முடிவுசெய்துவிட்டாள், என் அம்மாவும் அவளை அனுமதிப்பது என்று தீர்மானித்து விட்டார். நெமேஷியா, தன் வெள்ளை உடையில் உயரே நின்று, சிறகுகள் அவளை சுற்றி சட்டகம் அமைக்க, இந்நகரத்திற்கு தலைமை தாங்குவாள். அவளை பின்தொடர்ந்து ஒடுங்கியும் சீற்றத்துடனும் அருவருக்கத்தக்கவளாகவும் நான் நடந்து வருவேன். நெமேஷியாவிற்கு பிறகாக, அடுத்த வருடம் எனக்கு இது வேண்டாம். எனக்கு வேறு எப்போதுமே இது வேண்டாம்.

நெமேஷியா அவள் கைகளை என் தோளின் மீது போட்டாள். "புனிதமான திருச்சின்னம்தான் இதில் முக்கியம், மரியா. நீ அல்ல." அவள் மென்மையாகப் பேசினாள். "மேலும், நீதான் இப்பவும் முன்னிற்கப் போகிறாய். நான் வெறுமனே உன்னுடன் இருக்கப் போகிறேன். ஒரு உதவியாக."

"ஹிஜிட்டா, கவனி -"

"எனக்கு உன்னுடைய உதவி வேண்டாம்," நான் சொன்னேன். நான் ஒரு மிருகத்தைப் போல இருண்டும் கொடுஞ்சீற்றத்துடனும் இருந்தேன்.

"மரியா -"

நெமேஷியா தலையை அசைத்து சோகப் புன்னகை புரிந்தாள். "அதற்காகதான் நான் இங்கே இருக்கிறேன்," அவள் சொன்னாள். "நான் வாழ்வதே உனக்கு உதவி செய்ய முடியும் என்பதால்தான்." அவள் முகம் சாந்தமாகவும் ஒருவிதமான புனிதத்தன்மை அதில் உறைந்தும் இருந்தது.

வெறுப்பு என்னுள் பிரவாகமெடுத்தது. "அப்படி இல்லாமல் போயிருக்கலாம் என்று இப்போது விரும்புகிறேன்," நான் சொன்னேன். "நீ வாழ்ந்திருக்கவே கூடாது என்று விரும்புகிறேன். இது உன்னுடைய வீடு கிடையாது. நீ ஒரு கொலைகாரி." நான் என் அம்மாவிடம் திரும்பினேன். நான் இப்போது வேகமாக அழத் தொடங்கினேன், என் வார்த்தைகள் சீற்றத்துடனும் தடுமாறியும் வந்தது. "அவள் நம்மை கொலை செய்யப் பார்க்கிறாள். உங்களுக்கு தெரியவில்லையா? அவளைச் சுற்றி இருப்பவர்கள் அனைவரும் இறந்து போகிறார்கள். அவளை ஏன் நீங்கள் தண்டிப்பதேயில்லை?"

என் அம்மாவின் முகம் வெளிறியது, சட்டென நான் பயந்து போனேன். நெமேஷியா ஒரு நொடி அசைவற்று நின்றாள், பிறகு அவள் முகம் இறுகியதும் வீட்டிற்குள் ஓடினாள்.

அதற்குப் பிறகு எல்லாம் வேகமாக நடந்து முடிந்தது. என் அம்மா சத்தம் போடவில்லை, ஒரு வார்த்தைகூட சொல்லவில்லை. என் அம்மா என் அறைக்குள் ஒரு பயணப்பையுடன் வந்தார் உடல் நலிவுற்ற உறவினரை சந்திக்கப்போய் அவர் வீட்டில் தங்க நேரும்போது அவர் உபயோகப்படுத்தும் பை அது. என் சோகத்தை சற்று அதிகமாக வெளித்தெரியும்படி மௌனமாக முகத்தை வைத்துக் கொண்டேன். அவரின் அமைதி என்னை பயமுறுத்தியது.

என் பீரோவின் அலமாரியை திறந்து என் பொருட்களை பைக்குள் அடுக்கினார், மூன்று ஆடைகள், என் அனைத்து கால்சட்டைகளும் உள்ளாடைகளும். அவர் என்னுடய ஞாயிறு காலணிகளையும் கூட போட்டார், என் மயிர்க்குச்சு, படுக்கையில் எனக்கருகில் இருக்கும் புத்தகம் என நீண்ட நாட்களுக்கு நான் போய்விடுவதற்கு தேவையான அத்தனை பொருட்களும் எடுத்துக் கொண்டார்.

என் அப்பா உள்ளே வந்து என் பக்கத்தில் கட்டிலில் அமர்ந்தார். அவர் பணி உடுப்பில் இருந்தார், அவரின் காற்சட்டை நிலத்தின் தூசி நிறைந்திருந்தது.

“நீ சிறிய காலத்திற்கு பௌலிட்டாவுடன் தங்கியிருக்கப் போகிறாய்,” என்று சொன்னார்.

நான் சொன்னது பயங்கரமானதுதான் என்று எனக்கு தெரியும், ஆனால் அவர்கள் என்னை இங்கிருந்து அகற்றி விடுவார்கள் என்று நான் ஊகிக்கவில்லை. இருந்தும் நான் அழவில்லை, என் அம்மா நான் பிறந்த நாள் முதல் உபயோகப்படுத்தும் சிறிய கம்பளியை மடித்து பயணப்பையின் மேற்பரப்பில் வைத்து மூடிய போது கூட. அவர் அத்தனையையும் கொக்கியிட்டு இழுத்து மூடினார்.

என் அம்மாவின் தலை அப்பையின் மீது கவிந்திருந்தது, ஒரு நொடி நான் அவரை அழ வைத்து விட்டேன் என்றே எண்ணினேன், ஆனால் அவர் முகத்தை பார்க்க நான் துணிந்து முயன்ற போது அவர் அழுதார் என்று என்னால் அதை உறுதியாக சொல்ல முடியவில்லை.

“நீண்ட நாட்களுக்கு அல்ல,” என் அப்பா சொன்னார். “பௌலிட்டா வீட்டிற்குதானே. இதே வீடுதான் என்று சொல்லும்படியாக அவ்வளவு பக்கம்.” அவர் தன் கைகளை நீண்ட நேரத்திற்கு கூர்ந்து பார்த்தார், நானும் அவர் நகங்களுக்கடியில் ஒட்டியிருந்த பிறை வடிவிலான மண் துகள்களைப் பார்த்துக் கொண்டிருந்தேன். இறுதியாகச் சொன்னார், “உன் பெரியம்மா மகள் மிகக் கடினமான வாழ்க்கை வாழ்ந்தவள். அதை நீ புரிந்துக் கொள்ள வேண்டும்.”

“வா மரியா,” என் அம்மா கனிவாக அழைத்தார்.

நெமேஷியா வீட்டின் வரவேற்பறையில் அமர்ந்திருந்தாள், அவள் கைகள் மடிந்து அவள் மடியின் மீது அசையாமல் இருந்தது. அவள் கண்களை சுருக்கியோ அல்ல தன் நாக்கை வெளியே நீட்டியோ காட்டுவாள் என்று விரும்பினேன், ஆனால் நான் கடந்து

போவதைப் பார்க்க மட்டும் செய்தாள். என் அம்மா கதவைத் திறந்து பிடித்திருந்தார், நாங்கள் வெளியேறியதும் எங்களுக்குப் பின்னால் அதை அடைத்தார். அவர் என் கைகளை பிடித்துக் கொண்டார், நாங்கள் இருவரும் ஒன்றாக தெருவில் இறங்கி தூசி நிறைந்த கொத்துச் செடிகளின் தோட்டம் இருந்த பௌலிட்டாவின் வீட்டிற்கு நடந்தோம்.

என் அம்மா கதைவைத் தட்டினார், பிறகு உள்ளே நுழைந்து என்னை சமையலறைக்குள் ஓடிப் போகச் சொன்னார். அவள் கிசுகிசுப்பதை கேட்டேன். பௌலிட்டா ஒரு கணம் உள்ளே வந்து எனக்கு பால் ஊற்றி வைத்து சில குக்கீகளையும் தந்துவிட்டு மீண்டும் வெளியே சென்றார்.

நான் சாப்பிடவில்லை. நான் கவனிக்க முயன்றேன், ஆனால் என்னால் எந்த வார்த்தையையும் புரிந்துகொள்ள முடியவில்லை. பௌலிட்டா உச்சு கொட்டுவதைக் கேட்டேன். எவராவது வருந்தத்தக்க வகையில் ஏதேனும் செய்தால் அவர் இப்படித்தான் ஒலி எழுப்புவார், சார்லி பாடில்லா தன் பாட்டியிடமிருந்து திருடிவிட்டாள் என்று கண்டுபிடித்தபோது செய்ததைப் போல.

என் அம்மா சமையலறைக்குள் வந்தார். என் மணிக்கட்டைத் தட்டினார். “இது கொஞ்ச நாட்களுக்குத்தான், மரியா.” என் தலை மீது முத்தமிட்டார்.

பௌலிட்டா முன் கதவை அடைத்து சாத்துவது முதலில் கேட்டது, பிறகு சமையலறையை நோக்கி அவர் நிதானமாக எடுத்து வைத்த காலடிச் சத்தம் கேட்டது. எனக்கு எதிரே அவர் அமர்ந்து ஒரு குக்கியை எடுத்தார்.

“நீ இங்கு வந்ததும் நல்லதுக்குதான். உன்னை அவ்வளவாக பார்க்க முடிவதேயில்லை.”

அடுத்த நாள் நான் திருப்பலிக் கூட்டத்திற்கு செல்லவில்லை. எனக்கு உடல் நலமில்லை என்று சொன்னேன், என் நெற்றியை பௌலிட்டாவும் தொட்டுப் பார்த்தார். ஆனால் என்னுடன் முரண்படவில்லை. நான் கட்டிலிலேயே படுத்துக் கிடந்தேன், கண்கள் வறண்டிருந்தது, மூடிக்கொண்டேன். நகர் பவனி வெளியே வீட்டை கடந்து செல்கையில் எனக்கு மணிச் சத்தமும் இசை ஓதும் சத்தமும் கேட்டது. அந்தோணியாதான் ஊர்வலத்தை முன்னின்று

வழிநடத்தினாள், நெமேஷியா பெரியவர்களுடன் நடந்தாள்; சில நாட்கள் கழித்து பௌலிட்டாவிடம் கேட்டுதான் இதை அறிந்துக் கொண்டேன். நெமேஷியாவே முன்னிற்க வேண்டாம் என்று முடிவு செய்துவிட்டாளா இல்லை அவள் அனுமதிக்கப்படவில்லையா என்று தெரியாமல் வியந்தேன், ஆனால் என்னால் அதைக் கேட்டறியும் தைரியத்தை வளர்த்துக் கொள்ள முடியவில்லை.

நான் பௌலிட்டாவுடன் மூன்று மாதங்கள் தங்கியிருந்தேன். அவர் என்னை செல்லம் கொடுத்துக் கெடுத்தார், இனிப்புகள் உண்ணக் கொடுப்பார், இரவில் வெகுநேரம் அவருடன் விழித்திருக்க வைப்பார். ஒவ்வொரு இரவும் அவர் தன் பாதங்களை வீங்கிவிடாமல் தடுப்பதற்காக தூக்கி சாய்வு நாற்காலியின் கையிறுத்தியின் மீது வைத்து, நிறைந்த விஸ்கி குடுவையை தன் வயிற்றின் மீது அசையாமல் நிறுத்தி, அவர் முகவாயிலிருக்கும் விறைப்பான நரைத்த சிறு மயிர்களைத் தடவியபடியே எனக்கு கதைகளை சொல்வார்: அவர் சிறுமியாக இருந்தபோது தாஹ்ஜிக்யூ பற்றியும், தூங்காமல் திருட்டுத்தனமாக வெளியேறி இரவுக் கொண்டாட்டங்களில் கலந்துகொண்ட நாட்களை பற்றியும். நான் பௌலிட்டாவை நேசித்தேன், என் மீதான அவரின் கவனத்தை மகிழ்வுடன் அனுபவித்தேன், ஆனால் நான் சிரித்துக் கொண்டிருக்கையில் கூட என் பெற்றோர் மீதான கோபம் எனக்குள் கொப்பளித்துக் கொண்டிருந்தது.

என் அம்மா அவ்வப்போது வந்தார், என்னிடம் பேச முயற்சித்தார். ஆனால் அவர் அங்கிருக்கும் போதெல்லாம் பௌலிட்டா வீட்டின் இயல்பான சூழல் தேங்கி நின்றுவிடும். திரும்பத் திரும்ப என்னை அவருடைய கடைக்கு வந்து அவரை சந்திக்க வேண்டுமென வற்புறுத்தினார், நான் ஒருமுறை செல்லவும் செய்தேன். ஆனால் அமைதியாகவே இருந்தேன், அவரின் அத்தனை சமாதானங்களையும் அலட்சியப்படுத்தி அங்கிருந்து வெளியேறவே விரும்பினேன்.

"ஹிஜிட்டா," அவர் சொன்னார், மிட்டாய் ஒன்றை விற்பனை மேடை மீது வைத்து என் பக்கமாகத் தள்ளினார்.

அவர் என்னைத் தழுவியபோது விறைத்து நின்றேன், மிட்டாயை அங்கேயே விட்டுச் சென்றேன். என் அம்மா என்னை வீட்டைவிட்டு வெளியேற்றிவிட்டாள் அதை தடுப்பதற்கு என் அப்பா எதுவும் செய்யவில்லை. அவர்கள் நெமேஷியாவை தெரிவு செய்தார்கள்... சொந்த மகளை விடுத்து நெமேஷியாவை தெரிவு செய்தார்கள்.

நெமேஷியாவும் நானும் பள்ளியில் ஒருவரையொருவர் பார்த்தோம். ஆனால் பேசிக் கொள்ளவில்லை. வீட்டில் நிகழ்ந்த மாற்றங்களெல்லாம் எங்கள் ஆசிரியைக்குத் தெரிந்தே இருந்தது போலும், எங்களை பிரித்தே வைத்திருந்தார். இந்தக் காலங்களில் அனைவரும் என்னுடன் கனிவுடனே நடந்து கொண்டார்கள், ஒரு விசித்திரமான, பரிதாபம் நிறைந்த கனிவு. நான் எவ்வளவு கோபமாக இருக்கிறேன் என்று அவர்களுக்கு தெரியுமென்று நினைத்தேன், எனக்கு வேறு கதியில்லை என்றும் அவர்களுக்கு தெரிந்திருக்கும். சாலையில் என்னை நானே சந்தித்துக் கொண்டால் நான் கூட என்னிடம் கனிவாகவே நடந்துகொண்டிருப்பேன் என்றும் நினைத்தேன்.

ஞாயிறுகளில் குடும்பத்தினர் அனைவரும் வழக்கம் போல் என் அம்மாவின் வீட்டில் இரவுணவின் போது கூடினர். அம் மாதங்களில் அப்படித்தான் நான் யோசிக்கத் தொடங்கினேன்: என் அம்மாவின் வீடு. என் அம்மா என்னை அணைத்துக் கொண்டார், அப்பா என்னை முத்தமிட்டார், நான் என்னுடைய பழைய இருக்கையிலேயே அமர்வேன், ஆனால் முடிவில் பௌலிட்டாவுடன் அனுப்பப்படுவேன். நெமேஷியா முன்பை விட தற்போது இதை தன் வீடென உணர்வதாகப் பட்டது. அவள் சிரித்தாள், கதைகள் சொன்னாள், ஒரு வாய் உணவை விழுங்கிய பின்னரே அடுத்ததை நேர்த்தியாக எடுத்தாள். அவள் கொஞ்சம் வயதேறியவள் போல் காணப்பட்டாள், அதிக வசீகரமாகவும். அவள் என்னிடம் பேசவும் இல்லை என்னைப் பார்க்கவும் இல்லை. எல்லோரும் பேசினார்கள் சிரித்தார்கள் ஆனால் நான் மட்டுமே ஒரு கொலையாளியுடன் அமர்ந்து உணவருந்துகிறோம் என்பதை நினைவு கொண்டவளாகத் தெரிந்தேன்.

"நெமேஷியா நன்றாக இருக்கிறாள்," நாங்கள் வீட்டிற்கு ஒரு நாள் திரும்பி நடக்கையில் பௌலிட்டா சொன்னார்.

நான் பதில் சொல்லவில்லை, அவரும் நாங்கள் உள்ளே சென்று கதவை அடைத்து சாத்தியதுவரை எதுவும் பேசவில்லை.

"ஒரு நாள் நீங்கள் மீண்டும் நண்பர்களாக இருப்பீர்கள், மரியா. நீங்கள் இருவரும் சகோதரிகள்." விளக்கை ஏற்றும்போது அவர் கைகள் லேசாக நடுங்கியது.

என்னால் இதை இதற்கு மேல் பொறுத்துக் கொள்ள முடியாது. "இல்லை," நான் சொன்னேன். "நாங்கள் எப்போதும் இனி

நண்பர்களாக இருக்கவே முடியாது. நாங்கள் சகோதரிகள் இல்லை. அவள் தான் கொலைகாரி. ஆனால் வெளியே துரத்தப்பட்டவளோ நான். உங்கள் சகோதரரை கொலை செய்தது யாரென்றாவது உங்களுக்கு தெரியுமா?" நான் எதிர்த்து கேட்டேன். "நெமேஷியா. அவள் தன்னுடைய அம்மாவை கூட கொன்றுவிட முயன்றாள். ஏன் இது யாருக்குமே தெரிந்திருக்கவில்லை?"

"உட்கார்," கண்டிப்பான குரலில் பௌலிட்டா என்னிடம் சொன்னார். இதற்கு முன் என்னிடம் அவர் இத்தொனியில் பேசியதில்லை. "முதலில், நீ வெளியே துரத்தப்படவில்லை. நீ இங்கிருந்து உன் அம்மாவை உரக்கச் சத்தம் போட்டே அழைக்கலாம். அப்புறம், கடவுளே..., நெமேஷியா கொலைகாரி அல்ல. இந்தப் பொய்யை எங்கிருந்து நீ பிடித்துக் கொண்டாய் என்று தெரியவில்லை.

அவர் நாற்காலிக்குள் தாழ்ந்து தளர்ந்து அமர்ந்துக் கொண்டார். மீண்டும் பேசத் தொடங்கியபோது, அவர் குரல் சமநிலையில் இருந்தது, அவரின் முதிய கண்கள் வெளிறிய பழுப்பு நிறத்திலும், நிர்க்கசிந்தும் இருந்தது. "உன்னுடைய தாத்தா உன் அம்மாவிற்கும் பெனிக்னாவிற்கும் ஆளுக்கு 50 ஏக்கர் நிலம் கொடுக்க முடிவு செய்தார். பௌலிட்டா நெற்றியின் மீது கைவைத்து மெதுவாக மூச்சு விட்டார். "கடவுளே, வெகுகாலத்திற்கு முன் நடந்தது இது. ஒரு நாள் காலையில் உன்னுடைய தாத்தா பத்திரங்களைப் பற்றி பெனிக்னாவுடன் பேசுவதற்காக வந்தார். அவர் தெருவில்தான் வந்துக் கொண்டிருந்தார், கதவருகில் கூட இல்லை, அவருக்கே அப்போது கூச்சல் சத்தம் கேட்டது. பெனிக்னாவின் அழுகை அவ்வளவு சத்தமாக இருந்தது. அவளுடைய கணவன் அவளை அடித்துக் கொண்டிருந்தான். பௌலிட்டா அமைதியானார். மேஜையின் மீது அவர் விரல் பட்டைகளை அழுத்தினார்.

சதையின் மீது ஓங்கி குத்தியதைப் போன்ற சத்தத்தை கற்பனை செய்தேன். கிட்டத்தட்ட அதை என்னால் கேட்கவும் முடிந்தது. விளக்குச் சுடர் அலைந்தலைந்து அதன் ஒளி பௌலிட்டாவின் சமையற் தரையின் வழவழப்பான அகண்ட பலகைகளின் மேலாக நிலையின்றி தள்ளாடிக் கொண்டிருந்தது.

"அப்படி நடப்பது அது முதன்முறையல்ல ஆனால் அதனிடையில் உன்னுடைய தாத்தா நுழைவது அதுவே முதன்முறை. ஆகவே அவர் பெனிக்னாவின் கணவனை கொல்லத் தயாராக ஆவேசத்துடன்

கதவை தள்ளி திறந்தார். அங்கே ஒரு சண்டை நடந்திருக்கக் கூடும், ஆனால் பெனிக்னாவின் கணவன் குடி போதையிலிருந்தான், உன் தாத்தாவிற்கும் சண்டையிடும் வாலிபம் இல்லை. பெனிக்னாவின் கணவன் அடுப்பிற்கு அருகில் இருந்திருக்க வேண்டும், பக்கத்தில் இரும்புத் தீக்கோலும். "......அவர்களை கண்டபோது" - பௌலிட்டாவின் குரல் தட்டையானது. "அவர்களை கண்டபோது, உன்னுடைய தாத்தா இறந்து கிடந்தார்......." பெனிக்னா சுய நினைவின்றி தரையில் கிடந்தாள். ஒரு மரப்பெட்டிக்குப் பின்னால் நெமேஷியாவை கண்டெடுத்தார்கள். அத்தனையையும் அவள் நேரில் பார்த்திருக்கிறாள். அவளுக்கு ஐந்து வயது.

அந்தக் கொடூரக் களத்தினுள் நுழைந்து இம்மிருகச் செயலை முதலில் பார்த்தது யாராக இருக்கும் என்று யோசித்தேன். நிச்சயமாக எனக்கு தெரிந்த யாரோ ஒருவர்தான், சர்ச்சிலோ அல்லது தபால் நிலையத்தின் வெளியிலோ நான் கடந்து வந்த யாரோ ஒருவர்தான். என் குடும்பத்தினரில் யாரோ ஒருவராகக் கூட இருக்கலாம். பௌலிட்டாவாகவும் இருக்கலாம். "நெமேஷியாவின் அப்பா ?"

"அவர் அங்கே மண்டியிட்டு பெனிக்னாவின்விடம் அழுதுக் கொண்டிருந்தான். "ஐ லவ் யூ, ஐ லவ் யூ, ஐ லவ் யூ" என்று சொல்லிக் கொண்டேயிருந்தான்.

எப்படி எனக்கு இது தோன்றவேயில்லை, ஐந்து வயதில், ஒரு வளர்ந்த ஆணையும் பெண்ணையும் ஒரே நேரத்தில் தாக்குவதற்கு இயலாத மிகச் சிறுமியாகவல்லவா இருந்திருப்பாள் நெமேஷியா என்று. நான் எப்படி இவ்வளவு முட்டாளாக இருந்தேன்.

பௌலிட்டா என்னிடம் சொன்னதின் அறிகுறிகள் எதுவும் தென்படுகிறதா என்று பள்ளியில் கூர்ந்து நோக்கினேன், ஆனால் நெமேஷியா அப்படியேதான் இருந்தாள்: வசீகரத்துடனும், எங்கிருந்தோ எழும் உரத்த சிரிப்புடனும். நான் அவளை நம்பியதற்காக அவமானமடைந்தேன், என் அனுதாபத்தினால் அவள் ஈடேற்றிக் கொண்ட காரியங்களுக்காக வன்மம் கொண்டேன். வெறுப்பும் குற்றவுணர்ச்சியும் பரிதாபமும் என்னை நெருக்கித் திணறடித்தது. முன்பை விட நான் அவளை இப்போது மேலும் வெறுத்தேன், ஒரு காலத்தில் அச்சமுற்ற குழந்தையாக இருந்தவள் அவள், வேறு எவருக்கும் நேர்ந்திராத சோகம் தன்னுடையது என்றும் சொல்லிக்கொள்பவள். எதுவாக இருந்தாலும் அவற்றில் சிறந்ததை மட்டுமே தனதாகக் கொள்பவள் நெமேஷியா.

கார்பஸ் கிறிஸ்ட்டி முடிந்த மூன்றாவது மாதத்தில் நெமேஷியா கலிஃபோர்னியாவிற்கு கிளம்பிச் சென்றுவிட்டாள். லாஸ் ஏஞ்சலீஸில் என்னுடைய பெரியம்மா பழைய சாமான்களை வாங்கி வைத்து ஒரு சிறு தையலறையை படுக்கையறையாக மாற்றியிருந்தார். அவர் நெமேஷியாவை தன் கணவருக்கும் அந்த அற்புதக் குழந்தைக்கும் அறிமுகம் செய்து வைத்தார். வீட்டின் முன் முற்றத்தில் ஒரு பனை மரம் இருந்தது, இளஞ் சிவப்பு சாயம் பூசிய சரளைக் கற்களாலான நடைபாதையிருந்தது. இது எல்லாம் என் அம்மாவிற்கு அவள் அனுப்பிய கடிதத்திலிருந்து தெரிந்துக் கொண்டேன், அதில் பகட்டாக “நோர்மா”என்று கையொப்பமிட்டிருந்தாள்.

நான் என்னுடைய அம்மாவின் வீட்டிற்கு, எனக்கே எனக்கான அறைக்கும் திரும்பினேன். நான் பையை அவிழ்த்து என் பொருட்களை தற்போது காலியாக இருக்கும் அலமாரியில் அடுக்கிக்கொண்டிருக்கையில் அம்மா நடுவறையில் நின்றுக் கொண்டிருந்தார். தொலைந்து போனவராகக் காணப்பட்டார்.

“நீ இல்லாத குறை கொண்டிருந்தோம்.” ஜன்னல் வழியே வெளியே பார்த்தபடி சொன்னார். அதற்குப் பிறகு, “பெற்றோரை விட்டு பிள்ளை விலகி இருப்பது சரியல்ல. நீ எங்களை விட்டு விலகியிருந்தது சரியானதல்ல.”

நான் எதுவும் சொல்லவில்லை, இங்கிருந்து நான் இழுத்துக் கொண்டு செல்லப்பட்டு பௌலிட்டாவின் கதவருகில் தள்ளப் பட்டேன் என்று அவரிடம் சொல்ல நினைத்தேன். “இங்கே கவனி.” பிறகு நிறுத்தி தலையை அசைத்தார். “ஆஹ் சரி விடு” மூச்சை உள்ளிழுத்து சொன்னார். என் உள்ளாடைகளை அலமாரியில் ஒன்றன்மீது ஒன்றாக வைத்தேன். நான் என் அம்மாவைப் பார்க்க வில்லை. ஒரு சமரசப் பேச்சு, கண்ணீர், தழுவல்கள் என் நான் கற்பனை செய்த எதுவும் அவரிடமிருந்து வரவில்லை, அதனால் நான் அவருக்கு எதிராக கடினமாக நடந்துக் கொண்டேன்.

நெமேஷியா விட்டுச்சென்ற வெற்றிடத்தை எங்கள் குடும்பம் சீக்கிரமே கடந்து நகர்ந்துச் சென்றது. இவ்வளவு சீக்கிரம் என்பதால் அவள் எங்களுக்கு எவ்வகையிலாவது முக்கியமானவளாக இருந்தாளா என்றே சந்தேகிக்கத் தொடங்கினேன்.

நெமேஷியாவின் வாழ்க்கை என் மனதில் வெகு கவர்ச்சியான - அழகும் சோகமும் நிறைந்த ஒரு அநாதையின் கதை. அதை எனக்கான என் வாழ்க்கையாகவே கற்பனை செய்துக்

கொண்டேன். இரவிரவாக அக்கதையை எனக்கு நானே சொல்லிக் கொண்டேன்: நான் ஒயிலானவள், கலிஃபோர்னியாவிற்கு அடித்துச் செல்லப்பட்டேன், அங்கே என்னை கண்டடையும் ஒரு ஆண்மகன், என் துயரங்களிலிருந்து என்னை விடுவிப்பான். இந்நகரம், ரகசியம் பேசும் பரந்த புற்களின் நடுவே உறங்கிக் கொண்டிருந்தது. தூரத்தில் ஓநாய்களின் அழைப்பு, நெமேஷியாவின் கதை என் உடலை உணர்வுப் பெருக்கில் தகிக்கச் செய்தது.

நெமேஷியாவின் திருமணத்திற்குச் சென்றோம், என் குடும்பமும் நானும். நாங்கள் நியூ மெக்சிகோவையும் அரிஸோனாவையும் கடந்து லாஸ் ஏஞ்சலீஸுக்கு நீண்ட பயணத்தை மேற்கொண்டோம், பின்னிருக்கையில் நான் இரண்டு தம்பிகளுக்கு நடுவில். பல வருடங்களாக நான் நெமேஷியாவை என் மனத்திரையில் இப்படியாக படம்பிடித்திருந்தேன் - ஒரு பத்திரிக்கைக்கான படப்பிடிப்பில் அவள் கடற்கரையோரமாக ஓடிக்கொண்டிருக்கிறாள், சலனமற்ற நீல நீச்சல் குளத்தருகே நீண்ட சாய்விருக்கையில் உடல் நீட்டிப் படுத்திருக்கிறாள். என்னுள்ளே உறைந்துவிட்ட கனவுரு இவை. ஆனால் மொஹாவே பாலைவனத்தைக் கடந்ததும் நான் நடுங்கத் தொடங்கினேன் - நான் அவளை அடையாளங் காணமாட்டேன் என்றும் அவள் என்னை மறந்துவிட்டிருப்பாள் என்றும். நான் கற்பனை செய்ததைப் போல அவள் வாழ்க்கை அவ்வளவு அழகானதில்லையென்றும் இறுதியாக அவள் தண்டிக்கப்பட்டாள் என்றும் நம்பத் தொடங்கியிருப்பதை உணர்ந்தேன்.

நாங்கள் அச்சிறிய வீடுவரை ஒட்டிச் சென்று நிறுத்தியதும், வெற்றுக் கால்களால் நெமேஷியா ஓடி வந்து காரிலிருந்து இறங்கிக் கொண்டிருக்கும் எங்கள் ஒவ்வொருவரையும் கட்டியணைத்தாள்.

“மரியா!” அவள் சத்தமாக அழைத்தாள், புன்னகையோடு, என் இரு கன்னங்களையும் முத்தமிட்டாள். அந்த வாரம் முழுதும் கலைந்துவிடாத வெட்கத்தில் நான் வீழ்ந்தேன்.

“நெமேஷியா, ‘கேரின்யோ’,” என் அம்மா சொன்னார். பின்னால் ஒரு அடி நகர்ந்து சந்தோஷத்துடன் அவளைப் பார்த்தார்.

“நார்மா,” அவள் சொன்னாள். “என் பெயர் நார்மா.”

அவள் எப்படி மொத்தமாக மாறியிருந்தாள் என்பது அசாதாரணமானது. அவள் தலைமுடி பொன்னிறத்திலிருந்தது, அவள் தோல் பதமான கருநிறத்தில் சமமாக இருந்தது.

என் அம்மா மெதுவாக தலையசைத்து திரும்பிச் சொன்னார், "நார்மா"

நான் பார்த்ததிலேயே மிக அழகான விஷயம் அந்தத் திருமணம், நான் பொறாமையில் உழன்றேன், எனக்கும் திருமணம் நடக்குமென்ற புரிதல் எனக்கு இருந்திருக்காது அப்போது. மற்ற அனைத்தையும் போலவே லாஸ் ஏஞ்ஜலீஸில் சர்ச்சும் மிகப் பெரியது, நவீனமானது. மர இருக்கைகள் மங்கிய நிறத்தில் மென்மையாக இருந்தது, சிலுவை உள்ளூர ஒளிர்ந்தது. நெமேஷியாவிற்கு இங்கிருக்கும் பாதிரியாரைத் தெரியாது என்று ஒப்புக் கொண்டாள், மிக அரிதாகத்தான் அவள் இப்போதெல்லாம் சர்ச்சுக்கே போகிறாள், பின்னாட்களில் நானும் கூட சர்ச்சுக்கு செல்வதை நிறுத்திக் கொள்வேன் என்றாலும், அப்போது இதை அவள் சொல்லக் கேட்டது பெரும் அதிர்ச்சியாக இருந்தது.

என் பெரியம்மாவின் வீட்டில் அவர்கள் ஸ்பானிஷ் பேசுவதில்லை. என் அம்மாவோ அப்பாவோ ஸ்பானிஷில் ஏதேனும் கேட்டால், என் பெரியம்மாவும் அவர் பிள்ளைகளும் ஆங்கிலத்திலேயே தயக்கமின்றி பதில் சொன்னார்கள். அந்த வாரம் என் பெற்றோர்களால் நான் சங்கடத்திற்குள்ளானேன், அவர்கள் கொச்சையாக ஆங்கிலம் பேசிய விதம் அவர்களை குழம்பியவர்களாகவும் சிறுபிள்ளைத்தனமாகவும் காட்டியது.

திருமணத்திற்கு முந்தைய நாள், நெமேஷியா என்னை அவள் தோழியுடன் கடற்கரைக்கு அழைத்தாள். என்னால் வர முடியாது என்று சொன்னேன் - எனக்கு அப்போது 15 வயது, அவர்களைவிட இளையவள், என்னிடம் நீச்சல் உடையும் இல்லை.

"நிச்சயமாக நீ வர வேண்டும். நீ என்னுடைய தங்கை." நெமேஷியா கலைந்திருந்த அவளுடைய அலமாரியைத் திறந்து ஒரு சிடுக்கலான நீல உடையை என்னிடம் சுண்டியெறிந்தாள். நான் அவள் படுக்கையறையிலேயே மாற்றிக் கொண்டு, அவளின் பளபளப்பான இளஞ் சிவப்பு படுக்கையின் எதிரே நீண்டிருக்கும் ஒரு முழு உயர கண்ணாடியின் பக்கம் திரும்பி கவர்ச்சிப் படம் போல போஸ் கொடுத்தது என் நினைவில் இருக்கிறது. நான் வயதேறியவளாகவும் இச்சை தூண்டும் உடல் கொண்டவளாகவும் உணர்ந்தேன். அங்கே, நெமேஷியாவின் படுக்கையறையில், நீச்சல் உடையில் என் உருவம் எனக்கே பிடித்திருந்தது. ஆனால் கடற்கரையில் என்னுடைய தைரியம் என்னை விட்டு போனது. யாரோ எங்கள் புகைப்படத்தை

எடுத்துக் கொடுத்தார்கள், வெயிலேறிய உடம்புடன் புன்னகைக்கும் ஒரு மனிதனுடன் நாங்கள் நிற்கும் படம். அது இன்னும் என்னிடம் இருக்கிறது. நெமேஷியாவும் அவள் தோழியும் மிக இயல்பாகத் தெரிந்தார்கள் அவ்வுடையில், கைகளை அம்மனிதனின் கழுத்தைச் சுற்றி போட்டிருந்தார்கள். அந்த மனிதன் - யார் அது? எப்படி எங்கள் புகைப்படத்திற்குள் அவர் வந்தார்? - அவருடைய கரம் நெமேஷியாவின் சிறிய இடுப்பை வளைத்திருந்தது. நான் அவளுக்குப் பக்கத்தில், என் கைகள் அவள் தோலின் மீது, ஆனால் ஏதோ அவளை தொடுவதற்கு பயந்தவள் போல நின்றுக்கொண்டிருந்தேன். அவள் என்னிடமிருந்து விலகி அம்மனிதனின் பக்கமாக சாய்கிறாள், வெள்ளையாகவும் பெரிதாகவும் ஒரு புன்னகையுடன். என்னுடைய தழும்பு என் கன்னத்தில் சாம்பல் ஒட்டியிருப்பதைப் போல இருந்தது. உதடுகள் மூடி நான் புன்னகைத்தேன், என் மற்றொரு கரம் என் மார்பின் முன் மடிந்திருந்தது.

என் அம்மா இறக்கும் வரை, நெமேஷியாவின் திருமணப் படத்தை தன் படுக்கைக்கு அருகே வைத்திருந்தார்: நெமேஷியாவும் அவள் கணவரும் புகைப்படக்காரருக்கு முன்னால் மரங்களடர்ந்த பின்னணியில் கைகளை பிணைத்து, ஒருவருக்கொருவர் முகம் பார்த்து புன்னகைத்துக் கொண்டிருந்தனர். நெமேஷியா என்னிடம் கொடுத்த புகைப்படம், அது காற்று அலையாத கூடத்தில் எடுத்த தரத்திலிருந்தது, அதில் நெமேஷியா மட்டும், ஏதோ படிகளில் அவளின் நீண்ட அங்கியை அவளைச் சுற்றி அமைத்து நின்றிருந்தாள். அவள் பாதி திரும்பி, புன்னகையின்றி, என்னால் விளங்கிக் கொள்ள முடியாத ஒரு பாவத்தை முகத்தில் அணிந்திருந்தாள். சிந்தனையுற்றவளாகவும் இல்லை, கல்லாகி உறையவும் இல்லை, பெருமை காட்டவும் இல்லை. அவள் பாவனை மகிழ்ச்சியற்று இல்லை, ஆனால் முழு முற்றாக அல்லாத ஒரு வெறுமை.

அவள் லாஸ் ஏஞ்சலீஸிற்கு சென்றபோது, நெமேஷியா எங்கள் நிலைப்பேழையின் மீதிருந்த பொம்மையை எடுத்துக் கொள்ளவில்லை. நாங்கள் ஆல்பகர்க்கிக்கு மாறிய போது அதுவும் எங்களுடனேயே வந்தது; நாங்கள் அதை நெமேஷியாவின் குழந்தைகளுக்காக பாதுகாத்தோம் என்று நினைக்கிறேன், ஆனால் அதை நாங்கள் வெளியில் சத்தமாகச் சொன்னதில்லை. பின்னால், என் அம்மா 1981ல் மறைந்த போது, நான் அதை அவர் வீட்டிலிருந்து கொண்டு வந்தேன், அங்கே பல வருடங்களாக நிலைப்பேழையின் மீது என் அம்மா வைத்திருந்தார். ஐந்து நாட்களுக்கு எங்கள் அடுக்ககத்தில்

மேஜையின் மீதுதான் அது இருந்தது, நான் நெமேஷியாவை அழைத்து அவள் அதை திரும்பவும் எடுத்துக் கொள்ளவிரும்புகிறாளா என்று கேட்டதற்கு முன்பு வரை.

"நீ எதை பற்றி பேசுகிறாய் என்று தெரியவில்லை." அவள் சொன்னாள். "நான் பொம்மையே வைத்துக் கொண்டது கிடையாது."

"உடைந்துபோன ஒன்று, நியாபகமிருக்கிறதா ?" என் குரல் நம்ப முடியாமல் மேலெழுந்தது. அவள் அதை மறப்பதற்கு சாத்தியமே இல்லையென்று பட்டது எனக்கு. வருடக்கணக்காக ஒவ்வொரு இரவும் நாங்கள் தூக்கத்தில் ஆழ்வதற்கு முன்னால் படுக்கையில் எங்களைப் பார்த்தபடி எங்கள் அறையிலேயே அது அமர்ந்திருந்தது, கோபம் கொழுந்துவிட்டு கிளர்ந்தது - அவள் பொய் சொல்கிறாள், அது பொய்யாகத்தான் இருக்க முடியும் - பிறகு, அணைந்தது.

நான் அப்பொம்மையின் மஞ்சள் ஆடை விளிம்பை தொட்டுக் கொண்டிருந்தேன், அப்போது நெமேஷியா அவளும் அவர் கணவரும் பனாமா கால்வாய் வழியாக மேற்கொள்ளப் போகும் கப்பல் பயணத்தை பற்றி என்னிடம் சொல்லிக் கொண்டிருந்தாள். "பத்து நாட்கள்," அவள் சொன்னாள், "அதற்குப் பிறகு நாங்கள் புவர்ட்டோ ரிக்கோ வில் மூன்று நாட்கள் தங்கப் போகிறோம். இது ஒரு புதுக்கப்பல், சூதாடுமிடமும், நீச்சல் குளங்களும், நடன அரங்கங்களும் கொண்டது. விருந்தினர்களுக்கு ராஜ உபசாரம் செய்வார்கள் என்று கேள்விப்பட்டேன்." அவள் பேசிக் கொண்டிருக்கையில், என் விரல்களை அப்பொம்மையின் தலையிலிருந்த விரிசல்களின் முகட்டில் ஓட்டிக் கொண்டிருந்தேன். அவள் குரலின் ஓசையை வைத்து, அவளுக்கு வயது ஏறவேயில்லை என்று என்னால் கற்பனை செய்துகொள்ள முடிந்தது, நானும் என் மொத்த வாழ்க்கையையும் நெமேஷியாவின் கதைகளை கேட்டே கழித்ததைப் போலத் தெரிந்தது.

"சரி பொம்மையை பற்றி என்ன சொல்கிறாய்?" அழைப்பை துண்டிக்கும் நேரம் நெருங்கியதும் நான் கேட்டேன். "நான் அதை உனக்கு அனுப்பி வைக்க விரும்புகிறாயா ?"

"என்னால் அது எப்படி இருக்குமென்று கற்பனை செய்யக்கூட முடியவில்லை," அவள் சொல்லி சிரித்தாள். "உனக்கு என்ன விருப்பமோ அதையே செய். என் வீட்டைச் சுற்றி பழைய பொருட்கள் கிடப்பதை நான் விரும்பவில்லை."

நான் அதை என்னை புண்படுத்தச் சொன்னதாகவே எடுத்துக் கொள்ள விழைந்தேன், அவள் என்னை மறுக்கிறாள், நாங்கள் பகிர்ந்து கொண்ட தாஹ்ஜிக்யூவின் எங்களின் சென்ற காலங்களை மறுக்கிறாள் என்றே நினைக்க ஆசைப்பட்டேன். அவள் கதைகளை நான் ஞாபகம் வைத்திருக்குமாறு என்னை விட்டுவிட்டு எவ்வளவு எளிதாக நெமேஷியா அத்தனை வருடங்களையும் அவளிலிருந்து விலகி விழுந்துவிட அனுமதித்துவிட்டாள் என்பதற்காகவே நான் மீண்டும் என்னுடைய பழைய பொறாமைக்குள் நழுவிச் சென்றுவிட எத்தனித்ததேன். ஆனால் அவள் என்னைப் பற்றி எதுவுமே சிந்திப்பதில்லை என்று தெரிந்துக் கொள்ளும் வயதை அப்போது அடைந்திருந்தேன்.

நெமேஷியா தன் வாழ்வின் மிச்ச காலத்தை லாஸ் ஏஞ்ஜலீஸில் கழித்தாள். நான் சேமித்து வைத்திருந்த விடுமுறைநாட்கள் ஒன்றில் போகைன்வில்லா சூழ்ந்திருந்த ஒரு தாழ்ந்த வீட்டில் அவளை சந்தித்தேன். அவள் உலகின் அத்தனை பொம்மைகளையும் வாட்டர் ஃபோர்டில் தயாராகும் பளிங்குப் பொருட்களையும் சேமித்து வைத்திருந்தாள், அவற்றை அவள் ஒரு கண்ணாடி பெட்டியில் காட்சிக்கு வைத்திருந்தாள். அவள் என்னை உணவு மேஜையில் அமர வைத்து ஒவ்வொரு பொம்மைகளாக வெளியே எடுத்தாள். "ஹாலந்து "என்று சொல்லி எனக்கு முன்னால் வைத்தாள். "இத்தாலி. கிரேக்கம்". அவள் சிறுமியாக இருந்தபோது நேரில் காண நேர்ந்தவற்றின் அறிகுறிகள் ஏதாவது அவள் முகத்தில் தென்படுகிறதா என்று பார்க்க முயன்றேன், ஆனால் அதில் ஒன்றுமேயில்லை.

நெமேஷியா ஒரு மதுக் கோப்பையை ஜன்னல் பக்கமாக தூக்கிப் பிடித்தாள். "பார், எவ்வளவு தெளிவு?" ஒளித் துகள்கள் அவள் முகத்தின் மீது படர்ந்து சென்றது.

●

ஜெனிபர் நன்சுபுகா மக்கும்பி

(Jennifer Nansubuga Makumbi)

உகாண்டாவில் பிறந்து வளர்ந்த மக்கும்பி இதுவரை ஒரு நாவலையும் ஒரு சிறுகதைத் தொகுப்பையும் வெளியிட்டுள்ளார். தன்னுடைய பள்ளிப் பருவத்தில் இருந்தே நாடகங்களை எழுதி மேடையேற்றிய இவர், இச்சிறுகதைக்காக 2014ல் 'காமென்வெல்த் சிறுகதை போட்டியில்' பரிசு வென்றார். இவரின் கதைகள் உகாண்டாவில் வாய்மொழிக் கதையாடல் மரபை அடிப்படையாகக் கொண்டவை. இம்முறைமையில் தன் கதைகளை அமைப்பதின் மூலமாக தன்னுடைய "காண்டா" கலாசாரத்திற்கு தான் நேர்மையாக இருப்பதாக இவர் உணர்கிறார். வளர்ந்த நாடு ஒன்றிற்கு புலம்பெயரும்போது நூறு ஆண்டுகளை ஒரு சொடுக்கில் கடந்து விடுவதினால் வரும் குழப்பங்களையும் தன் பூர்வீக நிலத்துடனான உறவுத் தடுமாற்றங்களையும் தன் கதைகளில் லேசான பகடியுடன் வெளிப்படுத்தி வருகிறார். தற்போது மேன்செஸ்டர் நகரில் வசிக்கிறார்.

இந்தக் கதையை சரியாகச் சொல்வோம்

(Let's tell this story properly)

ந்னாமின் வீட்டிற்கு இப்போது நீங்கள் சென்றால் சுவர் பெயிண்டின் வாசம் உங்கள் மூச்சை அடைக்கும் ஆனால் அவள் அதை மகிழ்வாக அனுபவிக்கிறாள். அவள் அம்மா கருவுற்றிருந்தபோது வீட்டின் வெளியே இருந்த ஒரு கழிப்பறையின், அது வெறும் ஒரு மலக்குழி, நாற்றத்தை தள்ளி நுகர்ந்து அனுபவித்ததைப் போல. அவள் அம்மா குழந்தை பிறக்கும்வரை அனைவரையும் அருவெறுப்புக் கொள்ளச் செய்யும்படி கழிப்பறையிலிருந்து சிறு தொலைவில் அமர்ந்துக் கொண்டு சாப்பிடுவதையோ அல்ல மற்ற வேலைகளையோச் செய்வாள். ஆனால் ந்னாம் கர்ப்பிணி இல்லை. அவள் பெயிண்ட் வாசத்தை அனுபவிப்பதற்கு காரணம் ஒரு வருடத்திற்கு முன் அவள் கணவன் இறந்து போனான், ஆனால் அவனின் வாசனை இங்கேயே சுற்றிக் கொண்டிருந்தது, அவன் உருவம் இங்குள்ள பொருட்களின் மீது படிந்திருந்தது, அவன் குரலை படுக்கையறையின் சுவர்கள் உறிஞ்சியிருந்தது: ஒவ்வொரு முறையும் ந்னாம் தூங்கப் போகும்போது, அச்சுவர்கள் அவன் குரலை ஒலி நாடாக்களைப் போல திரும்ப ஒலிக்கும். கடந்த வாரம், இந்தப் பெயிண்ட் கெயிட்டாவின் வாசத்தை மூழ்கடித்தது, படுக்கையறை சுவர்களும் அமைதியாக இருந்தது. இன்று, ந்னாம் பொருட்களிலிருந்த அவன் உருவத்தை துடைத்தெடுக்க திட்டமிட்டுள்ளாள்.

ஒரு வாரத்திற்கு முன்பு ந்னாம் பணியிலிருந்து ஒரு மாதம் விடுப்பு எடுத்திருந்தாள், அவளின் இரு மகன்களையும் லுமும்பா மற்றும் சங்காரா, உகண்டாவிலுள்ள தன் அப்பாவிடம் கெயிட்டாவின் இறுதிக் காரியங்களை செய்வதற்காக அனுப்பி வைத்திருக்கிறாள்.

அதனால்தான் அவள் நிர்வாணமாக இருக்கிறாள். வீட்டில் தனிமையில் அமைதியாக நிர்வாணமாக இருப்பது ஒருவகைச் சிகிச்சை. இப்போது ந்னாம் புரிந்துக் கொண்டாள் மக்கள் ஏன் தன் புத்தியை இழக்கும்போது அவர்களின் முதல் அனிச்சையான செயலாக இருப்பது தன்னை அம்மணமாக்கி கொள்வது என்பது. ஆடைகள் உங்களை கட்டுப்படுத்துகிறது. ஆனால் நாள் முழுதும், ஒரு வாரத்தின் ஒவ்வொரு நாளும் நிர்வாணமாய் உங்கள் வீட்டில் நடந்து பார்க்கும்வரை அதை நீங்கள் உணர்வதில்லை.

*

கெயிட்டா அவனின் காற்சட்டைகள் கீழே அவிழ்ந்து விழுந்தபடி குளியலறையில் இறந்து கிடந்தான். அவனுக்கு அப்போது நாற்பத்தி ஐந்து வயது, குலைந்து விழுவதற்கு முன்னால் அவன் காற்சட்டைகளை அணிந்துக் கொண்டிருந்திருக்கலாம். அது ஈஸ்டர் என்பதால் மேலும் அவமானமாக இருந்தது. யார் ஈஸ்டர் அன்று அம்மணமாக இறப்பார்கள்?

அன்று காலை, அவன் எழுந்து கால்களை தொங்கப் போட்டான். எழுந்து நின்று பிறகு யாரோ பின்னால் இழுத்ததைப் போல மீண்டும் அமர்ந்துக் கொண்டான். பிறகு கைகளை தன் நெஞ்சின் மீது வைத்து கவனித்தான். ந்னாம், சுவரையடுத்து படுத்திருந்தவள் தலையை திருப்பி தன் முழங்கைகள் மீது வைத்து கேட்டாள்,

“என்ன?”

“நான் இன்னும் சரியாக விழித்துக் கொள்ளவில்லை என்று நினைக்கிறேன்,” அவன் கொட்டாவி விட்டான்.

“அப்படியெனில் திரும்ப வந்து படுங்கள்”

ஆனால் கெயிட்டா எழுந்து நின்று ஒரு துவாலை எடுத்து இடுப்பில் சுற்றிக்கொண்டான். கதவருகே சென்று திரும்பி ந்னாமிடம் சொன்னான்,

“நீ மீண்டும் உறங்கு. பையன்களுக்கு நான் காலையுணவு தருகிறேன்.”

லுலும்பா அவளை எழுப்பினான். அவன் கழிப்பறைக்குச் செல்ல வேண்டும்” ஆனால் அப்பா வெளியே வருவதாகயில்லை. “கழிப்பறையையும் குளியலறையையும் ஒன்றாக வைத்த கட்டிட அமைப்பாளர்களைத் திட்டியபடியே ந்னாம் எழுந்து வந்தாள். அவள் கதவை தட்டி ”நான்தான்” என்றபடி திறந்தாள்.

கெயிட்டா தரையில் கிடந்தான், அவன் தலை ஹீட்டர் அருகேயும் வயிறு கால் விரிப்பு மீதும் கிடந்தது. இடுப்பு துண்டின் ஒரு முனை மலக்கிண்ணத்தின் உள்ளேயும் மறுமுனை தரையிலும், கணுக்கால்வரை சுருட்டப்பட்டிருந்த உள்ளாடையைத் தவிர அவன் முழு அம்மணமாக இருந்தான்.

ந்னாம் கூச்சல் போடவில்லை. ஒருவேளை அவள் லுலும்பா வந்து தன் அப்பாவை நிர்வாணமாக பார்த்துவிடுவானோ என்று பயந்திருக்கலாம். கெயிட்டா கண்களை மூடி வெறும் மயக்கமடைந்ததைப் போல் காணப்பட்டதாலும் இருக்கலாம். அவள் கதவை மூடி அவன் பெயர் சொல்லி அழைத்து, அவன் உள்ளாடைகளை மேலேற்றிவிட்டாள். கழிவறை கிண்ணத்திலிருந்துதுண்டை வெளியே எடுத்து அதை குளியல் தொட்டிக்குள் எறிந்தாள். பிறகு சத்தம் போட்டாள்,

"போனை கொண்டு வா, லும்."

லுலும்பா அவளிடம் போனை கொடுத்தபோது அவள் கதவு முழுதும் திறவாமல் இருக்குமாறு பிடித்துக் கொண்டாள்.

"உன் அப்பாவின் அங்கியையும் கொண்டு வா," அவள் சொன்னாள், எண்களை அழுத்தியபடி.

அவள் கதவை மூடி கெயிட்டாவை அவன் பழுப்பு நிற அங்கியால் மூடினாள்.

தொலைபேசியில், ஆம்புலன்ஸ் வரும் வரை அவள் என்ன செய்ய வேண்டும் என்று செவிலி அவளிடம் சொல்லிக் கொண்டிருந்தாள்.

மீட்டெழுப்பும் நிலையில் அவரைத் திருப்பவும்...அவரை கதகதப்பாக வைத்திருக்கவும்...அவரிடம் நீங்கள் தொடர்ந்து பேச வேண்டும்... அவருக்குநீங்கள் பேசுவதை கேட்குமாறு பார்த்துக் கொள்ளவும்..."

துணை மருத்துவர்கள் வந்தபோது, அவர்களிடம் அன்று காலை கெயிட்டா திரும்பவும் கட்டிலில் விழுந்ததுதான் தான் கவனித்த ஒரே விஷயம் என்று ந்னாம் விளக்கினாள். தன் மகன்களிடம் விளக்கியபோது அவள் கண்களில் நீர் மூண்டது, "அப்பாவிற்கு உடல் நலமில்லை ஆனால் தேறிவிடுவார்."

அவள் ஆடை மாற்றிக்கொண்டு, மகன்களை அழைத்துக் கொண்டு போகுமாறு தன் தோழிக்கு போனில் சொன்னாள்.

துணை மருத்துவர்கள் குளியறையிலிருந்து வெளியே வந்தபோது, கெயிட்டாவிற்கு ஆக்சிஜன் முகமூடி போடப்பட்டிருந்தது அவளுக்கு நம்பிக்கையை தந்தது. அவள் தோழி சிறுவர்களை கூட்டிச் செல்ல இன்னும் வராததால் ந்னாமால் ஆம்புலன்ஸில் செல்ல முடியவில்லை. எந்த மருத்துவமனையில் கெயிட்டா சேர்க்கப்பட்டிருக்கிறான் என்பதை துணை மருத்துவர்கள் இவளை அழைத்து சொல்வார்கள்.

*

அவள் அவசரப் பிரிவிற்கு வந்தபோது, ஒரு வரவேற்பாளர் அவளை அமரச் செய்து காத்திருக்கச் சொன்னார். பிறகு ஒரு இளம் செவிலி வந்து கேட்டாள்,

“உங்களுடன் யாராவது வந்திருக்கிறார்களா?”

ந்னாம் தலையசைத்ததும் செவிலி மறைந்து போனாள். சில கணங்கள் கழித்து, அதே செவிலி திரும்பி வந்து கேட்டாள்,

“நீங்களே கார் ஒட்டி வந்திருக்கிறீர்களா?”

அவள்தான் ஓட்டவேண்டும், செவிலி திரும்பவும் சென்றார்.

“மிஸஸ். கெயிட்டா?”

ந்னாம் தலை நிமிர்த்தி பார்த்தாள்.

“என்னுடன் வாருங்கள்.” அவர் ஒரு ஆப்பிரிக்க செவிலி.

அவர் ந்னாமை ஆலோசனை அறைக்கு அழைத்துச் சென்று அமரச் சொன்னார்.

“டாக்டர் உங்களை விரைவில் வந்து சந்திப்பார்,” கதவை மூடிச் சென்றார்.

தற்போது, ஏறத்தாழ இளமையானவராக தெரிந்த ஒரு டாக்டர் நீல நிற அறுவை சிகிச்சை ஆடையுடன் வந்து தன்னை அறிமுகப்படுத்திக் கொண்டார்.

“மிஸஸ். கெயிட்டா, என்னை மன்னிக்கவும். எங்களால் உங்கள் கணவரை காப்பாற்ற முடியவில்லை; அவர் இறந்துதான் கொண்டு வரப்பட்டார்.” அவர் குரல் மென்பட்டென மென்மையாக இருந்தது. “நாங்கள் செய்வதற்கு எதுவும் இல்லை. உங்கள் இழப்பிற்கு நான் வருந்துகிறேன்.” அவரின் கைகள் அவர் மார்பில் ஒன்றின் மீது

ஒன்று குறுக்காக அமைந்தது. ஒரு கை அவரின் உதட்டை கிள்ளியது, "நாங்கள் உங்களுக்கு வேறு ஏதாவது வகையில் உதவ முடியுமா?"

பிரிட்டனில் துயரம் அந்தரங்கமானது - ஊரில் பெண்கள் எப்படி இதற்கு தாங்களாக முன்வந்து குலவையிட்டு சத்தமெழுப்புவார்கள் என்று உங்களுக்கு தெரியும். அது எதுவும் கிடையாது. உங்களுடைய துக்கத்தை அடுத்தவர் மீது நீங்கள் திணிக்க முடியாது. ந்னாம் சற்று நிலை மீண்ட பிறகு அவள் வேகமாக ஒப்பனையறைக்குச் சென்று கழிநீர்த் தொட்டியை பிடித்துக் கொண்டாள். அவள் முகம் கழுவி வெளியே சென்றபோதுதான் உணர்ந்தாள் அவள் கைப்பை அவளிடம் இல்லையென. அவள் மீண்டும் ஆலோசனை அறைக்குச் சென்றாள். அந்த ஆப்பிரிக்க செவிலி அதை வைத்துக் கொண்டிருந்தாள்.

அவள் பெயர் லெசெகோ. அவளால் ஏதாவது செய்ய இயலுமா? ந்னாம் தலையசைத்தாள். நீங்கள் தொலைபேசி உதவிக்கு அழைக்க யாராவது இருக்கிறார்களா? இந்த நிலையில் உங்களால் வண்டி ஓட்டிச் செல்ல முடியாது. ந்னாம் இல்லையென்று சொல்லும் முன்னரே லெசெகோ சொன்னார்,

"உங்களுடைய போனை கொடுங்கள்."

ந்னாம் அதை அவரிடம் கொடுத்தாள்.

அதில் தொடர்பு எண்களை ஒவ்வொன்றாக கீழே உருட்டியபடி அதன் பெயர்களை வாசித்து காட்டினார். ந்னாம் தலையசைத்தபோது, லெசெகோ அந்த எண்ணை அழைத்துச் சொன்னார், - ஆமாம் நான் மேன்செஸ்டர் ராயல் மருத்துவமனையில் இருந்துதான் அழைக்கிறேன்... இதை நான் உங்களிடம் தெரிவிப்பதற்காக வருத்தப்படுகிறேன்... மிஸஸ். கெயிட்டா இன்னும் இங்குதான் இருக்கிறார்... ஆம் நிச்சயமாக. நீங்கள் வரும்வரை நான் அவருடன் இருப்பேன்.

மருத்துவமனையை விட்டு வெளியேறுவதுதான் கடினமாக இருந்தது. உங்களுக்கு இரண்டு வாழைப்பழங்களின் தோல் ஒன்றோடு ஒன்று சில சமயங்களில் ஒட்டியிருப்பது தெரியும்தானே, அதை நீங்கள் இரண்டாகப் பிரித்து ஒன்றை மட்டும் சாப்பிடுவீர்கள்தானே? அதைப் போலத்தான் ந்னாம் உணர்ந்தாள்.

*

ந்னாம் குளியலறையை சுத்தம் செய்யத் தொடங்கினாள். அத்தரை நீலநிறத்தில் சிறு மொசைக் வினைல் கற்களால்

மாற்றியமைக்கப்பட்டிருந்தது. தரை விரிப்பான்களை துணிக்கூடையில் போடாமல் குப்பைப் பையில் போட்டாள். அலமாரிக்குச் சென்று சுத்தமான விரிப்புகளை எடுக்கப் போனாள் ஆனால் அங்கிருந்த எல்லாவற்றையும் எடுத்துக் கொண்டு வந்து அவற்றையும் அப்பையில் போட்டு அடைத்தாள்: அவற்றில் ஒன்றின் மீதுதான் கெயிட்டாவின் வயிறு இறந்து கிடந்தது. பிறகு அவள் குளியல் தொட்டி, கழிப்பிடம், கை அலம்பும் இடம் அத்தனையையும் வெளுக்கும் பொடி கொண்டு கழுவினாள். குளியல் திரையையும் கொக்கியிலிருந்து அகற்றி அதையும் குப்பைப் பையில் போட்டாள். நிலைப்பெட்டியைத் திறந்தபோது அதில் மின் சவரமும் மழித்த தாடையில் பூசும் பொடியும் நறுமண நீரும் இருந்தது. அவையும் குப்பைப் பைக்குள் போனது. நிலைப்பெட்டியின் உள்ளே அலமாரிகளில் பூஞ்சை சேர்ந்திருந்தது. சுவரிலிருந்து பெட்டியைப் பிரித்தெடுத்து முன் கதவருகே கொண்டு சென்றாள். அதை பின்னர் தூர எறிந்துவிடுவாள். அவள் திரும்பி வந்தபோது, குளியலைறை விசாலமாகவும் காற்றோட்டமாகவும் இருந்தது. குப்பைப் பையை வாயை இறுகக்கட்டி அதையும் முன் கதவருகே கொண்டு சென்றாள்.

ந்னாமை சந்திப்பதற்கு முன்னால் கெயிட்டாவிற்கு இரண்டு குழந்தைகள் இருந்தது. அவர்களின் அம்மாவிடமே உகாண்டாவில் அவர்களை விட்டு வந்திருந்தான். ந்னாமை சந்திப்பதற்கு வெகு காலம் முன்னால் அவனுக்கும் அவர்களின் அம்மாவிற்குமான உறவு முறிந்திருந்தது. பல சந்தர்பங்களில் ந்னாம் அக்குழந்தைகளை பிரிட்டனுக்கு கூட்டிவரச் சொல்லியிருக்கிறாள். ஆனால் அவன் சொன்னான்,

“அவர்கள் அம்மாவைப் பற்றி உனக்குத் தெரியாது; அக்குழந்தைகள் தான் அவளின் பணம் கறக்கும் பசு.”

இருப்பினும் அவனின் குழந்தைகள் தந்தையின்றி வளர்வதைப் பற்றி ந்னாம் நிம்மதியற்றிருந்தாள். ஒவ்வொரு வார இறுதியும் அவன் தன் குழைந்தைகளை போனில் அழைக்க வேண்டும் என்று கேட்டுக் கொண்டாள்: அதற்காகவே தனி தொலைபேசி அட்டைகளையும் வாங்கியிருந்தாள். அவர்களைப் பார்க்க அவன் உகாண்டா சென்றபோதெல்லாம், அவர்களுக்காக அவள் ஆடைகள் வாங்கி கொடுத்தனுப்பினாள்.

கெயிட்டா மற்ற உகாண்டா ஆண்களைப் போல் அல்லாமல், தான் வருவதற்கு முன்னேயே இங்கு வந்து குடியேறிவிட்ட

பெண்களுடனான மேற்கத்திய திருமணங்களினால் உருவாகும் சூழல் மாறுதல்களுக்கு தன்னை நன்றாக பொருத்திக் கொண்டான். சமீப காலத்தில்தான் ஊரிலிருந்து வந்திருக்கும் ஒரு மணமகன், பிரித்தானிய-திறம் கொண்ட மனைவியினால் கலாச்சார அதிர்வுக்குள்ளாகி அவள் முன்னே கையாலாகதவனாக உணரத் தொடங்கும்போது இதைப் போன்ற பல திருமணங்கள் தேய்ந்துவிடுவதுண்டு. அவர்களுக்கு தங்கள் திருமணத்தை ஒரு சிறிய அளவில் ஏற்பாடு செய்துக் கொள்ளத்தான் வசதி இருந்தது, அவர்களால் இரண்டு குழந்தைகளுக்கான செலவுகளை மட்டுமே ஏற்க முடியும். மாதத்தின் இறுதியில் அவர்கள் இருவரின் சம்பாத்தியத்தையும் ஒன்றாகத் திரட்டுவார்கள்: கெயிட்டா G4Sல், பாதுகாப்பு சேவை வழங்கும் நிறுவனத்தில் வேலை பார்த்தான் அதனால் ஒப்புநோக்க அவனின் சம்பளம் குறைவாக இருக்கும். ஆனால் அதை ஈடு செய்வதற்கு அவன் பல பகுதி நேர வேலைகளையும் செய்தான். வீட்டுச் செலவுகளுக்கும் மற்றவற்றிற்கும் பணம் செலுத்திய பின், ஊரில் உள்ள குழந்தைகளுக்கு அனுப்ப வேண்டிய பணத்தை அதிலிருந்து கழித்துக் கொள்வார்கள். மேலும், சில நேரங்களில் ஏதாவது குடும்ப சங்கதிகளுக்காக சிறிது ஒதுக்கப்படும் - யாராவது இறந்திருப்பார்கள், யாருக்காவது திருமணம் நடக்கும்.

கெயிட்டாவை சந்திப்பதற்கு முன்னால் கிராமப்புற கலுலேவில் ஒன்பது ஏக்கருக்கு ஒரு நிலத்தை வாங்கியிருந்தாள் ந்னாம். சில தசமங்கள் மேண்செஸ்டரில் கழித்த பிறகு, அவள் கிராமப்புற உகாண்டாவில் ஓய்வெடுப்பதை தன் கனவாக கொண்டிருந்தாள். ஆனால் கெயிட்டா வந்த பிறகு கம்பாலாவில் நிலம் வாங்கி நகரத்தில் முதலில் ஒரு வீடு கட்டலாம் என்று யோசனை சொன்னான்.

“நாம் இன்னும் அடுத்த இருபது வருடங்களில் வாழப் போகாத கலுலே கிராமத்தில் எதற்கு ஒரு வீடு கட்ட வேண்டும்? ஒருவரும் அங்கு வாடகைக்கு வர மாட்டார்கள். நகரத்தில் இருக்கும் வீட்டிலிருந்து வரும் வாடகையை வைத்து நாம் கலுலேவில் நம் அடுத்த வீட்டை கட்டிக் கொள்ளலாம்.”

அது அர்த்தமுள்ளதாக இருந்தது.

அவர்கள் ந்சங்கியில் சிறிது நிலம் வாங்கினார்கள். ஆனால் ந்னாமின் அப்பாவிற்கு, அவர்தான் அவர்களுக்காக நிலம் வாங்கினார், பெரும்பகுதி பணம் தன் மகளிடமிருந்துதான் வந்தது என்று தெரியும். அவள் பெயரில் தான் அவர் பத்திரங்களைப் பதிவு செய்தார்.

ஆனால் கெயிட்டா தான் ஒதுக்கப்பட்டுவிட்டதாய் கண்டனம் தெரிவித்தபோது, ந்னாம் அவள் அப்பாவிடம் எல்லாவற்றையையும் கெயிட்டாவின் பெயருக்கே மாற்றுமாறு சொல்லிவிட்டாள்.

ஏனென்றால், மொத்த குடும்பமும் சென்று பார்த்து வர அவர்களால் செலவு செய்ய முடியாது. கெயிட்டா மட்டும் தொடர்ந்து உகாண்டாவிற்கு பறந்து போய் வீட்டைப் பார்த்து வருவான். ஆனாலும் அதை கட்டியதென்னவோ ந்னாமின் அப்பாதான், அவர்தான் பண விஷயங்களில் அவள் நம்பும் ஒரே ஆள், அவர் ஒரு கட்டிட பொறியாளரும் கூட. வீடு கட்டி முடிந்ததும் அதில் குடி வைக்க ஆட்களை கெயிட்டாவே தேடி பிடித்தான். இது 1990ல், அவன் இறப்பதற்கு ஆறு வருடங்களுக்கு முன்னால். அதுவரை அதே வாடகைக்காரர்களே அங்கு இருந்தனர். ந்னாம் அந்த வீட்டைப் பார்க்க சென்றிருக்கிறாள், வாடகையாட்களையும் சந்தித்திருக்கிறாள்.

ந்னாம் தற்போது படுக்கையறையை சுத்தம் செய்கிறாள். ஜன்னல் அடிக்கட்டை இன்னும் அழுக்கு படிந்தே இருந்தது. கெயிட்டா அதில் அவனுடைய பணப்பை, கார் சாவிகள், மூக்குக் கண்ணாடி மற்றும் G4S அடையாள அட்டை எல்லாவற்றையும் இரவில் அதன் மீதுதான் வைப்பான். ஒருமுறை ஏதொவொரு படிவத்தை ஜன்னலருகில் அது திறந்திருந்த போது வைத்தான். மழை பெய்து அந்தக் காகிதம் நனைந்தது. மை கரைந்து அதன் வண்ணம் அக்கட்டையின் மீது பரவிக் கறையாக்கியது. ந்னாம் கடின கறை நீக்கிகளை அதன் மீது அடித்து பார்த்தாள். ஆனால் மை விட்டுக் கொடுப்பதாக இல்லை. வெளுக்கும் பொடியிடமே மீண்டும் சென்றாள்.

அவள் துணி அலமாரியில் இருந்து பழைய கைப்பைகளையும் காலணிகளையும் துடைத்து எடுத்தாள். கெயிட்டாவின் துணிகளை அவன் புதைக்கப்பட்ட உடனேயே தொண்டு நிறுவனங்களுக்கு அனுப்பி விட்டாள். ஆனால் ஒரு பெல்ட்டும் ஒரு ஜோடி உள்ளாடைகளும் பைகளுக்கு பின்னால் இருப்பதை பார்த்தாள். அவனின் வாசம் இன்னும் இங்கேயே உலாவிக் கொண்டிருப்பதற்கு அதுவும் கூட காரணமாக இருக்கலாம். சுத்தம் செய்த பிறகு ஒரு வாசனை மாத்திரையை துணி அலமாரி இருக்கும் தரையில் போட்டு வைத்தாள்.

கெயிட்டா இறந்த முதல் வாரத்தில் உகாண்டா மக்கள் அவளைச் சுற்றி அணி திரண்டனர். ந்னாம் அழுகைக்கும் தூக்கத்திற்கும் இடையில் மிதந்துக் கொண்டிருந்தபோது, ஆண்கள் சவக்கிடங்கு

சம்பந்தமான பிரச்சினைகளை சமாளித்துக் கொண்டனர், பெண்கள் வீட்டைப் பார்த்துக் கொண்டனர். அவர்கள் மேண்செஸ்டரில் இறுதி அஞ்சலிக்கான தயாரிப்புகளை செய்தனர் மற்றும் நிதி திரட்டும் இயக்கத்திற்கும் அவர்கள் மூளையாக இருந்து செயல்பட்டனர்.

"நம்மில் ஒருவரை நாம் பனியில் புதைக்கப்போவதில்லை."

அந்த வாரம் முழுதும், பெண்கள் அவர்களின் பணி நேரத்திற்கு ஏற்றவாறு ந்னாமின்வீட்டிற்கு வந்து குழந்தைகளை பார்த்துக்கொண்டு பிறகு வேலைக்குச் சென்றனர். அவளின் இரண்டு நண்பர்கள் விடுப்பு எடுத்து அவளுடன் உகாண்டாவிற்கு செல்ல விமானச் சீட்டுகளை வாங்கினர்.

அவள் தனக்கான பயணச் சீட்டுகளை வாங்கியபோதுதான் தோன்றியது, உகாண்டாவில் இறுதி காரியங்கள் எங்கே நடக்கப் போகிறது? அவளது வீட்டில் வாடகைக்காரர்கள் குடியிருக்கிறார்களே. அவள் தன் தந்தையை அழைத்தாள். அவர் கெயிட்டாவின்

குடும்பம் இதைப் பற்றி எதுவும் சொல்ல முன்வரவில்லை என்றார்.

"முன் வரவில்லையா?"

"மழுப்பலாகப் பேசுகிறார்கள்."

"அப்படியா? ஏன்?"

"அவர்கள் ஏழை கிராமத்தான்கள், ந்னாமேயா: அவனைத் திருமணம் செய்து கொண்டபோதே உனக்கு இதெல்லாம் தெரியும்தானே."

ந்னாம் அமைதியாக இருந்தாள். அவள் அப்பா எப்போதுமே அப்படித்தான். அவருக்கு கெயிட்டாவை பிடிக்காது. கெயிட்டா படித்து பட்டம் பெற்றவன் இல்லை, நல்ல குடும்பப் பின்புலமும் இல்லை.

"நீ கெயிட்டாவை கொண்டு வா. நீ இங்கு வந்த பிறகு என்னவென்று பார்ப்போம்," அவர் கடைசியாக சொன்னார்.

என்டெப்பி விமான நிலையத்தில் கெயிட்டாவின் குடும்பத்தை அவள் பார்த்த உடனே, ஏதோ தவறாக இருக்கிறது என்பதை தெரிந்துக் கொண்டாள். அவள் இதற்கு முன் சந்தித்த உடன் பிறந்தவர்கள் இல்லை அவர்கள், அவளிடம் நட்பாகவும் அவர்கள் நடந்து கொள்ளவில்லை. அவள் தன் குடும்பத்தினரிடம் கெயிட்டாவின்

உண்மையான குடும்பம் எங்கே என்று கேட்டபோது "அதுதான் அந்த உண்மையான குடும்பம்." என்று சொன்னார்கள்.

ந்னாம் நீண்ட நேரம் தாடையை தடவிக் கொண்டிருந்தாள். அவள் காதுக்குள் எதிரொலிகள் கேட்டது. சவப்பெட்டி சுங்க பரிசோதனையிலிருந்து விடுவிக்கப் பட்டதும், கெயிட்டாவின் குடும்பம் அதை பெற்றுக் கொண்டு அவர்கள் கொண்டு வந்திருந்த வண்டியில் ஏற்றிவிருட்டென ஓட்டிச் சென்றனர்.

ந்னாம் அதிர்ச்சியில் வாய் பிளந்து நின்றாள்.

"நான் அவனை கொன்று விட்டேன் என்று அவர்கள் நினைக்கிறார்களா என்ன? என்னிடம் பிரேத பரிசோதனை அறிக்கை இருக்கிறது.

"பிரேத பரிசோதனையா? அதைப் பற்றி யார் கவலைப் படுகிறார்கள்?"

"ஒருவேளை அப்பா அவர்களின் குடும்பத்தை ஏதோவொரு சந்தர்ப்பத்தில் அவமானப்படுத்தியிருக்கலாம்," ந்னாம் அவள் அப்பாவின் பகட்டுத்தனத்தை பழி சொல்லத் தொடங்கினாள். "ஒருவேளை அவர்கள் நம்மை போலியானவர்கள் என்று எண்ணுகிறார்களோ."

கெயிட்டாவின் உடன் பிறந்தவர்களைப் பின் தொடர அவள் தன் குடும்பத்தின் வண்டிகளில் ஒன்றில் ஏறிக் கொண்டாள்.

"இல்லை, பகட்டெல்லாம் இல்லை," மேயா, ந்னாமின் மூத்த அண்ணன் அமைதியாகக் கூறினார். பிறகு பின் இருக்கையில் அமர்ந்திருக்கும் ந்னாமிடம் திரும்பி சொன்னார், "ந்னாமேயா, நீ தைரியமாக இருக்க வேண்டும் என்று நினைக்கிறேன்."

அதற்கு என்ன அர்த்தம் என்று கேட்பதற்கு பதிலாக, ந்னாம் முகத்தில் குத்து ஒன்று வாங்குவதற்கு தயார் ஆகுபவள் போல் வாயைத் திருகி பற்களை கடித்தாள்.

"கெயிட்டா... திருமணமானவர். அவர் உன்னிடம் சொன்னது போலவே அவருக்கு இரண்டு வளர்ந்த குழந்தைகள் உண்டு, ஆனால் அவர் இங்கு வந்து சென்ற சில முறைகளில், அந்த மனைவியுடனேயே அவருக்கு மேலும் இரண்டு குழந்தைகள் பிறந்திருக்கிறது."

ந்னாம் எந்த உணர்ச்சியும் காட்டவில்லை. அவளது கீழ் முன் பற்களில் இழையைப் போல ஏதோ ஒன்று சிக்கியிருந்தது. எரிச்சலில் அவள் நாக்கு அதை குத்திக் கொண்டிருந்தது. இப்போது அதை அவளது கட்டை விரல் நகத்தால் எடுத்து விட்டாள்.

"அவர் இறந்த பிறகுதான் நாங்கள் இதை கண்டு பிடித்தோம் ஆனால் நீ இங்கு வந்து எங்களுடன் இருக்கும் வரையில் உன்னிடம் சொல்ல வேண்டாம் என்று அப்பா சொல்லிவிட்டார்."

அந்த வண்டியில் அவளுடன் மூன்று அண்ணன்கள் இருந்தார்கள். அவளுடைய அக்காள்கள் பின்னாடி வரும் மற்றோரு வண்டியில். அவள் மகன்களும் அப்பாவும் இன்னொன்றில்; அத்தைகளும் மாமன்களும் மேலும் இருந்த இன்னொரு வண்டியில்.

ந்னாம் அமைதியாக இருந்தாள்.

"நாம் அவர்களை நிறுத்தி இன்னும் எவ்வளவு தொலைவு செல்லப் போகிறோம் என்று கேட்கவேண்டும், நம் வண்டியில் பெட்ரோல் நிரப்ப வேண்டியிருக்கலாம்," மற்றொரு அண்ணன் சவப்பெட்டி இருந்த வண்டியை சுட்டிக்காட்டி சொன்னான்.

ந்னாம் அப்பொழுதும் அமைதியாகவே இருந்தாள். அவள் 'கிவுடுவுடு' ஆக இருந்தாள், துண்டிக்கப்பட்ட ஒரு முண்டமாக - உணர்வுகள் இல்லை.

அவர்கள் ந்டீபா ரவுண்டானாவிற்கு வந்ததும் சவப்பெட்டி வண்டி வேகமெடுத்து மாசாக்கா பாதையில் திரும்பியது. ந்டீபா நகரத்திற்குள் ஒரு மரக்கடை அருகே அந்த வண்டியை முந்தி அதை நிறுத்துமாறு கையசைத்தனர். ந்னாமின் அண்ணன்கள் வண்டியிலிருந்து வெளியேகுதித்து கெயிட்டாகுடும்பத்தினரிடம் சென்றனர். ந்னாம் இன்னமும் அவள் பல்லில் சிக்கிய வேறு எதையோ எடுத்துக் கொண்டிருந்தாள். பாதி உலர்ந்தமரத்தண்டுகள்மற்றும்மரத்தூள்களின் பூஞ்சை மணம்தான் ந்டீபாவின் அடையாளம்.

கனத்த பலகைகள் ஒன்றின் மீது ஒன்று விழுந்து உருண்டது. பலகைகள் வெட்டப்படுவது, புற்களை அறுப்பது போன்ற ஒரு சத்தத்தை எழுப்பியது. அவள் சாலையின் மறுபக்கம் பார்த்தாள், கார் கழுவும் வசதியுடன் ஒரு பெட்ரோல் நிலையம் இருந்தது. அவள் புன்னகைத்தாள்,

"நீ தைரியமாக இருக்க வேண்டும் நெமேயா..." அவளுக்கு ஏதோ வேறு வழி ஒன்று இருப்பதைப் போல.

“எவ்வளவு தூரம் போகிறோம்?” மேயா கெயிட்டாவின் உடன்பிறந்தவர்களிடம் கேட்டார். “நாங்கள் வண்டியில் பெட்ரோல் நிரப்ப வேண்டியிருக்கலாம்.”

“ங்சாங்கி வரைதான் செல்கிறோம்,” அவர்களில் ஒருவன் பதில் சொன்னான்.

“எங்களை தொலைத்து விட முயற்சிக்காதே; நாங்கள் போலீஸை அழைப்போம்.”

முரட்டுத்தனமாக வண்டி அங்கிருந்து கிளம்பியது. மூன்று அண்ணன்களும் வண்டிக்கு திரும்பியதும் ங்னாமிடம் தெரிவித்தார்கள்.

“ங்னாம், அவர்கள் அவனை ங்சாங்கிக்குத்தான் எடுத்துச் செல்கிறார்கள்; ங்சாங்கியில் இருக்கும் உன் வீடு வாடகைக்குத்தானே விடப்பட்டிருக்கிறது?”

விறைத்து மேல் நிமிர்ந்த காதுகளுடைய நாயைப் போல, ங்னாம் எழுந்து உட்கார்ந்தாள். அவள் கண்கள் ஒரு அண்ணனிடமிருந்து மற்றொருவருக்கு பின் அடுத்தவருக்கு என நகர்ந்தது, ஏதோ அவர்கள் முகங்களில் அதற்கான பதில் எழுதப்பட்டிருக்கிறது என்பதைப் போல.

“அப்பாவிற்கு போன் செய்து கொடுங்கள்,” அவள் சொன்னாள்.

மேயா செல்பேசியின் ஒலிபரப்பியை உயிர்ப்பித்தான். அவர்கள் அப்பாவின் குரல் அதில் ஒலித்தபோது ங்னாம் கேட்டாள்,

“அப்பா, ங்சாங்கி வீட்டின் உரிமைப் பத்திரங்கள் உங்களிடம் இருக்கிறதா?”

“அவை சேமிப்பு பேழையில் பத்திரமாக இருக்கிறது.”

“அவை அவர் பேரில் இருக்கிறதா?”

“நான் என்ன முட்டாளா?”

ங்னாம் கண்களை மூடினாள். “நன்றி அப்பா நன்றி அப்பா நன்றி நன்றி நன்றி.”

அவர் பதில் சொல்லவில்லை.

“கடைசியாக எப்போது வாடகை கொடுக்கப்பட்டது?”

“மூன்று வாரங்களுக்கு முன்னால். எங்கே இருக்கிறாய்?”

“அதைத் தொடாதீர்கள் அப்பா,” அவள் சொன்னாள். “நாங்கள் ந்டீபாவில் இருக்கிறோம். இறுதி சடங்கிற்கு இதற்கு மேல் எந்தப் பணமும் நாம் செல்வழிக்கப் போவதில்லை. அவர் குடும்பமே அவரைப் புதைக்கட்டும்: ஏதாவதொரு குழியில் அவரை அடைத்து வைப்பார்களென்றாலும் எனக்கு அக்கறை இல்லை. அவர்கள் அவரை ந்சாங்கிக்கு எடுத்துச் செல்கிறார்கள்.”

“ந்சாங்கியா ? எனக்கு புரியவில்லை.”

“எங்களுக்கும்.”

ந்னாம் அவளது செல்பேசியை அணைத்தபோது அண்ணன்களிடம் சொன்னாள், “வீடு பத்திரமாக இருக்கிறது,” ஏதோ அவர்கள் அந்த உரையாடலைக்கேட்கவில்லை என்பதைப் போல. “இப்போது இறுதிப் பிரார்த்தனையை அவர்கள் விரும்பினால் ஒரு குகையில் கூட வைத்துக் கொள்ளட்டும்.”

அண்ணன்கள் பதில் எதுவும் சொல்லவில்லை.

“நாம் அங்கு சென்றதும்,” ந்னாமின் குரலில் இப்போது உயிர் இருந்தது, “என்ன நடக்கிறது என்று நீங்கள் கண்டுபிடியுங்கள்; நான் காரிலேயே இருப்பேன். பிறகு நீங்கள் என்னை மீண்டும் நகரத்திற்கு அழைத்துச்செல்ல வேண்டும்: நான் ஒரு நல்ல சலூனுக்கு சென்று என்னை நான் சுகப்படுத்திக் கொள்ள வேண்டும். பிறகு ஒரு நான் ஒரு நல்ல ‘புஸ்ஸுட்டி’ வாங்கி அணிந்துக் கொள்வேன். இனி நான் ஒரு விதவையல்ல.”

“அதெல்லாம் அவசியம் இல்லை...” மேயா சொன்னார்.

“நான் என் தலைமுடி, என் நகங்கள் மற்றும் என் முகத்தை சீர் செய்துகொள்ளத்தான் சலூனுக்கு போகிறேன் என்று சொன்னேன். ஆனால் முதலில் நான் குளித்து ஒரு நல்ல உணவை உண்ண வேண்டும். பிரார்த்தனைகளைப்பற்றி பிறகு பார்க்கலாம்.”

பிறகு அவள் புத்தி குழம்பியவள் போல சிரித்தாள்.

“எனக்கு இப்போதுதான் ஞாபகத்திற்கு வருகிறது,” அவள் இருமினாள், அதை மட்டுப்படுத்த நெஞ்சில் குத்தினாள். “நம் சிறு வயதில்,” அவள் விழுங்குவதற்குக் கடினப்பட்டாள், “மக்கள் காண்டா பெண்களின் சொத்துப் பற்றை குறித்து என்ன சொல்வார்கள் என்று ஞாபகம் இருக்கிறதா ? வெளிப்படையாகவே, ஒரு கணவன் எதிர்பாராதவிதமாக இறந்துவிட்டால், முதல் விஷயம் நீங்கள் வீட்டு

உரிமைப் பத்திரங்கள், ஒப்பந்தங்கள், கார் ஆவணங்கள் சாவிகள் மேலும் அப்படியான மற்ற விஷயங்களைத்தான் தேடுவீர்கள். அவற்றை ஒரு துணியில் இறுகக்கட்டி மாதவிடாய் துண்டைப் போல கட்டிக் கொள்வீர்கள். அவை உங்கள் கால்களுக்கிடையில் பத்திரமாக இருக்கிறது என்று அறிந்தபிறகு, உங்கள் அழுகையை அவிழ்த்து விடுவீர்கள், "பாஸ்ஸே வ்வ்வ்வாங்கே...!"

அவள் அண்ணன்கள் பதற்றமாகச் சிரித்தார்கள்.

"என் வீடு பறிபோய்விடும் என்ற அச்சுறுத்தலை உணர்ந்தவுடன் - ப்ஷ்ஊஊஊஊஊ," அவள் தலைக்கு மேல் காற்றடிப்பதைப் போல கைகள் அசைத்து காட்டினாள். "துக்கம், வலி, அதிர்ச்சி - போயாச்சு."

*

ந்சாங்கியில் உள்ள சிவப்பு செங்கற்களால் ஆன இரண்டு அடுக்கு வீடு கண்ணில் பட்டதும், வேலியும் சுற்றுச் சுவரும் நன்றாகப் பராமரிக்கப்பட்டிருக்கிறது என்பதை ந்னாம் நடுக்கத்துடன் கவனித்தாள். சவப்பெட்டி வண்டி கெயிட்டாவின் மக்களுக்கிடையே சென்று நிறுத்தியதும் பரபரப்புடன் அவர்கள் அதை சூழ்ந்துக் கொண்டனர். பெண்கள் தங்கள் உடலை ஓங்கி அறைந்து அழுதனர். கெயிட்டாவின் மனைவியின் ஓலம் தனித்து தெரிந்தது: பனியில் தனித்து இறந்துபோன ஒரு கணவனுக்கான ஒப்பாரி. கெயிட்டாவின் சவப்பெட்டி வண்டியிலிருந்து இறக்கப்பட்டு வீட்டிற்குள் எடுத்துச் செல்வதற்கான பின்னணி இசையைப் போல இருந்தது அவ்வழுகைகள். பிறகு சத்தம் லேசாக வடிந்தது. கெயிட்டாவின் மனைவிதான் இந்த வீட்டில் ஆரம்பத்திலிருந்தே குடியிருக்கிறாள் என்பதை ந்னாம் தற்போது உறுதி செய்து கொண்டாள். கெயிட்டா தன் மனைவியின் வாடகையை ந்னாமின் பணத்தைக் கொண்டே கட்டியிருக்கிறான். நம்ப முடியாமல் ந்னாம் தன் கன்னத்தில் கை வைத்து கொண்டாள்.

"கெயிட்டா திருடனல்ல; அவன் ஒரு கொலைகாரன்." அவள் தன் வாயை மீண்டும் திருகினாள்.

அப்போது கூட, மனம் ஒரு கோழை - ந்னாம் பயந்துபோனாள். பயணம் முடிந்தது. அவள் சூழ்நிலையின் உண்மை அவள் முகத்திற்கு நேரே நின்று முறைத்தது.

அவளின் அக்காக்களும் அங்கு வந்து சேர்ந்தனர். அவர்கள் அவளுடன் காருக்குள் அமர்ந்துகொண்டனர். அவளின் அப்பா,

மகன்கள், மாமன்களும் அத்தைகளும் மதிலுக்கு வெளியே வண்டியை நிறுத்தி இருந்தனர். காரை விட்டு வெளியே வர வேண்டாம் என்று அவர்கள் அறிவுறுத்தப்பட்டிருந்தனர். இப்புதிய சூழல் ந்னாமின் முகத்தில் முறைப்பதை நிறுத்துவதாக இல்லை.

வயதான ஒரு ஆள் அவளை நெருங்கி வருவதை அவள் பார்க்கக்கூட இல்லை. அவர் தாழக் குனிந்து காருக்குள் எட்டி பார்த்தபோதுதான் அவள் கவனித்தாள். அவர் தன்னை கெயிட்டாவின் அப்பா என்று அறிமுகம் செய்துகொண்டார். ந்னாமை பார்த்து பேசினார்,

"லண்டனில் என் மகனுடன் வாழ்ந்த பெண் நீ தான் என்று எனக்கு புரிகிறது."

"மேண்செஸ்டர்...," ந்னாமின் ஒரு அக்கா துடுக்காக அவரை சரிசெய்தாள்.

"மேண்செஸ்டர், லண்டன், நீயுயார்க், அவை எல்லாமே எனக்கு ஈக்களைப் போலதான்: எனக்கு அவற்றில் ஆணுக்கும் பெண்ணுக்கும் வித்தியாசம் பார்க்கத் தெரியாது." அந்த வயதான மனிதன் ந்னாம் பக்கமாகத் திரும்பினார். "கெயிட்டாவிற்கு ஒரு மனைவி இருந்தது உனக்கு தெரியும்தானே." ந்னாம் பதில் சொல்வதற்கு முன்னால் அவர் தொடர்ந்தார், "அவள் தன் கணவனுடன் இந்த கடைசி கணத்தை கௌரவமாக கழிக்க உன்னால் அனுமதிக்க முடியுமா? நீ உன் இருப்பை விளம்பரப்படுத்துவதை நாங்கள் விருபம்பவில்லை. ஆனால் உன் மகன்களை, நாங்கள் ஏற்கிறோம். நீ தயாரானதும் அவர்களை எங்கள் குல மக்களுக்கு காட்ட வேண்டும்."

அவள் சகோதரிகள் பேச்சற்றுப் போயினர். அந்த மனிதன் வீட்டிற்கு திரும்பி நடப்பதை ந்னாம் பார்த்துக் கொண்டிருந்தாள்.

மேண்செஸ்டரிலிருந்து இரண்டு நண்பர்களும் வந்துவிட்டிருந்தனர், ந்னாம் அமர்ந்திருந்த காருக்கு வந்தனர். இந்தப் புள்ளியில் தான் ந்னாம் தன்னுடைய அவமானத்தை எதிர்த்து நிற்பது என்ற முடிவுக்கு வந்தாள். அவள் தன் நண்பர்களின் கண்களைப் பார்த்து நோயின் தீவிரத்தை ஒரு நோயாளியிடம் விளக்கும் மருத்துவரைப் போல கெயிட்டாவின் மோசடிகளை விளக்கினாள். அதை அவர்களிடத்தில் அவளே விளக்கிய விதத்தில் ஒரு கண்ணியம் இருந்தது.

*

சமையலறையில் சுத்தம் செய்வதற்கு வேறெதுவும் இல்லை ஆனால் அவள் நகரக்கூடிய அத்தனை பொருட்களையும் இழுத்து அதில் குவிந்திருந்த அழுக்குகளையும் குப்பைகளையும் துடைத்தாள். நீர்க்கழியின் கீழே, கடைப் பைகளுக்கு பின்னால் ஒளிந்திருந்தது கெயிட்டாவின் கோப்பை. ந்னாம் அவர்களின் ஐந்தாவது திருமண நாளன்று வாங்கியது - உலகின் சிறந்த கணவன். அவள் அதை முன் கதவருகே எடுத்துச்சென்று குப்பைப் பையில் போட்டாள். மேல் நிலைப்பெட்டிகளின் மேலே “குவாலிட்டி ஸ்டிரீட்ஸ்” காலி டப்பாக்கள் இருந்தன, அவை கெயிட்டா தனக்குத்தானே கிறிஸ்துமஸ் அன்று அன்பளித்துக் கொண்டது. கெயிட்டா இனிப்பு விரும்பி: மஃப்பின்கள், ஐஸ்-கிரீம், இஞ்சி பிஸ்கட்டுகள் மற்றும் எக்ளேர்ஸ். இந்த டப்பாக்களை ஒருநாள் தேவைப்படும் என்று எடுத்து வைத்துக் கொண்டான். ந்னாம் புன்னகைத்து அவற்றையும் அவள் முன் கதவருகே கொண்டு சென்றாள் - கெயிட்டாவின் பொருட்களை பதுக்கி வைக்கும் போக்கு இப்போது அர்த்தமாகிறது.

ந்னாம், அவள் நண்பர்கள் மற்றும் அவள் குடும்பம் இறுதி சடங்கிற்காக இரவு பதினோரு மணிக்கு திரும்பி வந்தார்கள். அவள் அமர்ந்த இடத்திலிருந்து கெயிட்டாவின் மனைவியை பார்க்க முடிந்தது. அப்பெண் பார்ப்பதற்கு இவளின் அம்மாவாக இருப்பதற்கான வயதுடையவளாகத் தெரிந்தாள். அந்த அவதானிப்பு அவளுக்கு ஒரு நிறைவைக் கொடுப்பதற்கு பதிலாக, கூராகக் குத்தியது. சலூனின் சுகங்களோ அல்ல விலையுயர்ந்த புஸ்ஸெட்டியோ நகைகளோ பிரிட்டனின் காற்றோ கெயிட்டா இப்படியான ஒரு பெண்ணிற்கு விசுவாசமாக இருந்தான் என்ற வலியை மறக்கடிக்க உதவவில்லை. அவள் அழகாக தன்னைச் சுற்றி வடிவமைத்து வைத்திருந்த ஒரு அசட்டையான சூழலை இது சேதப்படுத்தியது. ஒவ்வொரு முறையும் அவள் அவன் மனைவியை பார்த்தபோது, அவள் இதயத்தை இறுக்குவது பொறாமை அல்ல: ‘நீ போதவில்லை’ என்ற கிசுகிசுப்பொலிதான்.

அப்போதுதான் அவளின் அத்தை, அவர்தான் அவளை திருமணத்தன்று தயார்படுத்தியவள், சடங்கு ஒன்றை ரகசியமாக அவளிடம் சொல்வதற்கு வந்தார். அவர் நெருங்கி வந்து சாய்ந்து சொன்னார்,

“கணவன் இறந்து போனால் ஒரு மாதவிடாய் துண்டை உடனே கட்டிக் கொள்ள வேண்டும். அவன் புதைப்பதற்காக மூடப்படும்போது,

அது அவனுடைய ஆணுறுப்பின் மீது வைக்கப்பட வேண்டும். இல்லையென்றால் அவன் திரும்பி வந்து......”

“ஃபக் தட் ஷிட்...”

“இல்லை அது வெறும்...”

“ஃபக் இட்,” ந்னாம் லுகாண்டா மொழியை சட்டைசெய்யவில்லை.

அத்தை மெல்ல கரைந்து நழுவிப் போனாள்.

*

ந்னாமின் உறவினர்கள் அதிகம் வரத்தொடங்கியது போலவே நடுவயதுப் பெண்களின் கும்பல் ஒன்றும் வந்தது. அவர்களை யார் அழைத்தது என்று ந்னாமிற்கு தெரியாது. ஆனால் ஒன்று தெளிவாகத் தெரிந்தது; அவர்கள் கோபமாக இருந்தார்கள். ந்னாமின் கதை எல்லோருக்கும் பொதுவாகிப் போனது என்று இப்போது வெட்டவெளிச்சமானது. இவளின் அவலங்களைப் பற்றி அவர்கள் கேள்விப்பட்டிருக்கிறார்கள், அவளுக்கு உதவ வந்திருக்கிறார்கள். அந்தப் பெண்கள் பார்ப்பதற்கு முன்னாள் ‘ந்குபா க்யெயோ’ - பொருளாதார குடியேறிகளை இங்கிருந்து துடைத்து மேற்கே வீசி அனுப்பும் துடைப்பங்கள் - போலிருந்தார்கள். விலையுயர்ந்த ஆடைகளை அணிந்திருந்தார்கள். லுகாண்டாவும் ஆங்கிலமும் இரண்டு தங்கைகள் என்பதைப் போல கலந்து பேசினார்கள். அவர்கள் செயற்கை தலைமுடியையோ அல்ல இழைமணிகளையோ அணிந்திருந்தனர். யாரோ விலகிச் செல்லுமாறு மிரட்டியதைப் போல அவர்களுடைய ஒப்பனை அவர்கள் முகத்திற்கு இணக்கமற்று இருந்தது. சிலர் வெள்ளையடித்திருந்தனர். அவர்கள் பியர் பாட்டில் கூடைகளையும் உகாண்டா ‘வாராகி’ பெட்டிகளையும் இறக்கினர். ந்னாம் அவள் குடும்பத்துடன் அமர்ந்திருந்த கொட்டகைக்கு அவற்றைக் கொண்டு வந்து பகிரத் தொடங்கினர். வந்திருந்தவர்களில் ஒருவர் அவரிடம் வந்து கேட்டார்,

“நீ தான் மேண்செஸ்டரில் இருக்கும் ந்னாமேயாவா?” அவளுடைய குரல் அவள் ‘வாராகி’யை மிகவும் விரும்புகிறாள் என்பதைப் போல கரகரப்பாக இருந்தது.

ந்னாம் தலையசைத்ததும் அந்தப் பெண் நெருங்கிச் சாய்ந்தார்.

“நீ விதவையின் அழுகையை செய்து காட்ட வேண்டும் என்று விரும்பினால், செய். ஆனால் எங்களை விட்டுவிடு.”

“என்னை பார்த்தால் அழுபவள் போல தெரிகிறதா?”

அந்தப் பெண் வெற்றி கொண்டவளைப் போல் சிரித்தாள். அவர் எதை வேண்டுமானாலும் செய்யலாம் என்று அவருக்கு அனுமதி வழங்கப்பட்டதைப் போல அதிகாரத்தோடு இருந்தது அது. அந்தக் கும்பல் ஏதொவொரு தொழில் செய்யும் பெண்களாக இருப்பார்கள், ஒருவேளை ஒற்றை தாய்மார்களாக இருக்கலாம், பணக்காரர்களாகவும் வேலையற்றவர்களாகவும் கூட இருக்கக்கூடும் என்று ந்னாம் முடிவு செய்தாள்.

அப்போது ந்னாமின் உறவுக்காரப் பெண் வந்தாள். அவள் ஏதோ கொதிக்கும் செய்தி ஒன்றைக் கொண்டு வந்திருக்கிறாள் என்பது தெளிவாகத் தெரிந்தது. அவள் ந்னாம் பக்கத்தில் அமர்ந்து கிசுகிசுப்பாகச் சொன்னாள்,

“உன்னுடையது மட்டும்தான் மகன்கள்.”

அவள் ஏதோ ந்னாம் லாட்டரியில் ஜெயித்ததைப் போல கைகளை பரபரவென தேய்த்தாள். அவள் தலையைத் திருப்பி வாயை கெயிட்டாவின் விதவையை நோக்கிச் சுட்டினாள். “அவளுடையதெல்லாம் மகள்கள் மட்டுமே.”

ந்னாம் புன்னகைத்தாள். அவள் திரும்பி தன் குடும்பத்திடம் கிசுகிசுத்தாள், “லுமும்பாதான் வாரிசு. நம்ம தோழிக்கு மகன்களே கிடையாது,” அவள் குடும்பம் இச்செய்தியை மற்றவர்களிடம் பகிர்ந்தபோது கொட்டகைக்குள் மகிழ்ச்சி சிற்றலையில் மின்னோட்டமென பரவியது.

ஆரம்பத்தில் இந்தப் பெண்களின் கூட்டம் கெயிட்டாவின் மீதான நல்லெண்ணத்தால் இந்த இரங்கற் கூட்டத்திற்கு வந்ததைப் போல அமைதியாக துயரம் வெளிப்படுத்தினர், பின்னர் பியர் குடித்துக் கொண்டும் பிரிட்டனைப் பற்றி விசாரித்து கொண்டும் இருக்கத் தொடங்கினர். இரண்டு மணியளவில் அக்குழு சோர்வடைந்தபோது, அப்பெண்களில் ஒருவர் எழுந்து நின்றார்.

“சக துக்கவான்களே,” திருமீட்டெழுச்சியின் நற்செய்தியை கொண்டு வருபவரைப் போல மென்மையான குரலில் தொடங்கினார்.

ஒரு மதிப்பிற்குரிய ‘ஷ்ஷ்ஷ்’ துக்க மக்களின் இடையே பரவியது.

“இந்தக் கதையை சரியாகச் சொல்வோம்,” அவர் இடை நிறுத்தினார். “இந்தக் கதையில் வேறொரு பெண்ணும் உண்டு.”

திகைக்கும் அமைதி.

"இரண்டு அப்பாவிக் குழந்தைகளும் இந்தக் கதையில் உண்டு."

'அமீனா ம்வட்டு.' குழுவிடமிருந்து வந்த ஆமென்கள் ஒரு பிரச்சாரக் கூட்டத்திலிருந்து வரக்கூடியவையாக இருந்தது.

"ஆனால் நான் பெண்ணின் கதையிலிருந்து தொடங்குகிறேன்."

அவள் கூற்றுப்படி, கதை ந்னாமின் பெற்றோர்கள் அவளின் எதிர்காலத்திற்காக அவளை பிரிட்டனுக்கு அனுப்புவதிலிருந்து தொடங்குகிறது. அவள் கடினமாக உழைத்தாள், படித்தாள், சேமித்தாள் அப்போது வந்தான் ஒரு பொய்யன், அவன் ஒரு திருடன்.

அப்போது பொறுமையின்றி கரகரத்த குரல் உடைய பெண் இடைமறித்தார், "அந்தப் பெண் ஏமாற்றப்பட்டாள்." கதைச் சொல்லி அவ்வளவு சிறப்பாக சொல்லவில்லை என்பதைப் போல இடையில் எழுந்து நின்றார். "அவன் அவளை திருமணம் செய்துக் கொண்டான் - எங்களிடம் புகைப்படங்கள் உள்ளது. எங்களிடம் காணொலிகள் உள்ளது. அவன் அவளின் பெற்றோரிடம் கூட பொய் சொன்னான் - பாருங்கள் அந்த அசிங்கத்தை!

"போதும்," முதல் கதை சொல்லி மென்மையாகக் கண்டனம் தெரிவித்தார். "நான் கதையை முறையாக அவிழ்த்துக் கொண்டிருந்தேன்; நீ அதை பிய்த்துக் கொண்டிருக்கிறாய்."

"உட்கார்; நமக்கு இந்த இரவு முழுதும் இல்லை இதை சொல்வதற்கு," கரகரப்பு பெண் சொன்னார்.

அந்த மென்மையான பெண் அமர்ந்துக் கொண்டார். மற்றவர்கள் அப்பெண்ணின் துடுக்குத்தனத்தைக் கண்டு வாயடைத்துப் போயினர்.

"ஒரு புத்திசாலி ஆள் கேட்கிறான்," கரகரப்பு பெண் தொடர்ந்தார். "பிரிட்டனில் துடைப்பத்தை வீசும் கெயிட்டாவிற்கு எங்கிருந்து இப்படி ஒரு வீடு கட்ட பணம் வந்தது? அப்போதுதான் நீங்கள் உணர்வீர்கள் ஓஓஓஓ..., அவன் ஒரு பணக்கார பெண்ணை மணந்திருக்கிறான், மேண்செஸ்டரில் ஒரு முறையான வக்கீல்."

"அவளுக்கு எப்படி இதெல்லாம் தெரியும்?" ந்னாம் தன் உறவுக்காரப் பெண்ணிடம் மெல்ல கேட்டாள்.

"ஹ்ம்ம்ம்... வார்த்தைகளுக்கு கால்கள் உண்டு."

“அவளிடம் தனக்கு திருமணம் ஆகவில்லை என்று அவன் சொன்னான் ஆனால் இந்த மனைவிக்கு நடப்பது அத்தனையும் தெரியும்,” அப்பெண் சொல்லிக் கொண்டிருந்தார். “இங்கிருக்கும் உங்களில் யாருக்காவது அவள் எவ்வளவு பெரிய அதிர்ச்சியில் இருக்கிறாள் என்று தெரியுமா? தெரியாது, ஏன்? ஏனென்றால் அவள் இங்கிருந்து குடிபெயர்ந்த பெண்களில் ஒருத்தி? தெரியாதவர்களுக்காக சொல்கிறேன், இது அவளுடைய பணத்தில் கட்டப்பட்ட அவளுடைய வீடு. நான் முடித்துவிட்டேன்.”

அவர் பியர் ஒன்றை பெற்றுக் கொண்டு அமர்கையில் கைகள் தட்டப்பட்டன. இறுதிச் சடங்கின் துயரமான சூழல் இப்போது ஒரு அரசியல் கூட்டத்தைப் போன்ற உற்சாகத்திற்கு மாறியது.

“மரணம் ஒரு திருடனைப் போல வந்தது,” கீச்சுக் குரல் கொண்ட பெண் எழுந்து நின்றார். “அது கதவை தட்டி கெயிட்டாவை எச்சரிக்கவில்லை. திரை விலகியதும், ஆ... என்ன ஒரு அசிங்கம்!”

“ஒருவேளை இந்தப் பெண் கெயிட்டாவை வீட்டுக்கு அழைத்து வர போராடாமல் இருந்திருந்தால், பிரிட்டானியர்கள் அவனை எரித்திருப்பார்கள். அவர்கள் இதிலெல்லாம் விளையாடுவதில்லை. யாரும் கோராத உடல்களுக்காக வீணடிக்க அவர்களிடம் இடங்கள் இல்லை. ஆனால் அதற்காக அவளிடம் ஒரு நன்றி சொல்லும் கருணை யாருக்காவது இருந்ததா? இல்லை. மாறாக, கெயிட்டாவின் அப்பா அவள் வாயை மூடச் சொல்கிறார். என்ன ஒரு படிக்காத முட்டாள் ஏழை!”

அந்தக் கும்பல் ஏனோதானோவென வார்த்தைகளை வீசத் தொடங்கினர். அவை வசைகளாக மாறியிருக்கக் கூடும். ஒரு பெரியவர் வந்து அவர்களை அமைதிப்படுத்தினார்.

“இந்த தேசத்தின் தாய்மார்களே, உங்களுடைய கருத்து சென்று சேர்ந்தது, மேலும் அது ஒரு முக்கியமான விஷயத்தை முன்வைத்திருக்கிறது. அதை நேருக்கு நேர் சந்தித்துவிடுவோம். ஏனென்றால், அவன் அவளிடம் பொய் சொன்னார், நீங்கள் சொல்வதைப் போல இதில் இரண்டு அப்பாவி குழந்தைகளும் சம்மந்தப்பட்டிருக்கிறார்கள்.”

“ஆனால் முதலில் நாம் பிரிட்டன் மனைவியைப் பார்ப்போம்,” ஒரு பெண் குறுக்கிட்டார். “அவள் பெயர் ந்னமேயா. இந்த பிச்சைக் குடும்பம் ஒரு ஆசன துடைப்பானைப் போல துடைத்து எறிந்த பெண்ணை இந்த உலகம் பார்க்கட்டும்.”

ந்னாம் எழுந்து நிற்க விரும்பவில்லைதான், ஆனால் இந்தப் பெண்களின் முயற்சிகளுக்கு நன்றிகெட்டவளாய் இருக்க விரும்பவில்லை. அவள் எழுந்து தலைநிமிர்த்தி நின்றாள்.

"வா", குடித்திருந்த பெண்ணொருத்தி அவள் கையைப் பற்றி வீட்டு வரவேற்பறையில் துக்கக்காரர்களுக்கு மத்தியில் கூட்டிச்சென்று நிறுத்தினாள். "இவளைப் பாருங்கள்," அவள் கெயிட்டாவின் குடும்பத்தினரிடம் சொன்னாள்.

துக்கத்திற்கு வந்தவர்கள், வீட்டின் பின்னால் இருந்தவர்கள் கூட உள்ளே வந்து ந்னாமை வெறித்துப் பார்த்தனர். அவள் சவப்பெட்டியிலிருந்து பார்வையை விலக்கினாள், கண்ணீர் அவளின் "தலையை நிமிர்த்தி நில்" என்ற பாவனையைக் குலைப்பதாக இருந்தது.

"என்னிடமிருந்து திருடியதை நான் பொறுத்துக் கொள்வேன், ஆனால் என் மகன்களின் எதிர்காலம்.?"

அந்த கணத்தில் அப்பெண்கள் கும்பலின் ஆவேசப் போக்கு கீழிறங்கி அவர்கள் தங்கள் தலைகளை அசைத்து கண்களை துடைத்து பற்களை மென்றார்கள்,

"குழந்தைகள்... ஆமாம். 'அபானா மாமா... யியி'. எல்லாம் இந்த ஆண்களால்தான்... நாம் யாராக பிறக்க வேண்டுமென்ற தேர்வு நம்மிடம் இல்லாமல் இருப்பதால்தான்... ஆண்கள் எல்லாம் மனிதர்கள் என்று யார் சொன்னது..."

இரங்கல் கூட்டம் ந்னாமிற்கு சாதகமாக திரும்பியது.

அப்போதுதான் ந்னாமின் கண்கள் அவளை ஏமாற்றியது. அவள் திறந்திருந்த சவப்பெட்டியை ஒரு நொடி பார்த்தாள். பொய்கள் சொன்ன ஒருவன் பிணமாக மாட்டிக் கொள்வதைப் போல ஒரு கலகக் காட்சி வேறில்லை.

*

ந்னாம் கூடத்தில் இருந்தாள். சுத்தம் செய்து முடித்திருந்தாள். சுவரில் இருந்த எல்லா புகைப்படங்களையும் எடுத்து விட்டிருந்தாள் - திருமணம், பிறந்த நாட்கள், பள்ளி உருவப் படங்கள், கிறிஸ்துமஸ்கள் - மற்றும் கெயிட்டாவின் மரணத்திற்கு முன்னால் எடுத்த அத்தனை புகைப்படங்கள், அதில் அவன் இருக்கிறானோ இல்லையோ, மற்றதிலிருந்து பிரித்தெடுத்தாள். அவள் அவற்றை பையில் போட்டு

முடிச்சிட்டாள். மற்ற புகைப்படங்களை படுக்கையறைக்கு கொண்டு சென்றாள். இரவு அங்கியை உடுத்திக் கொண்டு அவள் நிர்வாணத்தை மறைத்தாள். பிறகு அவள் புகைப்படங்கள் இருந்த பையை எடுத்துக்கொண்டு முன் கதவிற்குச் சென்றாள். அவள் கதவைத் திறந்ததும் வெளியில் காற்றின் புத்துணர்வு அவளை அறைந்தது. இந்தக் குப்பை பைகளை அவள் ஒவ்வொன்றாக குப்பை உள்ளிழுக்கும் ஒரு சரிவுக் குழாயின் வாயருகே வைத்தாள். பிறகு சிறிய பைகளை முதலில் போட்டாள். அது கழிவறைக்குள் நீண்ட மலச் சொட்டு வீழ்வதைப் போல வீழ்ந்தது - எதிரொலி தாமதித்தது. அவள் நிலைப்பெட்டியை உடைத்து துண்டு துண்டாக அதனுள் போட்டாள். இறுதியாக, புகைப்படங்களை இருந்த பெரிய குப்பைப் பையை குழாயின் தொண்டைக்குள் போட்டாள். குழாய் அடைத்துக் கொண்டது. ந்னாம் வீட்டினுள் திரும்பிச் சென்று நீண்ட துடைப்பத்தை கொண்டு வந்தாள். அவள் மனதில் அவள் அப்பாவின் சமீபத்திய வார்த்தைகள் இன்னும் ஒலித்துக் கொண்டிருந்தது,

"அவர்களை அப்படியே வீட்டை விட்டு வெளியேறச் சொல்லிவிட முடியாது. அந்த வீட்டில் இப்போது நான்கு ஒன்றுமறியாத குழந்தைகள் இருக்கிறார்கள். மேலும், லுலும்பா கெயிட்டாவின் மூத்த மகனாக இருப்பதால் அவன் அவர்கள் எல்லோரையும் சுவீகரித்துக் கொண்டவனாகிறான். அந்தக் குற்றத்தை நாம் அவன் தோளில் குவிக்க வேண்டாம்."

அவள் துடைப்பத்தின் கைப்பிடியை வைத்து பையை குத்தினாள். கண்ணாடிகளும் சட்டகங்களும் சிறிது நேரஉடைபடலுக்குப் பிறகு அது உள்ளே சென்றது விழுந்தது. அவள் வீட்டிற்கு திரும்பி வந்ததும், பெயிண்டின் வாசம் அவளை மூழ்கடித்தது. அவள் துடைப்பத்தை சமையலறைக்கு கொண்டு வந்து வைத்து கைகளை கழுவினாள். அவள் ஜன்னல்களைத் திறந்தாள். காற்று, திரைகளை வேகமாக ஊதி அசைத்தது. அவள் அங்கியை கழற்றினாள், குளிர்ந்த காற்று அவள் வெற்று உடல் மீது வீசியது. அவள் கண்களை மூடி கைகளை தூக்கினாள். அவள் சருமத்தின் மீது காற்று படும் உணர்வு, நிர்வாணமாய் இருப்பது, சுத்தமான வீட்டுன் அமைதி எல்லாம் அவளை திணறடித்தது, ஆனால் அவள் அழவில்லை.

●

ஹஸ்ஸான் பிளேஸிம் (Hassan Blasim)

ஹஸ்ஸான் பிளேஸிம் ஈராக்கில் 1973ல் பிறந்தவர். அரபு மொழி எழுத்தாளர், திரைப்பட இயக்குனர். அவர் படங்களினால் அவருக்கு உள்நாட்டில் ஆபத்து நேரும் என்று அறிந்ததும் ஈராக்கிலிருந்து தப்பித்து பல நாடுகளில் தலைமறைவாகி இறுதியில் ஃபின்லாந்தில் தஞ்சமடைந்தார். இதுவரை இரண்டு சிறுகதை தொகுதிகள் வெளியிட்டிருக்கிறார். "இராக்கிய கிறிஸ்து" என்ற சிறுகதை தொகுப்பிற்காக 2014ல் Independent Foreign Fiction பரிசை வென்றார். இப்பரிசு 2015லிருந்து Man Booker International பரிசோடு இணைக்கப்பட்டது. இத்தொகுப்பிலிருக்கும் ஒரு கதை The Green Zone Rabbit. ஃபின்லாந்தின் புகழ்பெற்ற ஒரு ஓவியரின் "The Garden of Death" என்ற ஓவியம்தான் இக்கதை எழுத தூண்டுதலாக அமைந்திருக்கிறது ஆசிரியருக்கு. இறந்தவர்கள் சொர்கத்திற்கு சென்று சேரும் முன்னால் தங்கியிருக்கும் தோட்டம் அது. போர் நிறைந்த ஈராக்கிய நாட்டில் ஆபத்துகளிலிருந்து விலகி மிகப் பாதுகாப்பானதாக அமைக்கப்படும் அமைதிப் பிரதேசங்களும் அத் தோட்டத்தைப் போன்றதே. மெய்நிகர் உலகின் கருத்து மோதல்களினால் உயிர்கள் பலியாவது இக்கதையில் கோடிட்டு காட்டப்படுகிறது. ஆசிரியனின் இக்குரல் இரத்தம் உறிஞ்சும் நிலத்திலிருந்து எழுவதினால் அதை உற்றுக் கேட்பது அவசியமாகிறது.

அமைதிப் பிரதேசத்தின் முயல்

(The Green Zone Rabbit)

முட்டை தோன்றுவதற்கு முன், நான் இரவில் சட்டப் புத்தகமோ அல்ல மதம் சார்ந்த புத்தகம் ஒன்றையோ படித்துவிட்டு உறங்கச் செல்வது வழக்கம். என் முயலைப் போலவே நான் அதிகாலையிலும் பொழுது சாயும் வேளையிலும்தான் அதிக சுறுசுறுப்புடன் செயல்படுவேன். சல்சால் அதற்கு நேர்மாறாக இரவு வெகுநேரம் விழித்திருந்து நடுமதியத்தில்தான் தூங்கி விழிப்பான். படுக்கையிலிருந்து எழாமலேயே தன் மடிக்கணினியை விரித்து முகநூலுக்குள் நுழைந்து நேற்றிரவு நடத்திய விவாதங்களுக்கு புதிதாக வந்திருக்கும் பின்னூட்டங்களை ஆய்ந்துவிடுவான், பிற்பாடுதான் குளியல் எல்லாம். அதற்குப் பிறகு சமையலறைக்குள் சென்று ரேடியோவை கிளப்பி முட்டையைப் பொரித்து கொஞ்சம் காஃபியை தயாரித்தபடியே செய்திகளைக் கேட்பான். தன் காலையுணவை தூக்கிக்கொண்டு தோட்டத்திற்குள் செல்வான். குடையின் கீழ் அமைந்த மேஜையில் அமர்ந்து உண்டு, குடித்து, புகைத்துக்கொண்டே என்னை கவனிப்பான்.

“காலை வணக்கம், ஹஜ்ஜார். மலர்களைப் பற்றிய செய்திகள் ஏதாவது?”

“வெப்பம் தகிக்கும் ஆண்டாக இது இருப்பதால், அவை செழிப்பாக வளரப்போவதில்லை,” ரோஜாச் செடியின் கிளைகளை நறுக்கிக் கொண்டே அவனிடம் சொன்னேன்.

சல்சால் மற்றொரு சிகரெட்டைப் பற்ற வைத்து என் முயலை பார்த்து கேலியாக புன்னகைத்தான். முயலை கண்டு அவன் ஏன் எரிச்சலுறுகிறான் என்பதை என்னால் புரிந்துக் கொள்ளவே

முடியவில்லை. வயதான பெண்மணி ஊம் டீஆலாதான் அதை கொண்டு வந்தார். பூங்காவில் அதை கண்டெடுத்ததாகச் சொன்னார். ஊம் டீஆலா அதன் உரிமையாளரைக் கண்டுபிடிக்கும் வரை நாங்களே வைத்துக் கொள்வதாக முடிவெடுத்தோம். இந்த முயல் எங்களோடு ஒரு மாதமாக இருக்கிறது, நான் ஏற்கனவே சல்சாலோடு இரண்டு மாதங்களை அமைதிப் பிரதேசத்தின் வடக்கு பக்கமாக உள்ள இந்த ஆடம்பரமான மாளிகையில் கழித்துவிட்டேன். உயரமான சுற்றுச்சுவர்களும் அதி நவீன மின்னணு பாதுகாப்பு கருவிகள் பொருத்தப்பட்ட வாயிற்கதவுடன் அமைந்த தனித்து நிற்கும் மாளிகை இது. இறுதி கணம் எப்போது வருமென்று எங்களுக்கு தெரியாது. சல்சால் ஒரு தொழில்முறையாளன் ஆனால் எனக்கோ இதுதான் முதல் பணி, அதனாலேயே அவர்கள் என்னை வாத்துக் குஞ்சான் என்று அழைத்தார்கள்.

திரு. சல்மான் வாரத்திற்கு ஒருமுறை வந்து நாங்கள் எப்படியிருக்கிறோம், எல்லாம் ஒழுங்காக இருக்கிறதா என்பதை உறுதிபடுத்திக் கொள்வார். திரு. சல்மான் எங்களுக்கு சில சாராய பாட்டில்களும் கொஞ்சம் கஞ்சாவும் கொண்டு வருவார். எப்பவும் ஏதாவது அரசியல் ஜோக்குகளை எங்களிடம் சொல்லிவிட்டு எங்களுக்கு இடப்பட்ட பணி எவ்வவளவு ரகசியமானதும் முக்கியமானதும் என்பதை எங்களுக்கு நினைவுறுத்துவார். இந்த சல்மானும் சல்சாலாவும் ஒரு கூட்டு, என்னிடம் பல ரகசியங்கள் சொல்வதேயில்லை. என்னுடைய அனுபவமின்மையையும் உடற் பலவீனத்தையும் இருவரும் பயன்படுத்திக் கொண்டார்கள். நான் அவர்களை அதிகம் பொருட்படுத்துவதில்லை. நான் என் வாழ்வின் கசப்புகளில் மூழ்கிப் போயிருந்தேன், இந்த உலகமே ஒரே வீச்சில் அழிந்துவிடவேண்டுமென்ற விருப்பம் கொண்டிருந்தேன்.

ஊம் டீஆலா வாரத்திற்கு இரண்டு முறை வருவார். எங்களுக்கு சிகரெட்டுகளை கொண்டு வருவார், வீட்டை சுத்தம் செய்து விடுவார். ஒருமுறை சல்சால் அவருக்கு தொந்தரவு கொடுத்தான். அவர் டோல்மா சமைத்துக் கொண்டிருந்தபோது அவரின் பின்பகுதியை தடவினான். கரண்டியால் அவன் மூக்கை உடைத்து ரத்தம் வரச் செய்தார். அதற்கு பிறகு அவரிடமிருந்து விலகியே இருந்தான், பேசுவதையும் நிறுத்திவிட்டான். தன் ஐம்பதுகளில் இருக்கும் ஆற்றல் மிக்க பெண் இவர், ஒன்பது குழந்தைகள் கொண்டவர். ஆண்கள் உபயோகமற்றவர்கள், சுயநலவாதிகள் என்பார், ஆண்களை வெறுப்பதாகச் சொன்னார். அவர் கணவர் தேசிய மின்சார

நிறுவனத்தில் வேலை பார்த்தார், ஆனால் விளக்கு கம்பத்தின் உச்சியிலிருந்து விழுந்து இறந்து போனார். தன் கணவரை அவர் சாராய கொறித்துண்ணி என்றே அழைப்பார், பெரும் குடிகாரர்.

தோட்டத்தின் ஒரு மூலையில் முயலுக்கு தனி குடிசை கட்டி வைத்து அவனை நன்றாக பார்த்துக் கொண்டேன். முயல்கள் அதிக கூச்சமுடைய பிராணிகள் என்று எனக்குத் தெரியும், அவற்றை நன்கு பராமரித்து நல்ல உணவூட்டி வளர்க்க வேண்டும். என் இரண்டாம் நிலை பள்ளி காலத்தில் இதைப் படித்து தெரிந்துக் கொண்டேன். என் பதிமூன்றாம் வயதில் வாசிப்பதற்கான ஆர்வத்தை வளர்த்துக் கொண்டேன். தொடக்கத்தில் புகழ்பெற்ற அரேபிய கவிதைகளையும் ரஷ்ய மொழியிலிருந்து மொழிபெயர்க்கப்பட்ட நிறைய கதைகளையும் வாசித்தேன். ஆனால் சீக்கிரமே நான் சலிப்படைந்துவிட்டேன். எங்கள் அண்டை வீட்டுக்காரர் வேளாண் அமைச்சகத்தில் வேலை பார்த்து வந்தார். ஒருநாள் அவர் மகன் சலாமோடு அவர்கள் வீட்டு கூரை மீதேறி விளையாடிக் கொண்டிருந்தபோது அங்கே ஒரு பெரிய மரப் பெட்டியைக் கண்டோம் அதன் மீது பல வகையான குப்பைகள் குவிந்திருந்தது. அப்பெட்டிக்குள் பயிர்கள், பாசன முறைகள் பற்றிய புத்தகங்களும் செடிகள் பூச்சிகள் பற்றிய எண்ணற்ற களஞ்சியங்களும் அடைத்து நிறைத்து வைக்கப்பட்டிருந்தது. அப்புத்தகங்களுக்கு அடியில் ஏராளமான பாலியல் சஞ்சிகைகளும் துருக்கி நடிகைகளின் படங்களும் இருந்தன. சலாம் என்னிடம் ஒரு பத்திரிக்கையை கொடுத்தான் ஆனால் நான் கிராமங்களில் வளரும் பனை மர ரகங்களைப் பற்றிய புத்தகத்தையும் கூடவே எடுத்துக் கொண்டேன். அதற்குப் பிறகு எனக்கு சலாம் தேவைப்படவில்லை. எங்கள் வீட்டிலிருந்தே யாருமறியாமல் அவர்கள் மாடியிலிருந்த மரப் பெட்டி நூலகத்திற்கு சென்று விடுவேன். நான் ஒரு புத்தகத்தையும் ஒரு பத்திரிக்கையையும் எடுத்துக்கொண்டு ஏற்கனவே எடுத்துச் சென்றிருந்தவற்றை திரும்ப வைத்துவிடுவேன். விலங்குகள் மற்றும் செடிகள் பற்றிய புத்தகங்களின் மீது அதன் பின் காதலில் விழுந்தேன். புத்தகக் கடைக்கு வரும் அத்தனை புத்தகங்களையும் தேடிப் பிடித்து விடுவேன், என்னை ராணுவத்தில் கட்டாயபடுத்தி சேர்க்கும்வரை.

எனினும், புத்தகங்கள் வாசிப்பதில் நான் அடைந்த இன்பம் குழப்பகரமானது. ஒரு சிறிய புதுத்தகவல் கூட என் ஆவலை பன்மடங்காக்கிவிடும். ஒரு குறிப்பிட்ட விவரத்தில் என்னை இருத்திக்கொண்டு அதைப் பற்றிய குறிப்புகளையும் பிற எழுத்துகளில் அதன் வேறுபட்ட மற்ற பதிவுகளையும் தேடத் தொடங்கிவிடுவேன்.

உதாரணமாக, எனக்கு இன்னமும் நினைவிருக்கிறது, கொஞ்ச காலம் முற்றிலுமாக நான் பின்தொடர்ந்து சென்ற தலைப்பு 'முத்தம்'. நான் அதைப் பற்றி படித்துப் படித்து தலை கிறுகிறுத்துப் போனேன், மனோவசிய பழமொன்றை உண்டுவிட்டதைப் போல. சிம்பன்ஸிக்கள் தன் குழுவினரிடையே பதட்டம், சோர்வு, பயம் போக்கும் செயல்பாடுதான் முத்தம் என்பதை பல பரிசோதனைகள் நமக்கு காட்டுகிறது. பெண் சிம்பன்ஸிக்கள் அந்நியர்கள் தங்கள் எல்லைக்குள் நுழைந்துவிட்டதாக உணர்ந்தால், விரைந்து தன் இணையைத் தேடிச்சென்று, கட்டியணைத்து முத்தம் கொடுக்கும் என்பது உறுதி செய்யப்பட்டிருக்கிறது. நீண்ட ஆராய்ச்சிக்குப் பிறகு நான் வேறு வகையான முத்தம் ஒன்றயும் கடந்து வந்தேன், ஒரு நீளமான வெப்ப முத்தம். அரைமணியோ அல்ல அதற்கும் மேலோ இடைவிடாமல் முத்தம் கொடுக்கும் ஒருவகை நன்னீர் மீன்களின் முத்தம் பற்றியது அது. தடைகள் பிறப்பிக்கப்பட்ட இருளில் மூழ்கிய ஆண்டுகளை பற்றி என் நினைவில் இருப்பதெல்லாம் நான் புத்தகங்களை விழுங்கித் தள்ளியதுதான். குறிப்பாக, அமெரிக்கா பிரதமர் மாளிகைகளின் மீது வரிசையாக வான் தாக்குதல்கள் நடத்திய பிறகு ஒரு நாளைக்கு இருபது மணி நேரம் வரை கூட மின்சாரம் இல்லாமல் போகும். நான் படுக்கைக்குள் அமிழ்ந்துக் கொண்டு நள்ளிரவில் மெழுகுவர்த்தி வெளிச்சத்தில் சென்று விழுவது இன்னொரு உயிரினத்தின் முத்தத்தில்: ரெடூவியஸ், முகமூடி வேட்டையன் எனும் பூச்சியினம், அவை உண்மையில் ஒன்றையொன்று முத்தமிட்டுக் கொள்வதில்லை. அவற்றுக்கு தூங்கும் மனிதர்களின் வாயின் மீதுதான் விருப்பம். முகத்தின் மீது ஊர்ந்து வாயின் ஓரத்தை வந்தடைந்து அங்கேயே நிலைத்து முத்தமிடத் தொடங்கும். முத்தமிடும்போது நுண்ணிய துளிகளாய் நஞ்சை சுரக்கும், உறங்கிக் கொண்டிருக்கும் நபர் நல்ல உடல்நிலையில் இயல்பான தூக்கத்தில் இருப்பாரென்றால், நான்கு மழைத் துளிகளின் அளவில் தன் வாயில் விஷ முத்தத்தோடு விழிப்பார்.

ராணுவச் சேவையிலிருந்து ஓடி வந்துவிட்டேன். அங்கே நிகழ்த்தப் படும் அவமதிப்புகளை என்னால் தாங்கிக் கொள்ளமுடியவில்லை. இரவுகளில் ஒரு அடுமனையில் வேலை பார்த்தேன். என் அம்மாவையும் ஐந்து தம்பிகளையும் நான்தான் பேண வேண்டும். வாசிப்பதற்கான உந்துதலை இழந்தேன். எனக்கு இந்த உலகம் புரிந்துக்கொள்ள முடியாத புராண மிருகமொன்றென மாறியது. நான் ஓடி வந்த ஒரு வருடத்தில் ஆட்சி கவிழ்ந்தது, முந்திக்கொண்டு

ராணுவத்திலிருந்து விலகி வந்ததற்கான தண்டனை பெறும் பயத்திலிருந்து விடுதலையானேன். புதிய அரசாங்கம் ராணுவத்திற்கு கட்டாய ஆள் சேர்ப்பு நடவடிக்கைகளை கைவிட்டது. அடுத்த வன்முறை சுழற்சி தொடங்கி பிரிவினைவாதிகள் தலைகளை கொய்யத் தொடங்கியபோது, நான் இங்கிருந்து ஐரோப்பாவிற்கு தப்பிச் சென்றுவிட திட்டமிட்டேன், ஆனால் அவர்கள் மீதமிருந்த என் இரண்டு தம்பிகளையும் படுகொலை செய்தனர். பெண்களின் காலணிகள் செய்யும் உள்ளூர் தொழிற்சாலை ஒன்றில் வேலை முடித்து திரும்பிக் கொண்டிருந்தனர். டேக்ஸி ஓட்டுனர் அவர்களை போலி செக்போஸ்டில் கையளித்து விட்டான். அல்லாஹ்ஹூ அக்பர் போராளிகள் அவர்களை யாருமறியாத இடத்திற்கு எடுத்துச் சென்றனர். மின் துளைப்பானை கொண்டு அவர்களின் உடல்களில் ஓட்டை போட்டனர், பின்னர் அவர்களின் தலைகள் துண்டிக்கப்பட்டன. ஊரின் மூலையில் உள்ள குப்பை கிடங்கில் அவர்களின் உடல்கள் கண்டெடுக்கப்பட்டன.

நான் உருக்குலைந்து போனேன், வீட்டை விட்டு வெளியேறினேன். இந்த வாழ்விலிருந்து இனி எனக்கு என்ன வேண்டும் என்பது தெரியாமல் தொலைந்து போனவனாக உணர்ந்தேன். ஒரு அழுக்கடைந்த விடுதி அறையில் தங்கியிருந்தேன், என் மாமா என்னைச் சந்தித்து அவரின் போராட்டக் குழுவில் இணைந்துக் கொள்ளச் சொன்னது வரை. நேரடியான பழிவாங்குதல்.

கோடை நாட்கள் மிகவும் நீளமானது. மனச்சோர்வூட்டுவது. தங்கியிருக்கும் மாளிகை வசதியானதுதான், நீச்சள் குளமும் நீராவிக் கூடமும் கொண்டது. ஆனால் எனக்கு அது ஒரு தெய்வீக மாயை போலத் தோன்றியது. சல்சால் இரண்டாம் மாடியில் தனியறையை எடுத்துக் கொண்டான், எனக்கு பெரிய புத்தக அலமாரி நிற்கும் கூடத்தின் மையத்தில் உள்ள நீண்ட சாய்விருக்கையில் தலையணையும் போர்வையும் போதுமானதாக இருந்தது. எதிர்பாராதது எதுவும் நிகழ்ந்துவிடலாமென்று தோட்டத்தின் மீதும், வெளி வாயிற்கதவின் மீதும் ஒரு கண் வைத்திருக்க விரும்பினேன். கூடத்திலிருந்த புத்தக அலமாரியின் அளவு என்னை வியப்பில் ஆழ்த்தியது. மதம் மற்றும் உள்ளூர் வெளிநாட்டு சட்டங்களைப் பற்றிய பல தொகுதிகள் அங்கே இருந்தன. அலமாரிகளில் தேக்கில் செய்யப்பட்ட மிருகங்கள் ஆப்பிரிக்க குலமரபுச் சின்னங்களை நினைவுறுத்தும் அசைவுகளில் வடிவங்களில் அடுக்கி வைக்கப்பட்டிருந்தது. அம்மிருகங்கள் மதப் புத்தகங்களையும் சட்டப் புத்தகங்களையும் பிரித்திருந்தன. இருள்

கவியத் தொடங்கியதும், கொறிப்பதற்கு எதையாவது எடுத்துக் கொண்டு சோஃபாவில் என்னை ஒப்பு கொடுத்து, என் வாழ்வின் நிகழ்வுகளைஅசைபோட்டவாறே ஒரு புத்தகத்தை வெளியே எடுத்து மேலோட்டமாக படிப்பேன். என் தலைக்குள் இருக்கும் உலகம் மயங்கிய நீண்ட முனகலை எழுப்பும் சிலந்தி வலையைப் போன்றது, வாழ்வின் முனகல் அடங்கப்போகிறது, மூச்சுகளை இறுகப் பிடித்து. நுண்மையான, கோரமான சிறகுகள் கடைசியாக ஒருமுறை படபடக்கின்றன.

திரு. சல்மான் கடைசியாக வந்துவிட்டு போனதற்கு மூன்று நாட்களுக்கு முன்னர்தான் நான் முட்டையைக் கண்டெடுத்தேன். ஒருநாள் வழக்கம் போல் அதிகாலையில் விழித்தேன். சுத்தமான நீரையும் உணவையும் எடுத்துக் கொண்டு என் தோழனான முயலை சந்திக்கச் சென்றேன். நான் குடிசையை திறந்தவுடன் அவன் துள்ளி தோட்டத்திற்குள் ஓடிவிட்டான். குடிசைக்குள் ஒரு முட்டை இருந்தது. அதை எடுத்து சோதித்துப் பார்த்தேன், இந்த அபத்தத்தை புரிந்து கொள்ளும் முயற்சியில். ஒரு கோழி முட்டையை விடவும் சிறியதாக இருந்தது. படபடப்பு அதிகரிக்க நான் நேராக சல்சாலின் அறைக்குச் சென்றேன். அவனை எழுப்பி இதைப் பற்றி அவனிடம் சொன்னேன். சல்சால் முட்டையை ஏந்தி சிறிது நேரம் உற்று பார்த்து பின்னர் ஏளனமாகச் சிரித்தான்.

"ஹஜ்ஜார், என்னிடம் இந்த விளையாட்டையெல்லாம் வெச்சுக்காதே", விரல்களை என் கண்களுக்கு நேராக சுட்டி அவன் சொன்னான்.

"என்ன சொல்ற? இந்த முட்டையை இட்டதுநானில்லை!", நான் திடமாகச் சொன்னேன்.

சல்சால் கண்களை கசக்கினான், சடாரென பித்து பிடித்தவனைப் போல என்னை கெட்ட வார்த்தைகளில் திட்டிக் கொண்டே படுக்கையிலிருந்து குதித்து வெளியேறினான். நாங்கள் மாளிகையின் வாயிற் கதவிற்குச் சென்று பாதுகாப்பு கருவிகளை பரிசோதித்தோம். சுற்றுச் சுவர்கள், தோட்டம், அத்தனை அறைகளையும் ஒருமுறை பரிசோதித்தோம். வழக்கத்திற்கு மாறாக எதுவும் நடந்ததற்கான அறிகுறி இல்லை. ஆனால் முயல் குடிசைக்குள் ஒரு முட்டை. எங்களோடு தந்திரமாக யாரோ விளையாடுகிறார்கள் என்று நினைப்பதை தவிர எங்களுக்கு வேறு வழியில்லை, ரகசியமாக மாளிகைக்குள் நழுவி வந்து முயலுக்கு பக்கத்தில் முட்டையை வைத்திருக்க வேண்டும்.

"ஒருவேளை அந்த வேசிமகள் ஊம் டீஆலா தான் இந்த அற்ப வித்தையை செய்திருக்க வேண்டும். நீயும் உன் முயலும் நாசமாக போங்கள்." என்று சொன்னான் சல்சால், ஆனால் அமைதியாக அங்கிருந்து சென்றுவிட்டான்.

எங்கள் இருவருக்குமே ஊம் டீ ஆலா உடல் நலம் குன்றியிருக்கிறார் என்று தெரியும், ஒரு வாரமாக அவர் வரவில்லை. எங்களின் பயம் இரண்டு மடங்கானதற்கு காரணம் வீட்டில் எங்களிடம் துப்பாக்கிகள் இல்லை. எங்கள் திட்டநாள் வரை நாங்கள் துப்பாக்கிகள் வைத்துக் கொள்ள அனுமதியில்லை. இது அமைதிப் பிரதேசம் என்பதாலும் பெரும்பாலான அரசியல்வாதிகள் இங்குதான் வாழ்கிறார்கள் என்பதாலும் எப்போது வேண்டுமானாலும் முன்னறிவிப்பின்றி சோதனை நடக்கலாம் என்று அவர்கள் கவலைப்பட்டனர். பாராளுமன்ற உறுப்பினர் ஒருவரின் பாதுகாவலர்கள் என்ற போர்வையில் நாங்கள் இந்த மாளிகையில் தங்க வைக்கப்பட்டிருந்தோம். சல்சாலுக்கு மேலதிகமாக கோபம் கிளர்ந்தெழுந்து முயலை கொன்று தள்ளும்படி என்னிடம் கத்தினான், ஆனால் நடந்ததிற்கும் முயலுக்கும் எந்த சம்பந்தமும் இல்லை என்று மறுத்துவிட்டேன்.

"உன் பாழாய்ப் போன முயல்தானே அந்த முட்டையை இட்டது"? கோபமாக எழுந்து அவன் அறைக்குச் சென்றுவிட்டான்.

நான் காஃபி எடுத்துக் கொண்டு முயலைப் பார்த்தபடி தோட்டத்தில் அமர்ந்தேன். அவன் தன்னுடைய கழிசல்களையே தின்றுக் கொண்டிருந்தான். அவற்றின் குடலிலிருக்கும் நுண்ணுயிரிகள் உற்பத்தி செய்யும் வைட்டமின் பி அதன் எச்சங்களில் இருப்பதாகச் சொல்கிறார்கள். சிறிது நேரம் கழித்து சல்சால் தன்னுடைய மடிக்கணினியை தூக்கிக் கொண்டு திரும்ப வந்தான். அவன் தனக்குத்தானே முணுமுணுத்துக் கொண்டு அவ்வப்போது திரு. சல்மானையும் திட்டிக் கொண்டிருந்தான். தன் முகநூல் பக்கத்தை பார்த்து நாம் 24/7 விழிப்புடன் இருப்பது அவசியம் என்று சொன்னான். இரவில் தன்னறையிலேயே தங்கும்படி கேட்டான், அங்கிருந்தே வாயிற்கதவையும் மாளிகையின் சுற்றுச் சுவர்களையும் நன்கு கண்காணிக்க முடியுமென்றான்.

அத்தனை விளக்குகளையும் அணைத்துவிட்டு, சல்சால் அறையில் அமர்ந்திருந்தோம். ஆளுக்கொருமுறை மாறி மாறிச் சென்று மாளிகையை கண்காணித்துவிட்டு வருவோம்.

சந்தேகத்திற்கு இடமளிக்கும் எதுவும் நடந்தேறாமல் இரண்டு நாட்கள் கழிந்தது. மாளிகை அமைதியாக நிசப்தத்தில் மூழ்கி சாந்தமாக இருந்தது. நான் சல்சால் அறையில் தங்கியிருந்தபோதுதான் அறிந்துக்கொண்டேன் அவன் முகநூலில் "போரும் அமைதியும்" என்ற புனைப்பெயரில் பதிந்திருக்கிறான், முகப்புப் படமாக கரித்துண்டில் தீட்டிய டால்ஸ்டாயின் முகத்தை வைத்திருக்கிறான். அவனுக்கு ஆயிரத்திற்கும் மேலான முகநூல் நண்பர்கள் உண்டு, பெரும்பாலும் எழுத்தாளர்கள், பத்திரிக்கையாளர்கள் மற்றும் அறிஞர்கள். அவன் அவர்களின் கருத்துகளோடு விவாதம் செய்வான், அறிவார்ந்த ஆர்வலனாக தன்னைக் காட்டிக்கொள்வான். அவன் தன்னுடைய கோட்பாடுகளையும் நாட்டில் நிகழும் வன்முறைகளையும் பணிவாகவும் மதிநுட்பத்துடனும் பகுத்தாய்ந்து வெளிப்படுத்துவான். என்னிடமே கூட அதை அவன் ஒருமுறை முயற்சி செய்து பார்த்தான், கலாச்சார துணை அமைச்சரின் நற்குணங்களைப் பற்றிய பிதற்றல்கள். எவ்வளவு பண்பான, மனிதநேயமிக்க, தனித்துவமான புத்திசாலி அவர் என்று. அச்சமயத்தில் கலாச்சார துணை அமைச்சரைப் பற்றி பேசுவதற்கு எனக்கு ஆர்வம் இல்லை. நான் அவனிடம் நம்மைப் போன்ற தொழிலில் ஈடுபடுபவர்கள் இணைய அரட்டைகளிலிருந்து ஒதுங்கியிருக்க வேண்டுமென்று சொன்னேன். அவனுக்கு மட்டுமே உரித்தான பரிகாச பார்வையை என்னிடம் காட்டி சொன்னான், "நீ போய் உன் முட்டையிடும் முயலை கவனித்துக் கொள், ஹஜ்ஜார்."

திரு. சல்மான் ஒருவழியாக எங்களை சந்திக்க வந்தபோது அவர் முன்னால் சல்சால் கோபத்தில் வெடித்தேவிட்டான், முயலின் முட்டையப் பற்றி சொன்னான். திரு. சல்மான் எங்கள் கதையை கேலி செய்து, ஊம் டீஆலா மீதான எங்கள் சந்தேகத்தை ஏற்க மறுத்தார். அந்தப் பெண் நேர்மையானவர் என்றும் பல வருடம் அவருக்காக வேலை பார்த்தவர் என்றும் உறுதியாக சொன்னார். ஆனால் சல்சாலால் அவரின் மீதே துரோகப் பழி சுமத்தினான், இருவரும் வாதிக்கத் தொடங்க நான் அமர்ந்து அவர்களை வேடிக்கை பார்த்தேன். இந்த விவாதத்திலிருந்து நான் புரிந்துக் கொண்டதெல்லாம், பிரிவினைவாதிகள் மற்றும் அரசியல் படுகொலைகளின் உலகில் மக்கள் மேலதிக பலாபலன்களுக்காக காட்டிக்கொடுக்கப்படுவார்கள் என்பதுதான். பல சந்தர்ப்பங்களில் ஆட்சியில் இருக்கும் கட்சிகள் பதவிகளை தக்க வைத்துக் கொள்வதற்காகவோ, பெரும் ஊழலை மறைப்பதற்காகவோ வாடகைக் கொலையாளிகளை கைமாற்றி சுதந்திரமாக விட்டு

விடுவார்கள். ஆனால் திரு. சல்மான் சல்சாலாவின் அத்தனை குற்றச்சாட்டுகளையும் மறுத்தார். நாங்கள் கொலையை நிகழ்த்துவதற்கு இன்னும் இரண்டு நாட்களே இருப்பதால் எங்களை அமைதியாக இருக்கும்படி சொன்னார். நாங்கள் சமையலறையில் அமர்ந்தோம், சல்மான் திட்டத்தை எங்களிடம் விளக்கமாகச் சொன்னார். பின்னர் பையிலிருந்து ஓசையடைப்பான் பொருத்திய இரண்டு சுழற் துப்பாக்கிகளை எடுத்தார். காரியம் முடிந்ததும் எங்களுக்கு பணம் தருவதாகவும் பின்னர் நாங்கள் தலைநகரின் எல்லைக்கு மாற்றப்படுவோம் என்றும் சொன்னார்.

"முயல் இட்ட முட்டை. ஹா, வாத்துப்பயலே. நீ உண்மையிலேயே கோமாளியாக மாறிவிட்டாய் இப்போது," வெளியேறும்முன் சல்மான் என் காதுகளில் முணுமுணுத்தார்.

கடைசி இரவில் நான் சல்சாலாவோடு வெகுநேரம் விழித் திருந்தேன். முயலைப் பற்றி கவலையாயிருந்தது, ஊம் டீஆலா நீண்ட விடுப்பில் சென்று விட்டதாக தெரிகிறது. பசியிலும் தாகத்திலும் தவித்து முயல் இறந்தேவிடும். சல்சால் வழக்கம்போல் முகநூலில் முழுவதுமாக ஈடுபட்டிருந்தான். நான் ஜன்னலுக்கருகில் அமர்ந்து தோட்டத்தை பார்த்துக் கொண்டிருந்தேன். அவன் கலாச்சார துணை அமைச்சருடன் பிரிவினைவாதிகளின் வன்முறை மற்றும் அதன் வேர்களைப் பற்றி கலந்தாரய்ந்துக் கொண்டிருப்பதாகச் சொன்னான். இந்த அமைச்சர் சதாம் உசைனின் காலத்தில் நாவலாசிரியராக இருந்தவரென்றும் ஜூஃபியை சார்ந்து மூன்று நாவல்களை எழுதியவர் என்றும் சல்சால் சொல்லி தெரிந்துக்கொண்டேன். ஒருநாள் அவரும் அவர் மனைவியும் கேளிக்கை விருந்தொன்றில் கலந்துக் கொள்வதற்காக டைக்ரீஸ் நதியை நோக்கி அமைந்திருக்கும் பணக்கார கட்டிடக் கலைஞர் ஒருவரின் வீட்டிற்குச் சென்றனர். அவர் மனைவி வசீகரமானவர், திகைப்பூட்டும் வகையில், கணவரைப் போலவே பண்பானவர். முற்காலத்திய இசுலாமிய கையெழுத்துப் பிரதிகளின் மீது தனிப்பட்ட ஆர்வம் கொண்டவர். பிரதமரின் உறவினரான தேசிய பாதுகாப்பு இயக்குனர்தான் அன்றைய இரவின் முக்கிய விருந்தினர். விருந்து முடிந்ததும், முதன்மை பாதுகாப்பு அதிகாரி நமது நண்பரின் நாவல்களை வாசிக்க கண்காணிப்பு பிரிவின் கீழ் உத்தரவை பிறப்பித்தார். சில நாட்கள் கழித்து தேசத்திற்கும் கட்சிக்கும் எதிராக எழ தூண்டினார் என்று அவரை சிறையில் அடைத்தனர். பாதுகாப்பு இயக்குனர் நாவாலாசிரியனின் மனைவியை அவள்

கணவன் விடுதலைக்கு பேரம் பேசினார். அவர் மறுத்தபோது, பாதுகாப்பு தலைமையதிகாரி அவர் ஆட்களில் ஒருவனை விட்டு அப்பெண்ணை தன் கணவன் முன்னால் வன்புணரச் செய்தார். அதற்குப் பிறகு அப்பெண் ப்ரான்ஸுக்குச் சென்று காணாமல் போனார். 90களின் மத்தியில் நாவலாசிரியர் விடுவிக்கப் பட்டதும், தன் மனைவியை தேடி ப்ரான்ஸுக்குச் சென்றார். ஆனால், அவரால் தன் மனைவியின் தடத்தை தொடர முடியவில்லை. சர்வாதிகாரியின் ஆட்சி கவிழ்ந்ததும், வீடு திரும்பிய அவர் கலாச்சார துணை அமைச்சராக நியமிக்கப்பட்டார். நாவலாசிரியரின் கதை பாலிவுட் படங்களை ஒத்திருந்தது, ஆனால் இம்மனிதனின் வாழ்க்கையின் விவரங்கள் எந்த அளவுக்கு சல்சாலாவுக்கு தெரிந்திருக்கும் என்று வியக்கிறேன். அவரின் ஆளுமையையும் உலகியல் பண்புகளையும்தான் அவன் அதிகம் ரசிக்கிறான் என்று தோன்றியது. நான் அவர் எந்த பிரிவைச் சேர்ந்தவர் என்று அவனிடம் கேட்டேன். என் கேள்வியை உதாசீனப்படுத்தினான். பின்னர் அவனிடமிருந்து எங்கள் இலக்கு யார் அவரின் அடையாளங்களை தெரிந்து கொள்ள முயற்சி செய்தேன். ஆனால் சல்சால், என்னைப் போன்ற வாத்துக்குஞ் சான்களுக்கு அதெல்லாம் தெரிந்து கொள்ள அனுமதியில்லை என்று பதிலளித்தான். என்னுடைய ஒரே வேலை கார் ஓட்டுவது, சல்சால்தான் ஓசையற்ற துப்பாக்கியால் சுடப்போகிறவன்.

அடுத்த நாள் காலை நகர் மைய கட்டிடத்தின் வாகனங்கள் நிறுத்துமிடத்திற்கு முன்னால் காத்திருந்தோம். எங்கள் இலக்கானவர் சிவப்பு டொயோடா கிரெளன் காரில் வந்து நுழைந்ததும் சல்சாலால் எங்கள் காரிலிருந்து இறங்கி, அவரைப் பின்தொடர்ந்து சென்று சுடுவான். பின்னர் நாங்கள் தலைநகரின் எல்லையில் இருக்கும் எங்கள் புதிய இடத்திற்கு காரில் தப்பிச் சென்றுவிடுவோம். அதனாலேதான் நான் முயலை என் கூடவே கொண்டு வந்து காரின் பின் பெட்டியில் வைத்திருக்கிறேன்.

சல்சாலின் செல்பேசிக்கு ஒரு குறுஞ்செய்தி வந்ததும் அவனின் முகம் வெளிறிப் போனது. நாங்கள் எங்கள் இலக்கிற்காக பத்து நிமிடத்திற்கு மேலாக காத்திருக்கக் கூடாது. நான் அவனிடம் எல்லாம் சரிதானே என்று கேட்டேன். கெட்ட வார்த்தைகளில் கத்தி தன் தொடையை ஓங்கி அறைந்தான். நான் கலக்கமுற்றேன். சிறிய தயக்கத்திற்குப் பிறகு அவன் தனது செல்பேசியைத் தூக்கிப் பிடித்து அதிலிருந்த படமொன்றை காட்டினான், முட்டையின் மீது அமர்ந்திருக்கும் ஒரு முயல். கணினியில் கோர்த்த அற்பமான

புகைப்படம்தான். "இதை அனுப்பியிருப்பது யாரென உனக்கு தெரியுமா?" அவன் கேட்டான்.

இல்லையென்று தலையசைத்தேன்.

"கலாச்சார துணையமைச்சர்", என்று சொன்னான்.

"என்ன!!?"

"அவர்தான் நம் இலக்கு, ஹஜ்ஜார்."

சல்சாலின் முட்டாள்தனத்தினாலும் இந்த ஒட்டுமொத்த திட்டத்தின் பைத்தியக்காரத்தனத்தினாலும் என் இரத்தம் கொதித்தது, காரை விட்டு வெளியே வந்தேன். கால் மணிநேரத்திற்கு மேலாக காத்திருந்தும் எங்கள் இலக்கு வருவதாக தென்படவில்லை. இந்த திட்டத்திலிருந்து பின்வாங்குவதாக நான் சல்சாலாவிடம் சொன்னேன். அவனும் காரை விட்டு வெளியேறி என்னை நிதானமாக இருக்கச் சொன்னான். இருவருமே இப்போது ஆபத்தில் இருப்பதால் இன்னும் கொஞ்ச நேரம் இங்கே காத்திருக்கலாமென சொன்னான். அவன் மீண்டும் காருக்குள் சென்று சல்மானை தொடர்புகொள்ள முயற்சி செய்தான். நான் சிகரெட் பெட்டி வாங்க அருகிலிருந்த கடைக்கு நடந்து சென்றேன். என் இதயம் கோபத்தில் தாறுமாறாக துடித்தது. நான் கடையைச் சென்றடைந்ததும் எனக்கு பின்னால் கார் வெடித்துச் சிதறி தீப்பற்றிக்கொண்டது, முயலும் சல்சாலும் எரிந்து தழல்களாயினர்.

●

டினா நயேறி (Dina Nayeri)

டினா நயேறி, 1979ல் ஈரானில் பிறந்தவர். தன்னுடைய 8வது வயதில் தன் தாய் கிறித்துவ மதத்திற்கு மாறியதன் விளைவாக எழுந்த இஸ்லாமிய அடக்குமுறையிலிருந்து தப்பித்து துபாயிலும் ரோமிலும் அகதிகளாக சிறிது காலம் வாழ்ந்து பின்பு அமெரிக்காவில் தஞ்சமடைந்தார்கள். இவரின் தந்தை ஈரானிலேயே இருந்துவிட, இவர் தன் தாய் தம்பியுடன் ஒரு நீண்ட அகதி வாழ்வை கழித்த பிறகு அமெரிக்க குடிமகன்களாக மாறினார்கள். தற்போது லண்டனில் வசித்து வருகிறார். இவரது இரண்டு நாவல்கள் இதுவரை வெளியாகியிருக்கிறது. 'ஓ ஹென்றி' பரிசு பெற்ற இச்சிறுகதையில் இவரின் சொந்த வாழ்க்கையே கிட்டத்தட்ட வேறொரு கோணத்தில் வெளிப்படுகிறது. மனிதர்கள் தங்கள் நிலங்களாக எதை உணர்கிறார்கள், தான் பிறந்த தேசமா அல்லது தனக்கு வாழ்வளிக்கும் தேசமா என்ற கேள்விக்கான தேடலாகவே இவரின் கதைகள் உள்ளன. தன்னைப் பிரதிபலிக்கும் நிலமே அந்நில மக்களே தனக்கானவர்கள் என்ற கண்டடைதலை இக்கதை சுட்டுகிறது.

ஃப்ராவோவிலிருந்து ஒரு சவாரி

(A Ride out of Phrao)

ஷிரின் தன்னுடைய கடைசி வாரத்தில், பொருட்களை எல்லாம் யாருக்கேனும் கொடுத்தோ விற்றுவிட்டோ, தான் அமெரிக்கா வந்திறங்கியபோது கையுடன் கொண்டு வந்த அதே கட்டுப்பொதிக்கு மீண்டும் மாறினார் — உலர்ந்த பழங்கள் நிறைந்த ஒரு கைப்பை அதில் கூடுதலாக உள்ளாடை. மீண்டும் முப்பது வயது ஆனதைப் போல உணர்ந்தார்.

செடார் ராபிட்டை விட்டுச் செல்வதில் அவருக்கு மகிழ்ச்சி - அவரின் விசித்திரமான உணர்வுக்கூறுகளுக்கு ஏற்றார் போல் இந்த இடம் பொருந்தி வரவில்லை - மேலும், அவர் தன் தாய் மண்ணிற்கு சற்று நெருக்கமான இடத்திற்கு அனுப்பி வைக்கப்படுகிறார். வடக்கு தாய்லாந்தில் உள்ள ஏதோ ஒரு கிராமத்திற்கு அவர் செல்லப் போகிறார். அமைதிப்படை செல்லும் நாடுகளின் பட்டியலில் ஈரான் இல்லை, ஆனால் அதுவும் ஒருவகையில் ஆறுதல்தான். அவர் அங்கிருந்து வெளியேறி வெகுகாலம் ஆகிவிட்டது, தற்போது அந்நிலத்திற்கு அவர் ஒரு அந்நியன். திரும்பிச் சென்று தெஹ்ரானிய உறவினர்கள் இவரைப் பற்றி கொண்டிருந்த அழகிய பிம்பத்தை ஏன் சீர் குலைக்கவேண்டும்? இருப்பினும், அவர் கிழக்கை தொலைத்திருக்கிறார். தெஹ்ரானில் உள்ள அவரின் ஒன்றுவிட்ட சகோதர சகோதரிகளுக்கு அதைப் பற்றி கடிதங்கள் எழுதுவார். அதில் அமைதிப்படையின் பெருமைகளை வலியுறுத்துவார், ஆனால் அவருக்கு இதைத்தவிர வேறு வழியில்லை என்பதற்கான எந்த அறிகுறியும் அதில் இடம்பெற விடமாட்டார். மாதங்கள் கழிந்து, எழுத்துப் பிழையுடன் எழுதி விட்டோமோ என்ற சந்தேகம் வந்தது அவருக்கு - Peace Core, என்று எழுதியதாக நினைவு, அமைதியை

அதன் மையமாக கொண்டிருக்கும் ஒரு இடம். ஒருவேளை அதன் அர்த்தம் அது இல்லையோ?

இந்த திட்டத்தில் தேர்வாக வேண்டுமெனில் அவர் ஒரு அமெரிக்கனாக இருக்க வேண்டும் என்பதை அடிக்கடி அவர் நினைவுபடுத்திக் கொள்வார். ஒரு அமெரிக்க குடிமகனாக அவர் அதற்கான தகுதி பெறுகிறார்தான் என்றாலும் ஏதோ மோசடி செய்வதாகவும் தோன்றும். சில நேரங்களில் விண்ணப்ப படிவத்தில் அவர் கொடுத்த விவரங்களை தனக்குத் தானே சொல்லிப் பார்த்துக் கொள்வார். அதில் ஏதாவது பொய் இருக்கிறதா? இல்லை, இல்லை, எதுவும் இல்லை. ஆரம்பத்தில் தன் வயதைப் பற்றிய சந்தேகம் இருந்தது, ஆனால் தொலைபேசியில் பேசிய மனிதன் அவருக்கு ஒரு இளவயதினளுக்குரிய ஆர்வம் இருக்கிறதென்றும் ஒவ்வொரு வருடமும் வயது முதிர்ந்தவர்கள் விருப்பத்துடன் தங்களை இதில் இணைத்துக் கொள்கிறார்கள் என்றும் சொன்னான். இவர் தனக்கு வெறும் நாற்பத்தி ஐந்துதான் என்று பதில் சொன்னர். "ஆமாம், ஆமாம், நிச்சயமாக," என்று அந்த மனிதன் சொன்னது அவன் மீது அவருக்கு வெறுப்பை உண்டாக்கியது. அவனின் அந்த "அமைதிக்காப்பு அமைப்பை" கீழாகவும் எண்ண வைத்தது. ஆனால், 'ஷிரின் கஹாலில்போர் ஆண்டர்ஸன்' ஆகிய அவருக்கு அமைதிப் படைதான் இந்த நகரத்தை விட்டு வெளியேறுவதற்கு சரியான, மதிப்பிற்குரிய வழி. அவரின் வங்கிக் கணக்கு நொடிந்து போனது பற்றியோ, அவர் வீடிழந்ததையோ, தன் இரானிய நண்பர்களிடம் அடிக்கடி மாற்றிச் சொன்ன, தான் வகித்த, தன் கௌரவத்திற்குக் கேடான அரசாங்க பதவிகளைப் பற்றியோ இனி அவர் யாருக்கும் சொல்ல வேண்டியதில்லை. "புது ஆராய்ச்சிகளின் மருத்துவர்", கடைசியாக அவர் சொல்லிக் கொண்டது. அதில் கண்கள் மங்கிய மூன்று ஆராய்சியாளர்களின் பின்னால் அமர்ந்து அவசியமற்ற பல்வேறு அடுக்குகள் கொண்ட இந்த துறைக்காக அவர்களின் வேலைகளை பதிவு செய்ய வேண்டும். அதற்கு குறைந்தபட்ச கூலியை விட சற்றே அதிகமாக அவருக்குக் கொடுக்கப்பட்டது.

பல கூடுதல் காரியங்களை அவர் ஆற்றினார் என்பதற்காக வேலையிலிருந்து நீக்கப்பட்டார்: மற்ற பணியாளர்களிடம் தன் ஆலோசனைகளை சொல்வது; எல்லோருக்கும் பாக்லாவா கொண்டு வருவது; தன்னை வேலைக்கு எடுத்த ஆள் ஒருமுறை பேசுகையில் அவனை கவனிக்காமல் வேறெதையோ யோசித்துக் கொண்டிருந்தது.

அந்த ஆளே இதை ஆட்குறைப்பு என்று சொல்லி, மன்னிப்பும் கோரி, பின் அவரின் பிரத்தியேக முயற்சிகளை வரவேற்கும் ஒரு இடத்தில் அவர் வேலை தேடலாம் என்று மறைமுகமாக பரிந்துரையும் செய்தான். தேவாலயத்தில் நிகழும் விதவைகள் கூட்டமைப்பின் அடுத்த சந்திப்பில் - அவரின் இரண்டு முன்னால் கணவர்களும் இன்னும் உயிருடன்தான் இருக்கிறார்களென்றாலும் இந்த அமைப்பில் அவர் சேர்ந்துக் கொண்டார் - ஷிரின் மற்ற பெண்களிடம் தனக்கு மிகச் சலிப்பை தந்ததால் அந்த வேலையை விட்டுவிட்டதாகச் சொன்னார். தன்னை மாற்றும் புது ஆளுக்கு ஒரு வாரம் பயிற்சி கொடுத்ததாகவும் சேர்த்து சொன்னார் - அது அவ்வளவு உண்மையான தகவல் அல்ல, ஆனால் அவர்கள் கேட்டிருந்தால் இவர் அதை நிச்சயம் செய்திருப்பார்.

வாஷிங்டன் டி.சி. யில் ஒரு சிறிய பயிற்சி வகுப்பிற்குப் பிறகு அவர் தாய்லந்தின் பெரிய நகரங்களில் ஒன்றான சியாங் மாயிலிருந்து இரண்டு மணிநேரத் தொலைவில் இருக்கும் ஃப்ராவோ என்ற கிராமத்திற்கு பயணமானார். அங்கு தனக்கு காத்திருந்த புது வாழ்வின் தரம் கண்டு சினங் கொண்டார் - ஒரு குடிசை, ஒரு சிறிய மேசையும் உறங்கும் பாயும் தவிர வேறு பொருட்களே இல்லை. காற்று குளிர்பதனியும் இல்லை. தற்போது இரண்டு இளம் தாய்லாந்து அரசாங்க அதிகார்களின் கீழே பணிபுரிகிறார், ஓர் அறை கொண்ட சிறிய மருத்துவச் சாலையில் மருத்துவ சேவைகள் வழங்கும் வேலை. சீக்கிரத்திலேயே அவரின் இரண்டாவது வேலையான குழந்தைகளுக்கு தினமும் சில ஆங்கில வார்த்தைகளை சொல்லித்தரும் பணியைத் தொடங்கி விடுவார். இவ்வேலையின் கடுமையை அவர் மகிழ்வுடன் ஏற்று அதில் ஈடுபடத் தொடங்கியிருந்தார். தாய்லாந்து மக்கள் வித்தியாசமானார்கள், அவர்களின் தினப்படி செயல்களே ஒரு போராட்டம் போலத்தான், ஆனால் அவர்களின் அருகாமையை ஷிரின் மகிழ்வுடன் அனுபவித்தார். ஆரம்பத்தில் அவர்கள் கண்டிப்பான ஆட்களாக தெரிந்தார்கள். அவர்கள் ஈரானியர்களைப் போல அந்நியர்களிடம் இயல்பாக தன் உணர்வுகளை வெளிக்காட்டும் ஆட்கள் அல்ல என்று அறிந்துகொண்டார். பெர்ஷியர்களுக்கு, தான் ஈன்றிப்பெறாத அன்பை நாடகத்தனமாக காட்டிக்கொள்வது தன் இனக்குழுவின் அரவணைப்புக்காக அவசியம் தேவைப்படும் ஒரு பொய்த்தோற்றம் - கட்டியணைத்தல்கள், முத்தங்கள் மற்றும் வெற்று வாக்குகள் - தனிமையில், ஷிரின் இது சலிப்பூட்டுவதாக உணர்வார், ஆனால் அவர் இதை வெளியில் சொல்லி ஒருபோதும் தன் பூர்வீக

கலாச்சாரத்திற்கு துரோகம் செய்ய மாட்டார். இதைத் தவிர சில நல்ல பகுதிகளும் உண்டு; தன்மானம் காக்கும் விஷயங்கள் - ஈரானியர்கள் ஒருவருக்கொருவர் பாசங்கு செய்துகொள்ள இடமளிப்பார்கள். ("ஆமாம், எனக்கு ஷிராஸில் ஒரு இரண்டாவது வீடு இருக்கிறது." "ஆமாம், என் மகன் முனைவர் பட்டம் பெற்றிருக்கிறான்." "ஆமாம், ஆமாம், ஆமாம்.")

தாய் மக்கள் ஆர்ப்பாட்டம் அற்றவர்கள். கட்டியணைத்தல்கள் இல்லை. ஆனால் மீண்டும் மீண்டும் உடல் வளைத்து வணங்குவார்கள்.

"அமெரிக்கன்", என்று சொல்லி தன் அண்டை வீட்டினரிடம் தன்னை அறிமுகப்படுத்திக் கொண்டார், அவர்களும் தலையசைத்து எளிதாக அதை ஏற்றுக் கொண்டார்கள். நியூயார்க்கா என்று அவர்கள் கேட்டார்கள். அவர் புன்னகைத்து ஆமாம் என்று சொன்னார். கிட்டதட்ட சரிதான்; அவர் மகள் அங்கேதான் வாழ்கிறார். லெய்லா உடன் இல்லா வெறுமையை உணர்கிறார். இருபது வயது தற்போது. உலகின் தலை சிறந்த நகரத்தில் உளவியல் படிக்கிறாள். தெஹ்ரானிலிருக்கும் உறவினர்கள் லெய்லா எப்படி ஒரு பெண்ணாக வளர்ந்திருக்கிறாள் என்று பார்க்கமுடியாமல் இருப்பது அவலம்தான். அவள் அழகும், இனிமையும், அமெரிக்கர்களுடன் தன்னை பொருத்திக்கொள்ளும் தன்மையும், எவரையும் தன் மேல் எளிதாக அன்பு கொள்ளச் செய்துவிடுவாள். லெய்லாவிற்கு ஆண் துணை அதிகம் உண்டு, அது பாவச்செயல் என்றாலும் ஷிரின் அதை கண்டுக் கொள்வதில்லை. அப்பெண் அவள் அப்பாவைப் போல, தன்னை ஆராதிப்பவர்களின் மீதான ஒரு அடிமை மோகம். அதுதான் அவள் அப்பாவை நாடு நீங்கி வாழ்வதை விடவும் அவரின் பல காதலிகளுடனே தெஹ்ரானிலேயே இருக்கச் செய்தது, புது நிலம் அவரை உமிழ்ந்து வெளியே தள்ளிவிடும் என்றும் அறிவார்.

ஓஹ்... ஆனால் லெய்லா... ஒரு வருடத்திற்குள்ளாகவே அவள் வெற்றிகரமாக ஒரு அமெரிக்கனாக மாறிவிட்டாள். என்ன ஒரு செயற்கரிய செயல். பதினைந்து வருடமாகியும் ஷிரினால் இதை செய்து முடிக்க முடியவில்லை. அதனாலேயே தன் நியூயார்க் மகளுக்கு அவர் தாய்லாந்தை காட்ட விரும்பினார் - இங்கே அவர் இந்த இடத்தில் பொருந்திவிட்டதாக உணர்ந்தார். அவரைக் காண இங்கே வருமாறு பலமுறை அவர் மகளுக்கு எழுதிவிட்டார். லெய்லா பதில் எழுதியதில்லை, உண்மையில் அவள் ஷிரினுடன் ஒரு வருடமாக பேசக்கூட இல்லை. ஆனால் அது முக்கியமில்லை -

அவர்களுக்கிடையில் ஒரு சிறிய சண்டை நடந்தது, அவ்வளவுதான். லெய்லாவின் எண்ணப்படி "ஒளிவுமறைவின்றி" என்பதற்கான அர்த்தம் ஷிரின் அத்தனையையும் விவரமாக ஒவ்வொன்றாக எடுத்துச் சொல்லவேண்டும் என்பதுதான். இல்லையனில் லெய்லா மிகையாக உணர்ச்சிவசப்பட்டு கத்துவாள். அச்சண்டைக்கு காரணமாக ஷிரின் என்ன பொய் சொல்லிருக்கக் கூடும் என்று கூட இப்போது அவர் ஞாபகத்தில் இல்லை - சிறிய விஷயங்களாகத்தான் இருக்கும், அவர் வீட்டின் மதிப்பைப் பற்றியோ, அவர் வங்கி அவரை முடக்கியதற்கு முன்னால் அவரிடம் எத்தனை கடன் அட்டைகள் இருந்தது என்பது போலவோதான் இருக்கும். அதில் ஒரு சிறிய பகுதி தாய்லாந்திற்கு போகும் முடிவைப் பற்றியதாக கூட இருந்திருக்கும். லெய்லாவின் வார்த்தையில் "ஓடிப்போவது".

இளம் வயதினர் அதிகம் தாய்லாந்திற்கு பயணம் செய்கிறார்கள் - அவளும் வரக்கூடும். கிராமத்தினர் அவருடைய உச்சரிப்பை கண்டுக்கொள்வதில்லை என்பதை லெய்லா அறிய வேண்டுமென்று ஷிரின் விரும்பினார். வேலை வாங்குவதில் அவர் முதியவர் என்பதால் அவரின் முதலாளிகள் கூட அவரிடம் தயக்கம் காட்டினார்கள். மேலும் அவர் ஏதாவது ஆலோசனைகள் சொன்னால் அவர்கள் அதற்கு உடன்படுகிறார்கள். அவருக்கு இது மலைப்பை கொடுத்தது. அது எப்படி இது இவ்வளவு இலகுவாக இருக்க முடியும்? பின்னாட்களில், அவரின் 'தாய்' மொழி கொஞ்சம் மேம்பட்டவுடன், அவரின் பக்கத்து வீட்டில் வசிக்கும் முகத்தில் சிறு புள்ளிகள் நிறைந்த பெண் ஒருவர் அவரின் வரலாறை கேட்டபோது அவர் ஈரானில் மருத்துவராக பணிபுரிந்து, அமெரிக்காவில் இல்லத்தரசியாக வாழ்ந்து பிறகு உயர்நிலை ஆராய்சிகளின் மேலாளராக இருந்ததாகக் குறிப்பிட்டார். அதிலிருந்து அவர் அருகில் வாழ்ந்தவர்கள் அவரை "டாக்டர். ரின்," என்று அழைக்கத்தொடங்கியது பல காரணங்களுக்காக விந்தையான ஒன்று.

பெயர் நன்றாக ஒட்டிக்கொண்டது, அவரும் அதை அப்படியே இருக்க அனுமதித்தார்.

அவரின் ஆரம்ப சில நாட்கள் அது இதுவென படிப்படியாக பொருட்களைச் சேகரிப்பதிலேயே கழிந்தது. பானைகளும் தட்டுகளும், கண்டிஷனர், உப்பு இல்லாத பற்பசை (பற்பசையில் உப்பு. என்ன ஒரு வெறுப்பான விஷயம்!) அரிசி குக்கரைத் தேடி வாங்குவது சுலபமாக இருந்தது. தாய் பாணியில் அரிசி உண்பதற்கு

சீக்கிரம் பழகிக்கொண்டார், கைகளாலேயே மாம்பழத்தை நறுக்கி, அதன் பிசுபிசுப்பான மஞ்சள் சாறு அவர் விரல்களின் இடையே ஓடிக்கொண்டிருக்க, உலர்ந்த அரிசியில் வெண்ணெய் இல்லாமல் வெறும் பழத்தை பிசைந்து சாப்பிடும் விசித்திரமான சுவையை அனுபவித்தார். தன் தாய் ஆடையிலேயே அவர் கைகளை துடைத்துக் கொள்வார், அழுக்காக்குவதற்கென்றே செய்யப்பட்ட மலிவான பஞ்சு ஆடைகள்.

ஒவ்வொரு முறையும் பிசுபிசுப்பான தன் கைகள் அவர் சட்டையின் நுனிக்கு எட்டும்போது, அது ஏதோ ஒரு பாத்திரத் துணி என்பது போல, அவருக்கே ஆச்சரியமாக இருக்கும். அவர் விதவைகள் அமைப்பின் கூட்டதிற்கு செல்லும்போது அவரிடம் இருப்பதிலேயே நயமான பட்டு மேலாடையைத்தான் பலமுறை அணிந்து செல்வார். பத்து வருடங்களாக அவர் பாதுகாத்து வரும் “ஷானெல்லின்” லாவண்டர் வண்ணத் துணி, ஒவ்வொரு முறையும் கையால் துவைத்த பிறகு பதினந்து நிமிடங்களுக்கு அதை இஸ்திரி செய்ய வேண்டும். அந்த மேலாடையில், இடுப்பிற்கு சற்று மேலே இருந்த ஒரு தழும்பை, அது சிறு குறைபாடுதான் என்றபோதிலும் அதை மறைக்க பெரும் பிரயத்தனப்பட்டார். அதை மறைக்குமாறு அவர் பாவாடையை திரும்பத்திரும்ப மடித்துச் சொருகிக் கொண்டேயிருப்பார்.

“உன்னுடையகுறைகள் வெளியே தெரியும்படி விட்டிடாதே”, தன் மகள் சிறியவளாக இருந்தபோது இவர் சொல்வார்.

தேவாலய விழாக்களில், இந்த ரவிக்கை கறையாகிவிடும் என்பதாலேயே நல்ல விருந்துகளை கூட அவர் வேண்டாமென மறுத்திருக்கிறார். தான் ஒரு அந்நியராகவே அவ்விடங்களில் இருந்திருக்கிறோம் என்பதற்கான முக்கியமான சமிக்ஞை இது என்று இப்போது எண்ணுகிறார். “உன்னால் இயல்பாக உடன் அமர்ந்து உணவருந்த முடியாதவரை அவர்கள் உன் மக்கள் அல்ல.” அமெரிக்கர்களோடு அமர்ந்துவிருப்பத்துடன் அவர் உணவருந்தியதே இல்லை. ஈரானில் நண்பர்களோடும் பக்கத்து வீட்டினரோடும் தரையில் துணி விரித்து அதில் அமர்ந்து ஒன்றாக உண்பார், மணிக்கணக்காக பேச்சுத்துணை இருக்கும். மிகவும் அடிப்படையும் அன்னியோன்யமுமானவழிகளில் அவர்கள் உணவோடும் மற்றவர்களோடும் ஊடாடினர்.

தாய் கடைகளில் அவரின் அத்தனை பெர்ஷிய மசாலாக்களும் பாத்திரங்களும் கிடைப்பதைக் கண்டார். ஆனால் ரொட்டிகள் மிக

அரிதுதான். அவர் மக்களிடம் ரொட்டிகள் எங்கு கிடைக்கும் என்று கேட்டால், அவர்கள் பரிவு நிறைந்த கண்களுடன் சொல்வார்கள், "உங்களிடம் உண்பதற்கு அரிசி இல்லையா?" இது அவருக்குச் சிரிப்பை வரவழைக்கும். அவர் தன் தடித்தஉச்சரிப்பில் தாய்லாந்து மொழியில் சொல்வார், "இல்லை, இது வினோதமான என் அமெரிக்கச் சுவைக்காகத்தான் கேட்கிறேன்."

அவரின் வீடு அங்கிங்கிருக்கும் குத்துச்செடிகளின் திட்டுகளில் மறைந்து இருக்கும் குறுகிய முட்டுக்கட்டைகளால் தரையிலிருந்து எழுத்து நின்றிருந்தது. அதற்கு வைக்கோல் தொப்பியை போன்ற ஒரு கூரை இருந்தது. அதனால் தொலைவிலிருந்து பார்க்கும்போது, இந்தக் குடிசை குந்தியிருக்கும் ஒரு பெண்ணைப் போல இருக்கும். அவள் தொப்பி கண்களில் வீழும்படி தலையைக் கவிழ்த்து, அவளின் வெற்றுக் கால்கள் ஒன்றிரண்டு இடங்களில் தெரியும்படி குத்துச்செடிகளாலான அவள் பாவாடை தூக்கியிருக்கும். இந்த காட்சி அவருக்கு வேடிக்கையாக இருந்தது. அது இந்த வீட்டின் ஆகப்பெரிய சிரமத்தின் குறியீடாக இருப்பதாகத் தோன்றியது - ஈரானைப் போல தரையில் ஒரு குழிதான் கழிப்பறை. ஆனால் அவரின் இரைப்பையும் இப்போது ஒரு அமெரிக்கன். அதனால் ஒரு மணிநேரமாவது அவர் குந்தியிருந்தால்தான் ஒன்றிரண்டு சொட்டுகளையாவது நெருக்கி வெளித்தள்ள முடியும். ஆனால் பிற்பாடு ஒரு சிறுமியைப் போல இதற்கு பழக்கப்பட்டு போனதிற்கு அவர் மீதே அவருக்கு பெருமிதம் உண்டானது.

பெரும்பாலும் இங்கு கிடைக்கும் இறைச்சி பன்றிக் கறி தான். அவர் முஸ்லீம் அல்ல, ஆனால் இந்த அற்பமான விலங்கு தன் இனத்தின் உடலையே உண்ணும் என்பதை இந்த தாய் மக்கள் உணரவில்லையா? தீயவைகள்!! தாய்லாந்திலிருக்கும் பலதும் தீமையுணர்வை பிரதிபலித்துக் கொண்டிருந்தன. தன் வீட்டிலிருக்கும் புத்த மாடத்தை அவர் விரும்பவில்லை. புத்த மதம் உருவ வழிபாடு கொண்டது என்பது அவர் எண்ணம். தினமும் காலையில் அவர் கொசுவலைக்குள் கண் விழித்ததும், ஒரு புதுவிதமான பேரளவு பல்லியின் கண்நோக்கி காண்பார். முதல் நாள் இரவில் அவர் ஒன்றை கொன்றார். அதன் வயிறு இன்னமும் சுவற்றில் ஒட்டியிருக்கிறது. இரவில் தினமும் அவர் அதை சுரண்டி எடுப்பார், விசித்திரமான ஒரு சடங்கினைப் போல அது ஒரு தவமென மாறும் உணர்வு வரத்தொடங்கியது. அதனால் அவர்இந்த உயிரினங்களுடன் ஒரு உடன்படிக்கைக்கு வந்தார். தாய் மக்கள் பேய்களைப் பற்றி அடிக்கடி

பேசுவார்கள். ஒருவேளை அவரின் இந்த அழகிய வீட்டில் ஆவிகள் இருக்கலாம், அவை முடிவுறாத பல்லிகளின் வரிசையில் அவரைக் காண வரலாம். இப்போது ஒன்று இறந்துவிட்டது, மற்றவர்கள் துக்கத்திலிருப்பார்கள், ஊர்வன இனமே ஒவ்வொரு இரவிலும் அதே இடத்திற்கு வந்து, அவைகளின் இழிந்த நாக்கினை சொடுக்கி இவரை கிண்டல் செய்யும். "இதற்குத்தானே நீ ஆசைப்பட்டாய்?"

"அருவருப்பான சிறு மிருகங்கள்," அவர் தனிமையிலும் தூக்கத்திலும் இருக்கும்போது பதிலளிப்பார். மேலும், பார்சி வார்த்தைகளின் ஓசையைக் கேட்க விரும்பினால், அவை எவ்வளவு கெட்டவையாக இருந்தாலும், அவரே அதை சத்தம் போட்டு சொல்வார்.

*

ஒருநாள் காலை உள்ளூர் பள்ளியில் அவர் தன் பணியைத் தொடங்கியபோது, வெப்ப மழை வந்து ஊரைத் தோய்த்தது. பேச்சுகளேயின்றி காலை உணவை தரையிலமர்ந்து உண்ணும் பக்கத்து வீட்டினரை அவரால் பார்க்க முடிந்தது. அவர்களின் ஜன்னல் அவரிடமிருந்து மூன்றடி தூரத்தில்தான் இருந்தது, அதனால் அவரால் அவர்கள் சாப்பிடுவதென்ன என்று ஆராயக்கூட முடிந்தது, சில குசுகுசுப்பொலியைக் கேட்க முடிந்தது, அவர்கள் தூபத்தின் கூரிய வாசத்தை உள்ளிழுக்க முடிந்தது. அவர்கள் முகங்களையும் உடல்களையும் மங்கிய வரிகளாக மழை மாற்றியது, அவர்களின் அசைவுகள் கனவினைப் போல ஆகத் தொடங்கியது. அவர்கள் அவரின் பெற்றோர்களை நினைவுபடுத்தினர், அவர்கள் எப்போதும் தரையில் அமர்ந்து, காலை நோன்பை வேகமாக முடிக்கும் விதம். ஒரு பதின்மவயதினராக ஷிரின் பெரும்பாலும் தன்னுடைய தேநீருடன் அவர்களோடு இணைந்து கொள்வதற்கு ஒரு பதினைந்து நிமிடங்களாவது ஆகும்.

அவர் காலையுணவை தனியாகத்தான் உண்பார், கருந்தேநீரும் மாம்பழம் மற்றும் வாழைப் பழத்துடனும் ஒட்டும் ஊதா அரிசி. அவர் கொஞ்சம் தேங்காய்ப்பாலும் பச்சைப் பயறும் சேர்த்துக் கொள்வார், "பார்ப்பதற்கு உண்மையாகவே இந்நிலத்தின் உணவைப் போலவே இருக்கிறது" என்று நினைப்பார். அவர் காலை உணவிற்கு அதிக நேரத்தை ஒதுக்கி இருந்தார், பசியுடன் இருப்பார் என்பதால் அல்ல ஆனால் ரம்புட்டானையும் மங்கோஸ்டீனையும் உரிக்கும் இன்பத்திற்காக. இந்நாட்டின் விசித்திரமான பழங்களினால்

வசீகரிக்கப்பட்டார். உதாரணமாக மங்கோஸ்டீனை உரிக்கும்போது நாம் சுத்தமாக இருப்பது இயலாத காரியம். காரணம், உள்ளிருக்கும் சவ்வை வெளியே எடுக்க வேண்டும். சரியாக நறுக்காமல் விட்டால் வாய் நிறைய கசப்பும் இனிப்புடன் சேர்ந்து வந்துவிடும். அவரின் மிகவும் பிடித்த பெரும்பாலான பழங்களில் இப்படி நல்லதையும் மோசமானதையும் பிரிக்கும் ஒரு கரை இருக்கும். ஈரானின் பெர்ஸிமோன் பழங்களை அவருக்கு இது நினைவுபடுத்தியது. கசப்பைக் கொட்டும் ஜெல்லிக்குள் மடிந்திருக்கும் நான்கு நீரிதழ்கள், நுண்மையான நறுமணச் சுவைக்கும், வெறுக்கத்தக்க ஒரு சுவைக்கும் இடையில் ஒரு மெல்லிய தோல்தான் வித்தியாசம். இரண்டு பாகங்களையும் பிரிப்பது ஒரு கலை, திடமான கையும் ஒரு சிறிய கரண்டியும் தேவை.

அதிகாலை வேளைகளில் அவருக்கு ஈரானின் நினைவும் நீண்டு அச்சுறுத்தும் தனிமையும் அவரை இரு கைகளிலும் வந்துவிழும் செங்கலைப் போல தாக்கும்போது, அவர் செடார் ராபிட்டில் தன்னுடைய ஆரம்ப வருடங்களை வலிந்து நினைத்துக் கொள்வார். அப்போது அவருக்கு திருமணமாகியிருந்தது - தனக்கு அன்பளிப்பாக "ஆண்டர்சன்" என்ற பெயரை கொடுத்த மனிதனுடன் - வெறும் ஆறு மாதங்கள்தான். புதிதாக குடியேறியவர், முப்பது வயது, தனிமையும் அமெரிக்க கணவனுடன் பொருந்தும் வழி அறியாதவராகஇருந்தார். அவர் ஏன் என்னை திருமணம் செய்துக் கொண்டார்," அந்நாட்களைப் பற்றி யோசிக்கும்போது புரியாமல் வியந்தார். தன் ஐந்து வயது மகளுடன் எவ்வளவு நம்பிக்கையற்று தோன்றினார், கலைந்த தலைமுடியும் கந்தலான பையில் உலர்ந்த பழங்களும், ஒருவேளை அவர் எந்நேரமும் நாட்டை விட்டு மீண்டும் வெளியேற நேருமென்றால் தேவைப்படுமென்று ஒரு கூடுதல் உள்ளாடையும். "இத்தனைக் குழப்பமான பெண்ணிடமிருந்து அவருக்கு என்ன தேவையாயிருந்தது?" கொஞ்ச காலம் கழித்து, இந்தக் கேள்வி எழும்போதெல்லாம் அதை அவரே உதாசீனப்படுத்தி அமைதிப்படையின் அத்தியாவசியப் பொருட்கள் கொண்ட பைகளை சேகரிக்கச் செல்வார். அப்போது அவர் அவ்வளவு அழகாக இருந்தார் - வேறென்ன!

பள்ளி அறை முழுதும் புளித்த பாலின் வாசத்தால் நிறைந்து திணறிக்கொண்டிருந்தது. எண்ணெய் பசையுடன், நீலக் கருமுடி கொண்ட எட்டு வயதினரின் வரிசைகள் ஷிரினைப் வெறித்துப் பார்த்து கெக்கலித்துக் கொண்டிருந்தது. அவரின் அந்நியத்தனத்தினால்

தூண்டப்பட்ட உணர்வுப்பெருக்கில் மூழ்கியிருந்தனர். தாய் மக்கள் அந்நியர்களின் மீது சந்தேகம் கொள்பவர்கள் என்றும் அவர்கள் அநாவசியமாக மூக்கை நுழைக்கிறார்கள் என்றும் தோன்றினாலும் அவர்களின் கேள்விகளுக்கு பதில் சொல்வது அவசியம் என்று அவர் கேள்விப்பட்டிருக்கிறார். இவர்களுடன் இரண்டறக் கலந்து விடுவதற்காக அவர் பலமுறை வைக்கோல் தொப்பி அணிந்துகொண்டு மீனவர் கால்சட்டையை சுற்றிக்கொண்டு, நெல் வயலை சைக்கிளால் சுற்றி வரும்போது, உடன் வரும் சைக்கிலோட்டிகள் அவரை நிறுத்தி விதவிதமான கேள்விகளை கேட்பர். "உங்கள் பெயர் என்ன? உங்களுக்கு என்ன வயது? இன்று என்ன சாப்பிட்டீர்கள்?" ஆரம்பத்தில் அவர் இதை தவறாக புரிந்துக் கொண்டார் என்றாலும், இப்போதெல்லாம் அவர் கைகளை பிரார்த்தனை செய்வதைப் போல ஒன்றாக சேர்த்து, பதில் சொல்வதற்கு முன்னால் "சாவட்-டீ-க்ஹா" என்று வணங்கி, எளிமையாக சொல்வார் "நான் ஷிரின். நாற்பத்தி ஐந்து. இன்று நிறைய அரிசி. எல்லாம் நல்லபடியாக இருக்கிறது."

அவர் வயதைப் பற்றி மட்டும் பொய் சொல்ல மாட்டார் - அதை வைத்துதான் அவரை எந்தளவு மதிப்பது என்று அம்மக்கள் முடிவு செய்வார்கள்.

பெற்றோர்களைப் போல அவர்களின் பிள்ளைகளும் அதே தனிப்பட்ட கேள்விகளை கேட்டனர். "உங்கள் வயது என்ன? நீங்கள் எங்கிருந்து வருகிறீர்கள்? உங்கள் சட்டையின் விலை என்ன? பின்தொடர்ந்த வாரங்களில், அவர் ஆங்கில வார்த்தைகளை சொல்லிக் கொடுக்க, லெய்லாவைப் பற்றி பேசியும் அவளின் நியூயார்க் புகைப்படங்களைக் காட்டி அதிலிருந்த பொருட்களை விவரித்தார் - "வுமன். புக்ஸ். சிட்டி. மேன் வித் கிளாஸஸ். மேன் வித் யெல்லோ ஹைர். குழந்தைகள் லெய்லாவின் புகைப்படங்களை விரும்பினர், அவள் ஒரு நட்சத்திர நடிகை என்பதைப் போல அவற்றைப் பார்ப்பதற்காக சண்டையிட்டனர்.

ஒரு குழந்தை, பூன்மீ, எப்போதும் சுவற்றின் அருகே சுணங்கி நின்றிருப்பான். தூங்கும் முகபாவம் கொண்டிருப்பான், சதைப்பற்றான அவன் கன்னங்களால் இருமுனைகளிலும் தடைபட்டு நிற்பதைப் போன்ற சிறிய கண்களும் கனமான கண் இமைகளும். அவனுடைய தடித்த ரோஜாமொட்டு இதழ்கள் எப்போதும் ஏதோவொரு ஒவ்வாமையின் விளைவினால் தாக்கப்பட்டவன் போல தடித்து

காணப்பட்டன. அரிதாகத்தான் புன்னகைப்பான். எதுவும் பேசாமல் அவனே ஒரு மூலையில் சென்று அமர்ந்துக் கொள்வான். அவனே எதையோ நினைத்துக்கொண்டு அவன் சிரிக்கையில், எப்போதாவது ஒரு அதிசயமான கணத்தில் அது நிகழும், சிப்பியின் ஓடு விரிசலைப் போல அவன் கணகள் சட்டென திறந்துக் கொள்ளும். அப்போது உள்ளே இருள் ஒளிர்வதை அவரால் பார்க்க முடியும். ஷிரினுக்கு அவனைப் பிடிக்கத் தொடங்கியது.

தினமும் காலையில் அவர் அவனிடம் ஆங்கிலத்தில் கேட்பார், "பூன்மீ, எப்படி இருக்கிறாய்?" அவன் பதில் சொல்லமாட்டான். அதனால், சொல்லிக் கொடுப்பதற்காக அவரே பதிலையும் சொல்வார், "நன்றாக இருக்கிறேன், நன்றி."

ஒருநாள் ஷிரின் பூன்மீயின் குரலைக் கேட்டார். புதிய மாணவன் ஒருவன் ஷிரினை நோக்கி கை நீட்டி "பராங்", அது தாய் மொழியில் அந்நியனை குறிக்கும் வார்த்தை, என்று கத்தியபோது, பூன்மீ அவன் அமர்ந்திருந்த மூலையிலிருந்து தலைதூக்கி முதன்முறையாக பேசினான்: "அது பராங் அல்ல. அது டாக்டர். ரின்!"

அவர்கள் இருவருக்கிடையில் ஒரு ரகசிய புரிதலுக்கான தொடக்கம் இது என்று அவர் கற்பனை செய்து கொண்டார். எப்படியோ இந்தப் பையனுக்கு அவரின் அந்நியத் தன்மை அவரின் சுமை என்று தெரிந்திருக்கிறது.

"நன்றி, பூன்மீ," என்று அவர் தாய் மொழியில் சொன்னர். அவன் தோளைக் குலுக்கி வேறு பக்கம் திரும்பிக் கொண்டான்.

அவர் வகுப்பெடுக்கத் தொடங்கிய நான்கு வாரங்களில், பூன்மீ இரண்டு முறை வரவில்லை. பிறகு, அப்படியான ஒரு மூன்றாவது நாளில் பள்ளி ஆசிரியை சாவத்துடன், இந்த நகரில் ஓரளவிற்கு நன்றாக ஆங்கிலம் பேசத் தெரிந்தவர், கை கோர்த்து வந்தான். அவன் தலையை தொங்கப்போட்டு, அவர் அவனின் தலைமுடியின் கருமையையும் கன்னங்களின் ஓரத்தையும் மட்டுமே காணும்படி முகத்தை கீழே கவிழ்த்திருந்தான். அவன் மேலே பார்க்க மறுத்து, அவன் பார்வை அவன் காலணியில் நிலைத்திருந்தது. "என்ன ஆச்சு?" ஷிரின் கேட்டார்.

சாவத் பூன்மீயின் அருகே மண்டியிட்டு அமர்ந்து அவனிடம் தாய் மொழியில் ஏதோ சொன்னார். அவன் பாதத்தின் மீதிருந்து கண்களை அகற்றவில்லை. பிறகு சாவத் தன் நெற்றியின் மீதிருந்த அடர்ந்த

முடிக்கற்றைகளை ஒதுக்கி, ஷிரின்னைப் பார்த்து வேறுபட்டுச் சிரித்து - பூன்மீயின் தோள்களிலிருந்து கைகளை எடுக்காமல் - சொன்னார், “ஒன்றுமில்லை. எல்லாம் நலமே. ஆங்கிலம் கற்றுக் கொள்வோமா ?”

வகுப்பு நேரம் முழுதும் ஷிரினால் பூன்மீயின் திசையை நோக்கி திரும்பாமல் இருக்க முடியவில்லை. அவன் எதையோ மறைக்க முயல்கிறான். தனக்குள்ளே சரிந்து மடங்கியிருந்தான், அவனின் உடல் வலது புறம் சுவரை நோக்கித் திரும்பியிருந்தது. அவன் சுவாசிக்கும் விதம் வித்தியாசமாக இருந்தது, அவன் வயிறு ஒரு சோக கதியில் சுருங்கி விரிந்தது. அதற்கு மேல் அவரால் இந்த மர்மத்தை தாங்கிக் கொள்ள முடியாது என்றான போது வகுப்பினரிடம் பலகையில் இருக்கும் வார்த்தைளை பார்த்து எழுதுமாறு சொல்லிவிட்டு அவனை நோக்கி போனார். அவன் முகத்தைத் திருப்ப முயற்சி செய்தார், ஆனால் அவன் உடம்பை திடப்படுத்திக் கொண்டு சுவரை நோக்கித் தள்ளினான். ஒரு விசித்திரமான சத்தம், கிரீச்சொலி போலவோ அல்லது உச்ச ஸ்தாயியில் அலறல் சத்தமோ, அவன் தொண்டையிலிருந்து வெளியேறியது. சாவத் அவர் நாற்காலியிலிருந்து எழுந்து வந்து கிசுகிசுத்தார், “வா வெளியே போகலாம்.” அவர் பூன்மீயின் கைகளைப் பற்றி அவனை ஷிரினிடமிருந்து வெளியே அழைத்துச் சென்றார். அது அவருக்கு எரிச்சலை உண்டாக்கியது, அவரின் சொந்த மகனையே அவர் கைகளிலிருந்து சாவத் பரித்துச் சென்றுவிட்டதைப் போல கோபத்தை தூண்டியது.

மழை நனைத்திருந்த ஆர்க்கிட் பூக்களின் இனிய மணமும் அருகேயிருந்த ஆலோ மரங்களின் முடை நாற்றமும் கலந்திருந்த பாதி மூடிய நடைபாதையில் அவர்களைப் பின்தொடர்ந்தார். இணக்கம் வெளிப்படுத்தும் விதமாக சாவத் அப்பையனுக்கு அருகில் மண்டியிடுவது ஏதோ ஒரு வகையில் ஷிரினுக்கு அவரின் பெற்றோரை நினைவுபடுத்தியது, அவர்கள் மண்டியிட்டதில்லை ஆனால் எப்போதும் தரையிலமர்வார்கள். அதனால் அவரும் இடுப்பைக் கீழே வளைத்து கால்களை மடக்கி சப்பணமிட்டு குழாய்ப்புகை இழுப்பவர்களைப் போல அமர்ந்தார். மீண்டும் அவர் பூன்மீயின் முகத்தை தன் பக்கம் திருப்ப முயன்றார். அவன் மறைக்க முற்படுவது எதுவாக இருந்தாலும் அது ஒரு அந்நிய மருத்துவரிடம் காட்டுவது வெட்ககரமானது என்று அவன் நினைப்பது தெரிந்தது. “பரவாயில்லை,” என்று அவர் சொன்னார். “நான் பார்க்கிறேன்.” கடைசியாக அவன் மேலே தலை தூக்கியபோது, அவனின் ரோஜாவிதழ் வாய் நடுங்கிக் கொண்டிருந்தது, அவனின் பாதி வலது கன்னமும் மேல் கழுத்தும் மஞ்சள் நிறத்தில் காயம் கண்டிருந்தது.

சாவத் தாழந்த குரலில் சொன்னார், "அவன் அப்பாவிற்கு பேய் பிடித்திருக்கிறது."

ஆமாம். இங்கு பேய்கள் உண்டு. தந்திரமான பல்லிகள் இங்கு உண்டு, புத்த மாடங்கள் எல்லாமும் வெறும் பொய். இதயத்தில் உண்மையான மகிழ்ச்சி இல்லையென்றாலும் ஒவ்வொரு நாளும் புன்னகைக்க வேண்டும் என்று சொல்லப்பட்டிருக்கிறது.

சாவத் அம்மனிதனின் பெயர் குன்போல் என்று சொன்னார், ஷிரின் அவனை கிராமத்தில் பார்த்திருப்பதாக நினைத்தார். அவனுக்கு சொந்தமாக அவர் அடிக்கடி செல்லும் ஒரு திறந்த வெளி உணவகம் உண்டு - மூன்று பிளாஸ்டிக் மேசைகளும் ஒரு நூடுல்ஸ் பானையும். குன்போல் ஒரு சிறிய உருவம் கொண்ட மனிதன், கடினமான முகவெட்டும், மஞ்சள் பற்களும், பெண்களைப் போல மேலுயர்ந்த கன்ன எலும்புகளும், இரண்டு கை விரல்கள் அற்றும் இருப்பான். அருமையான "பாட் சீ ஈயூ" செய்வான். அவனுக்கு மனைவி கிடையாது. அப்படியென்றால் இந்தப் பையனுக்கு அம்மா இல்லையா?

தாய்லாந்தில், பெரியவர்களாயிருந்தாலும் சிறியவர்களா யிருந்தாலும், புதியவர்களை வணங்குவதற்கும் தொட்டு பேசுவதற்கும் விதிகள் உண்டு. கைகளை ஒன்றாக சேர்த்து உடலை வளைத்து வணங்குவது. ஆனால் ஷிரின் அந்தப் பையனின் கைகளை இழுத்து தன் மார்போடு அணைத்தார், அவர் அழுத்திய விதத்தில் அவனின் சிறிய துடிப்பு வேகமெடுப்பதை அவரால் எளிதாக உணரமுடிந்தது, வேகமாகவும் வலுவிழந்தும், கைகளிலிருக்கும் ஒரு பறவையில் இதயத் துடிப்பைப் போல.

அவனை அப்படியே சில கணங்கள் வைத்திருந்ததும் அவன் உடல் தளர்ந்தது. சாவத் அசௌகரியமாக சுற்றி நகர்ந்தார். பிறகு ஷிரின் ஏதோ வித்தியாசத்தை உணர்ந்தார். அவரின் கைகளில், அச்சிறுவன் நெளிந்தான், எவ்வாறேனும் அவன் உடலை நிலைமாற்ற முயன்றுக் கொண்டிருந்தான். அவன் கைகள் விடுவித்துக் கொள்ள நெளிவதை அவர் உணர்ந்ததும், அவரின் பிடியை தளர்த்தினார் ஆனால் முழுதாக விட்டுவிடவில்லை, அந்தப் பையன் அன்பிற்காக ஏங்குகிறான் என்ற எண்ணத்தில். அவர் மெல்லிய குரலில், "இது ஒன்றுமில்லை", என்று சொல்லி அவர் லெய்லாவிற்கு அவளை ஆற்றுப்படுத்த ஒரு காலத்தில் செய்ததைப் போன்று அவன் முதுகை மேலும் கீழும் தட்டித் தடவிக் கொடுத்தார், அவருடைய மேற்கத்திய

வழிகளை அவனுக்கு சொல்லிக் கொடுப்பதைப் போல. "இப்படிதான் நாங்கள் எல்லாமும் சரியாகிவிடும் என்று சொல்வோம்... ஈரானிலும் அமெரிக்காவிலும் எல்லாவிடத்திலும். ஒருநாள் நீ கற்றுக் கொள்ளக் கூடிய உலகளாவிய மொழி!"

பிறகு அவர் அவனின் சிறிய கைகள் அவரின் மார்பின் மீது இருப்பதை உணர்ந்தார், ஷிரின் அவரின் மகளை தனக்கு நெருக்கமாக வைத்திருக்கும்போது அவள் செய்வதை போல அசையாமல் பிடித்திருந்தான். அந்தச் சிறுவன் அவரின் கழுத்தில் வெப்பமாக மூச்சை விடுத்தான். அது அவருக்கு ஆதரவற்ற ஒரு குழந்தையை நினைவுபடுத்தியது, தூக்கத்தில் வீழும் சோர்வுற்ற ஒரு குழந்தை. அப்போதுதான் அவர் தன்னுடைய பழைய தாய்மைச் சூழலுக்கு திரும்பிக் கொண்டிருந்தபோது, அவனுடைய கைகள் நகர்ந்தது, திடீரென ஒரு துர் எண்ணம் அவரை பீடித்தது. அது ஒரு நியாயமற்ற எண்ணமாகத்தான் இருக்க முடியும். இப்படியான தீங்கற்ற ஒரு குழந்தையைப் பற்றி இப்படி யார் எண்ணுவார்கள்? இது அவள் மனதில் உள்ள தீமையாகத்தான் இருக்க முடியும், அந்த புத்த மாடத்தின் தாக்கமாகவோ அல்லது இந்த நாட்டில் வாழும் விசித்திரமான ஆவிகளாகவும் இருக்கலம். அந்தச் சிறுவன் வேண்டுமென்றே அவர் மார்பை தொடுபவனாகஇருப்பானா?

அவர் வேகமாக தன்னை வெளியே இழுத்துக் கொண்டார், அது சிறுவனின் வெளிப்பாடில் ஒரு வலியை பதிவு செய்தது.

வெறுமென புன்னகைத்துக் கொண்டிருக்கும் சாவத்தை அவர் பார்த்தார். இந்தச் சிறிய அசைவுகளை அவர் பார்க்கத் தவறிவிட்டார் போலும். அவர் சாவத்திடம் இத்தகைய செயல் இயல்பானதுதானா என்று கேட்க நினைத்தார், ஆனால் அப்படிக் கேட்கவில்லை. அது வெட்கத்திற்குரிய செயலாக இருந்திருக்கும்.

அவர் நான்கு நாட்களுக்கு இந்தச் சம்பவத்தைப் பற்றியே நினைத்துக் கொண்டிருந்தார். தாய்பாசத்தின் ஒரு கணத்திற்காக ஏங்கும் பலவீனமான ஒரு சிறுவனை காயப்படுத்தியது அவர் இதயத்தில் இருந்த தீமைதானா? அல்ல இச்சிறுவன் தன் முன்பருவ வயதின் ஆர்வத்தில் இப்படி நடந்துக் கொண்டானா? இந்தப் பேய் இவருடையதா அவனுடையதா? ஒருவேளை அவன் குழப்பத்தில் இருக்கலாம். நிச்சயமாக அவர் அவனை கட்டியணைத்ததில் ஒரு தவறும் இல்லை. ஆனால் இறுதியாக, அவனிடமிருந்து தன்னை இழுத்துக் கொண்டபோது அவனுடைய தூக்கமுற்ற கண்களில்

அவர் கண்ட அதிர்ச்சியை நோக்கித் தான் அவரின் குற்ற உணர்வு இருந்தது, குழந்தையின் வாயிலிருந்து உணவை பிடுங்கிக் கொண்டதைப் போல. பூன்மீ எப்போதாவது அவனது வீட்டில் கட்டியணைக்கப்படுவானா? ஒரு மாற்று அம்மாவை அவன் பற்றிக் கொண்டபோது தள்ளியது தவறா?

படுக்கை நேரத்தில், அவர் ஈரானிய இசையை போட்டார். "நபாஸ்,", மூச்சு என்று அர்த்தம், என்ற கூகூஷின் ஒரு சோக மெல்லிசை அது. கூகூஷின் வாழ்க்கை அவருக்கு நினைவூட்டுவது என்னவென்றால் நீங்கள் எவ்வளவு அழகாக இருந்தாலும் இந்த உலகத்தால் நேசிக்கப்பட்டாலும், இவ்வுலகின் எல்லா சிறிய கவலைகளையும் வென்றாலும், உங்கள் துன்பங்கள் உங்களுக்கானது மட்டுமே. அவர் ஒரு தட்டில் தன் இரவுணவுக்கென பழங்களை வைத்து அவற்றின் பெயர்களை உரக்கச் சொன்னார், அப்போதுதான் அதை பற்றி அவர் அடுத்த முறை பேசும்போது சரியான வார்த்தைகளை உபயோகிக்க முடியும். முட்களாலான சிவப்பு பழம் ஒன்று உண்டு, அது அர்மடில்லோவின் குழந்தையைப் போல இருக்கும் பார்ப்பதற்கு, உள்ளங்கால்களைப் போல நாற்றமடிக்கும். பழத்தையும் சொரசொரப்பான தோலையும் பிரிக்க உள்ளே இருக்கும் மெல்லிய கோட்டை அத்தனை பழங்களிலிருந்தும் பிரித்து எடுப்பது அவருக்கு மிகவும் பிடிக்கும். இப்பூமியின் பணக்கார மக்கள் கூட தாய்லாந்து பழங்களை விட சிறப்பான ஒன்றை உண்டுவிடமுடியாது என்று நினைப்பார் - தட்டின் மீது கடவுளின் கொடை.

உணவு வேளைகளின் போது மட்டும் தன் கற்பனைகளுக்குள் ஆழச்சென்று தஞ்சம் அடைந்து கொள்ளும் ஒரு பழக்கம் இருந்தது. வழக்கமாக லெய்லாவிடம் அடுத்த சந்திப்பில், அது எப்போது நிகழ்வதாக இருந்தாலும், என்ன பேசுவது என்பது பற்றியதாகத்தான் இருக்கும். ஒருவேளை இன்று அவர்கள் பேசிக்கொள்வதாகஇருந்தால், அவர் நினைத்துப் பார்த்தார், அது பூன்மீயைப் பற்றி அறிவுரை கேட்பதாகத்தான் இருக்கும். லெய்லா ஒரு உளவியல் மாணவி எனபதால் அவளைப் பற்றிய ஒரு நீண்ட உரையாடல் அவர்களுக்கு நிகழும். அவர் தன் மகளிடம் இங்கிருக்கும் வறுமையைப் பற்றி சொல்வார், அவர் வீட்டின் திணறடிக்கும் சூட்டைப் பற்றி சொல்வார். ஜன்னல் மூலமாக அவரின் பக்கத்து வீட்டினரை அவரால் பார்க்க முடியும் ஆனாலும் ஒருவருக்கொருவர் பேசிக்கொள்வதில்லை. "லெய்லா அன்பே, இங்கே அவர்கள் எவ்வளவு துன்பத்தை அனுபவிக்கிறார்கள் என்று உனக்கு தெரியாது."

அச்சிறுவனைப் பற்றிய கேள்வி அவரை அரித்தெடுத்தது. இரவு உணவிற்குப் பிறகு, அவர் ஒரு கோப்பைத் தேநீருடன் அமர்ந்து தான் ஏன் தன் மகளுக்கு எப்போதும் வெறும் மின்னஞ்சல் முட்டுமே அனுப்புகிறோம் என்று வியந்தார். அந்தப் பெண் தன் கல்லூரியின் அஞ்சல் கணக்கை திறந்து பார்ப்பதில்லை என்று நிச்சயமாகத் தெரியும். அவர் நான்கு பெருமதிப்பான குறுஞ்செய்திகளை லெய்லாவின் செல்பேசிக்கு அனுப்பிய பின்னர், அவரின் அதரப் பழசான செல்பேசி அதிகாலை மூன்று மணிக்கு உயிர் பெற்றது - பதினோரு மணிநேர வித்தியாசத்தை லெய்லா மறந்து போயிருக்க வேண்டும். அவளுக்கு பதிலளிக்கும் அவசரத்தில், அவர் கிட்டதட்ட படுக்கையிலிருந்து இடறி விழுந்திருப்பார், கொசு வலை இருப்பதை மறந்துவிட்டார். ஒரு பல்லி அதன் அருவருப்பான நாகைை அவரை நோக்கி நீட்டியது. "தீயோனே," அவர் மெல்லச் சொன்னார்.

"லெய்லா அன்பே?" அவர் பதில் சொன்னார், அதற்குள்ளாகவே அவருக்கு மூச்சு முட்டியது.

"என்ன பிரச்சனை?" லெய்லா கேட்டதும் ஷிரினுக்கு விஷயம் அவசரமானது இல்லையென்றால் லெய்லா கோபப்படுவாள் என்று புரிந்தது. அவர்களுக்கிடையில் ஒரு பனிப்போர் அல்லவா நடந்துகொண்டிருக்கிறது. ஆனாலும் லெய்லாவின் குரல் அவருக்கு இதமாக இருந்தது, முதுகு வலியின்போது கனமான உள்ளங்கைகள் அதன் மீது அழுத்துவதைப் போல.

"ஓ ஒன்றுமில்லை," ஷிரின் சொன்னார். "எனக்கு கொஞ்சம் உடல் நலமில்லை. நான் உன்னை தொந்தரவு செய்திருக்கக் கூடாது."

"இல்லை, இல்லை," என்று சொன்ன லெய்லாவின் குரல் நிச்சயமற்று இருந்தது ஆனால் அக்கறை கொண்டதாக இருந்தது. "எப்படி இருக்கிறீர்கள்?"

லெய்லா உரையாடலுக்கான வாசலை திறப்பதைப்போல தெரிவதால் ஷிரின் தத்தித்தத்தி அதனுள் நுழைந்தார். வெப்பச் சூழலைப் பற்றி சொன்னார், நீர்ப் பழங்களைப் பற்றி, பேய் பூதங்களின் மீது தாய் மக்களுக்கு இருக்கும் பேரார்வத்தைப் பற்றி, அதை அவர்கள் எப்படி வெறும் பாவச் செயல்களோடு மட்டும் அல்லாமல் எல்லாவற்றுடனும் பிணைத்து இருக்கிறார்கள் என்பதைப் பற்றி - "அவை எல்லா இடத்திலும் இருக்கிறது, லெய்லா அன்பே!"

அதன் பிறகு விரைவாகவே அவர்கள் இயல்பான உரையாடலுக்குள் சென்றுவிட்டனர், லெய்லா அவளின் கல்லூரியைப்

பற்றி சொன்னாள். அவள் பயன்படுத்தும் வார்த்தைகளும் வாக்கியங்களும், அமெரிக்காவில் பதினைந்து வருடங்களை கழித்ததால் ஷிரினால் புரிந்து கொள்ள முடியும் ஆனால் அதை அவர் விரும்புவதில்லை. லெய்லா அவளின் ஆண் தோழனை மூளையிழந்துவிட்டான் என்றும், தற்போது அவன் உடலே வெறும் ஒரு மாபெரும் ஆண்குறிதான் என்றும் சொன்னாள். கார்ல் யுங் பற்றிய ஆய்வு கட்டுரையை "அரைகுறையாக" செய்யப் போவதாக சொன்னாள். உளவியல் ரீதியான வார்த்தைகளை அவளின் தினசரி பேச்சில் அவ்வப்போது தூவி விடுவாள். யாருக்கோ "நெப்போலியன் சிக்கல்" இருந்தது. வேறொருவர் உளப் பரிமாற்ற சிகிச்சை மேற்கொள்கிறார். ஷிரின் இவற்றை கவனித்துக் கொண்டு பூன்மீயைப் பற்றி பேசும் வாய்ப்பிற்காக காத்திருந்தார். அவனின் எந்த உளவியல் கூறு அவனை இப்படி விசித்திரமான ஒரு செயலை செய்ய வைத்தது? அவர் மகளிடம் இதைப் பற்றிய கோட்பாடுகள் இருக்கும்.

கடைசியாக லெய்லா கிளம்ப வேண்டும் என்று சொல்லத் தொடங்கியதும் ஷிரின் அதை திடுமென வெளியே கொட்டினார், "பள்ளியில் படிக்கும் ஒரு மாணவன் என் மார்பை பற்றினான். இது இயல்பானதுதானா?"

•

அங்கே ஒரு நொடி அமைதி நிலவியது. பிறகு லெய்லா சிரித்தாள், அவளின் இனிமையான இளஞ் சிரிப்பு. "ஓ என் அன்பு அம்மா," அவள் சொன்னாள், அவளுக்கு அது வேடிக்கையாக இருந்தாலும் குழப்பத்தின் விளிம்பில் இருந்தாள். "அது ஒரு தன்னறியா செயல்தான்"

ஒரு கணம் ஷிரின் தன்னுடைய கவலைகளை மறந்தார். அவர்மற்ற கதைகளை வெறும் பொழுதுபோக்கவே சொன்னார், லெய்லா அதற்கு வெகுமதியாக மலைப்பையும் கெக்கலிப்புகளையும் சாமார்த்தியமான அமெரிக்க ஜோக்குகளையும் தந்தாள். பிறகு அவள் சொன்னாள், ஏதோ அப்போதுதான் நினைவுக்கு வந்ததைப் போல, "நான் என் விடுமுறைக்காக டோக்யோ செல்கிறேன். அங்கேயும் வந்தால் என்ன?"

ஷிரினின் நெஞ்சில் ஏதோ நகர்ந்தது, ஒரு படபடப்பு, லெய்லா சிறியவளாகவும் அவர்கள் நண்பர்களாகவும் இருந்தபோது ஆனதைப் போல. "நீ உண்மையாகத்தான் சொல்கிறாயா?" அவர் சொன்னார். "உன்னால் விடுப்பு எடுத்துக் கொள்ள முடியுமா?"

"நான் இப்போதுதானே சொன்னேன், என் விடுமுறையின் போதுதான்" லெய்லா சொன்னாள். "சியாங் மாயை இப்போது கூகிளில் தேடிக் கொண்டிருக்கிறேன். எந்தத் தெருவில் உன்னுடைய அடுக்ககம் இருக்கிறது?" அவள் அந்த இணைய தளத்தை சத்தம் போட்டு படித்தாள், அந்நகரத்தின் பல உணவகங்களையும் யானை காப்பகங்களையும் மசாஜ் நிலையங்களையும் கண்டு அவள் கிளர்ச்சி அடைந்தாள்.

ஷிரின் ஒரு நொடி தாமதித்தார். அவர் பொய்யின் விளைவு களையும் தினமும் அவர் கடவுளுக்கும் தனக்குத்தானே செய்துக் கொள்ளும் சத்தியங்கள் பற்றியும் சிந்தித்துப் பார்ப்பதற்கு முன்னால், அவர் சட்டென உளறிவிட்டார், "சரியாக அதன் மையத்தில்தான் லெய்லா கண்ணே. வெகு நவீனமானது. மிக மிக அருமையானது. உனக்கு கட்டாயம் பிடிக்கும்."

*

சிலசமயங்களில் கிராமத்தினர் அவருக்கு பரிசுகள் கொடுப்பார்கள், நீர் லீச்சி பழம், கடும் துர்நாற்றம் அடிக்கும் துரியன், தெய்வீகமான பழங்களை அவருக்கு ஏற்றுக்கொள்ளத் தெரியும். ஈரானில் பரிசுகளை ஏற்றுக் கொள்வது முறையானதல்ல, மூன்று முறை மறுப்பதுதான் வழக்கம். ஈரானில் ஒருவர் தன்னுடைய தேவைகளையும் துயரங்களையும் காட்டிக் கொள்ளக் கூடாது. அது எல்லாவற்றையும் கடந்தவராக ஒருவர் இருக்க வேண்டும். இங்கே, அவ்வழக்கம் கொஞ்சம் மேலானது, எளிமையானது. இச்சமூகம் தனக்கு உதவ வேண்டுமென்றால் பிரச்சினைகளைப் பகிர்ந்துகொள்ள வேண்டும். இது மிகவும் இயற்கையானதாக இருந்ததால் ஷிரின் சீக்கிரமே தன் பழைய வழக்கங்களை மறந்து போனார். அவரது கடைசி அமெரிக்கத் துணிகளையும் ஓரமாக வைத்தார், மீனவர் காலுறைகளே அவருக்கு மிகவும் பொருத்தமானது என்று முடிவு செய்தார். மாதத்தின் இருபதாவது நாள், அவர் வழக்கமாக தன்னுடைய தலைமுடிக்கு வண்ணச்சாயம் பூசும் தினம். தான் அதிக வேலையாக இருப்பதாக அவர் தனக்குத்தானே சொல்லிக் கொண்டார், அந்த வாரம் கடந்த பிறகும் தொடர்ந்து அதை தவிர்த்தார், தன்னுடைய உண்மையான வயதை காட்டிக்கொள்ள விரும்பினார். ஒவ்வொரு "சாவத்-டீ-க்ஹா" வின் போதும் அவர் அக்கம் பக்கத்தினரின் வளைந்து வணங்குவது இன்னும் ஆழமாக வளர்ந்தது.

அவர் மகளின் வருகைக்கு இரண்டு வாரங்களுக்கு முன்னால், லெய்லாவிற்காக தன்னுடைய தலைமுடிக்கு வண்ணம் பூச எண்ணினார். பின்னால், அது வேண்டாமென்று முடிவு செய்தார்.

சனிக்கிழமை காலை லெய்லா வருவதாக திட்டமிடப்பட்டிருந்தது. ஷிரின் ஒரு வாரமாக தயாரிப்புகளில் ஈடுபட்டிருந்தார், ஈரானிய உணவுகளைச் சமைப்பதும், தன் குடிசையின் தரையை துடைப்பதும், புத்த மாடத்திற்கு பூந்தொட்டியை தேடுவதும் என. லெய்லாவிடம் என்ன சொல்வது என்பதைப் பற்றியும் சிந்தித்தார். "லெய்லா கண்ணே, இங்கே நீர் உடும்புகள் ஒரு சிறிய கார் அளவிற்கு பெரியதாக இருக்குமென்று உனக்கு தெரியுமா? துரியன் பழம் அழுகிய பிறகுதான் சாப்பிட உகந்தது என்று உனக்கு தெரியுமா, அது சிதைந்த போன நிலையில்தான் சிறந்த பலனைக் கொடுக்கும். லெய்லா அன்பே, பூன்மீயைப் பற்றி உனக்கு சொல்கிறேன். அவனுக்கு பேய் பிடித்திருக்கும் என்று நம்புகிறேன் அல்லது வேறுவிதமான விசித்திரம் அதை உன்னால் விளக்க முடியலாம்." பல்லிகளை விரட்டும் கடின நாற்றமெடுக்கும் மூலிகைகளைப் பரப்பினார். அது எதுவும் வேலை செய்யவில்லை. ஃப்ராவோவிலிருந்து சியாங் மாய் விமான நிலையம் வரை இரவுச் சந்தைக்காக வாரம் ஒருமுறை செல்லும் வேனில் சவாரிக்கு ஏற்பாடு செய்திருந்தார். அதில் அவர் முதல் ஆளாய் ஏறிக்கொண்டார், மற்றவர்கள் பின்னால் துளித்துளியாக உள்ளே நுழைந்தனர். மற்ற பயணிகளில் பெரும்பாலானவர்கள் பழ வியாபாரிகள். அடைபட்ட, புழுக்கமான வேனில், அவர்கள் உடல் மீதிருந்த மீன் மற்றும் இறைச்சியின் நாற்றமும் நச்சு ஆவியாக எழுந்து அவருக்கு குமட்டியது. பூன்மியின் தந்தை முன்னால் அமர்ந்திருப்பதை கண்டார், சிறுவனின் சார்பாக அவரிடம் எதிர்த்து கேட்கவேண்டுமென்று அவ்வளவு விரும்பினார். ஆனால் அதற்கு பதிலாக அவரின் பின்கழுத்தைப் பார்த்து தாய்லாந்திலிருக்கும் அத்தனை கொழுத்த பல்லிகளும் இரவில் அவரைப் பார்க்க வேண்டுமென்று வேண்டிக்கொண்டார்.

பேருந்தின் அட்டவணையை மீண்டும் சரிபார்த்தார், அவர்கள் கிராமத்திற்கு திரும்புவதற்கான போக்குவரத்து. திரும்பி பயணிக்கையில், அவர் லெய்லாவுடன் இருப்பார் - அந்நினைவுகள் அவரை எதிர்பார்ப்புகளால் நிறைத்தது. விமான நிலையத்தின் ஓய்வறையில் நறுமணம் நிறைந்த அவரே செய்த மல்லிகை மாலையுடன் காத்திருந்தார். ஒரு மணிநேரம் கழித்து, தூரத்தில் பழகிய உருவம் ஒன்றை பார்த்தார், அவரின் முற்றும் சோர்வுற்ற

மகள், ஜீன்ஸிலும் டீ ஷர்ட்டிலும் நீண்டும் வடிவமாகவும் இருந்தாள். மாலையை லெய்லாவின் கழுத்தில் போடுகையில் அவரால் தன் ஆனந்தத்தை கட்டுப்படுத்த முடியவில்லை. லெய்லா சிரித்தாள். "ஐ மிஸ்டு யூ, அன்பு மாமான்," ஷிரினின் தோள்களில் அவள் கிசுகிசுத்தாள்.

பேருந்தில்தான் பிரச்சினை ஆரம்பமானது, ஆனால் இதை சமாளித்து விட முடியுமென்று ஷிரின் உறுதியாக நம்பினார். "இது சிறிய பயணம்தான்," வெளிப்படையாக எரிச்சலைக் காட்டிய லெய்லாவிடம் சொன்னார். அவள் உடனடியாக அவரின் தோளில் சாய்ந்து தூங்கினாள். இரண்டு மணிநேரம் கழித்து அவள் எவ்வளவு நேரம் போனது என்று கேட்டாள். ஷிரின் சொன்னார், "பதினைந்து நிமிடம்."

லெய்லா அவள் கடிகாரத்தைப் பார்த்து முகம் சுளித்தாள். "அப்படியென்றால் நீங்கள் சியாங் மாய்யில் வாழவில்லையா?" அவள் எப்போதும்போல் அவரை குறைகூறும் வகையிலேயே இதைச் சொன்னாள். அவளின் முறைப்பு ஷிரினை ஊடுருவியதால் அவர் தலைகவிழ்த்துதன்கால்களை நோக்க வேண்டிய கட்டாயம் ஏற்பட்டது. "நீங்கள் இதை மீண்டும் செய்ய வேண்டியதில்லை," லெய்லா தாழ்ந்த குரலில் சொன்னாள், ஏதோ அவள் ஏற்கனவே உரிமம் பெற்ற உளவியலாளரைப் போல. "நான் எப்படி இருந்தாலும் வந்திருப்பேன்." பொய் பேசுவதைப் பற்றி அவர்கள் ஏற்கனவே பேசியிருக்கிறார்கள். ஷிரின் விளக்கமளிக்க முயற்சித்தார். "இது பொய் பேசுவது அல்ல. ஈரானில் எல்லோருக்கும் உண்மையான பொய்யிற்கும் இதைப் போன்ற தினசரி விஷயங்களுக்கும் வித்தியாசம் தெரியும். உனக்கு உன்னுடைய கலாச்சாரம் தெரியவில்லை."

அவர்கள் வந்த உடனேயே லெய்லா தரையிலிருந்த பாயில் விழுந்து உறங்கிவிட்டாள். ஷிரின் இதை ஒரு நல்ல அடையாளமாகப் பார்த்தார். அவர் உணவு சமைத்து வைத்து, மாலை சவாரி செய்ய சைக்கிள்களைப்பரிசோதித்தார். ஒரு மணிநேரம் கழித்து விழித்ததும், லெய்லா சுற்றிப் பார்த்து முனகினாள், அவள் கைகளில் பலமுறை கடிபட்ட இடங்களை கீறிக் கொண்டிருந்தாள். "இவ்வளவு குழப்பம்," ஷிரின் நினைத்தார். "மாமான்," லெய்லா அமைதியாக சொன்னாள், "இந்த நிலைமையைப் பற்றி நாம் பேச வேண்டும்."

ஷிரின் அவளை புறக்கணித்து நடை போகலாம் என்று ஆலோசனை சொன்னார். "என்ன நிலைமை" அவர் மகள் ரொம்பவும்

அமெரிக்கனாகி விட்டாள், எப்போதும் பின்னர் விவாதிக்க ஏதோ இருக்கிறது என்று குறிப்பாக சொல்வது. ஒன்று சொல் இல்லை சொல்லாதே. ஆனால் ஒரு நிமிடம் கழித்து லெய்லா குளியலறைக்கு நெளிந்து சென்றபோது, ஷிரின் தான் ஒரு உண்மையான பெர்ஷிய மகளைத்தான் வளர்த்துள்ளதாக நினைத்தார். ஈரானியர்கள் நல்ல பொய்யர்களாக இருக்கலாம், ஆனால் அவர்கள் நாடகங்களை நிகழ்த்துவதில் மேலும் வல்லவர்கள்.

பார்ஸியில் ஒரு சொலவடை உண்டு "மொத்த வீட்டையும் உன் தலையில் போட்டுக் கொள்வது" என்று. யாராவது பித்து பிடித்ததைப்போல நடந்து கொள்ளத்தொடங்கினால், அவர்கள் ஆயிரம் துகள்களாக சுறுசுறுத்து வெடித்து, அவர்களின் கோபம் சிதறிய உலோகத் துண்டுகளாக அனைவரையும் துளைத்து விடும்.

லெய்லா கழிவறையைப் பார்த்ததும் அதுதான் நடந்தது.

ஒரு வெளிநடப்பு நிகழ்ந்தேறியது."அந்தக் குழியில் போவதற்கு நான் முயற்சிகூட செய்ய மாட்டேன். "அன்பு அம்மா, நீங்கள் சியாங் மாய் என்று சொன்னீர்கள். ஆனால் இதற்கு திட்டமிட எனக்கு ஏன் நீங்கள் நேரம் கொடுக்கவில்லை?"

லெய்லா மீண்டும் உறங்கிப் போனாள், இந்த முறை கொசு வலையின் அடியில் (அவள் அது அழகாக இருப்பதாக நினைத்தாள், கடவுளுக்கு நன்றி), பிறகு ஷிரின் தன் மகளின்சிறுநீர்பையும் பெருங்குடலும் என்ன ஆகும் என்று வருத்தப்பட்டார் - இருபது மணிநேர பறத்தலுக்குப் பிறகு இதை அடக்கிக் கொண்டிருப்பதால் அவள் அத்தனை அஜீரணக் கோளாறுகளையும் பெறக் கூடும். ஆனால் ஒரு நொடி இதைதான் எதிர்பார்த்திருக்க வேண்டும் என்பதையும் உணர்ந்தார். லெய்லா ஒரு பெருநகரத்தில் வாழும் பெண், ஒரு அமெரிக்கன். அவள் எப்போதும் பலவீனமான உடல் கொண்டவள். அவர் இதை மன்னித்து விடலாமா?

இல்லை... நன்றியுடன் இருப்பதைப் பற்றியும் இயற்கையுடன் இயைவதைப்பற்றியும், பிறகு பூன்மீயைப் பற்றியும் ஒரு உரையை தயார் செய்தார். அவர் தன் அருவருப்பான தழும்புகளை வெளிக்காட்டத் தயங்குவதில்லை என்று தன் மகளிடம் சொல்ல விரும்பினார். தர்பூசணியை அவர் வெட்டுக்கத்தியால்தான் வெட்டுகிறார். கழிவறையை அவர்தான் சுத்தம் செய்கிறார், நியாயமாக சொன்னால், அது வெறும் குழியல்ல. அதன் விளிம்புகள் பீங்கானால் அமைக்கப் பட்டிருக்கின்றன, அது ஒன்றும் குறைவானதும் அல்ல, அது ஒரு

அழகியற்பாணி. அவர் தன் நேர்த்தியான வார்த்தைகளால் நெஞ்சுரத்தின் வலிமையைப் பற்றியும் உண்மையான அழகைப் பற்றியும் பாடமெடுத்து அவர் மகளின் பிடிவாதத்தையும் நகரத்தன்மையையும் வென்றிடலாம் என்று கற்பனை செய்தார். பிறகு இந்தக் கழிவறையை உபயோகிப்பது எப்படி என்று லெய்லாவிற்கு சொல்லிக் கொடுப்பார். கடைசியாக, அவர்கள் ஈரானில் இருந்தபோது லெய்லாவிற்கு அப்போது இரண்டு வயது, இதே போன்ற ஒரு கழிவறையில் அவர்கள் செய்ததை நினைவுகூர்ந்து சிரிப்பார்கள்.

லெய்லா விழித்ததும், தரையின் மீது மெல்ல விசும்பினாள்.

“என்னால் தூங்க முடியவில்லை. அவ்வளவு வெப்பமாக இருக்கிறது, தாழ்ந்த குரலில் சொன்னாள். ஷிரின் அவளுக்கு தர்பூசணியை கொண்டு வந்தார்.

“உனக்கு ஈரான் நியாபகம் இருக்கிறதா?” ஷிரின் கேட்டார். “நாம் சுற்றிப் பார்த்த கிராமங்கள்?”

“இல்லை,” லெய்லா சொன்னாள், மீண்டும் அவளின் வழக்கமான முறைப்பை காட்டி. “எனக்கு அப்போது ஐந்து வயது.”

“நெல் வயல்களிடையே ஒரு சவாரி போகலாமா,” ஷிரின் ஒரு சலுகையை முன் வைத்தார். “நான் உனக்காக ஒரு சைக்கிளைக் கடன் வாங்கியிருக்கிறேன்.”

லெய்லா ”சரி” என்று சொல்லி தர்பூசணியை ஒரு கடி கடித்து பின் சிணுங்கினாள். பின்பு ரகசிய ஒலியில் சொன்னாள்,”அன்பு அம்மா, நீங்கள் நிறைய நிறைய பொய் சொல்லியிருக்கிறீர்கள். உங்களால் ஏன் இதை நிறுத்த முடியவில்லை? ஏன் என்னிடமே இதை செய்கிறீர்கள்.?”

ஷிரின் அதை கண்டுக்கொள்ளவில்லை. “உடை மாற்றிக் கொள். கிளம்பலாம்.”

அந்த வாரயிறுதியின் மற்ற நேரங்களெல்லாம் அவர்கள் ஷிரீனின் திட்டத்தையே பின்தொடர்ந்தார்கள்: நெல் வயல்களிடையே சைக்கிளில் சுற்றிவருவது, கிராமத்தினிடையே சுற்றி வருவது, அவருக்கு தெரிந்தவர்கள் ஒவ்வொருவரையும் சந்திப்பது. லெய்லா தனக்காக இத்துன்பங்கள் அனுபவிப்பதை அவரால் பார்க்க முடிந்தது. ஞாயிறன்று, லெய்லா குறைவான வார்த்தைகள்தான் பேசினாள் என்றாலும் நேரம் கழிய கழிய அவள் பேசிய வார்த்தைகள் பெரும்பாலும் ”பார்ஸி” என்பதில் மகிழ்ச்சியே.

பேசுவதற்கு குறைவாக இருந்தபோது, அவர்கள் சிறிய விஷயங்களை கண்டு சிரித்தார்கள்.

"என்ன கொடூரம் இது?" திங்கள் காலை அவர்கள் பகிர்ந்து கொண்ட கொசு வலையிலிருந்து ஊர்ந்து வெளியே வந்தபோது லெய்லா சொன்னாள்.

"அதைக் கொல்ல முயற்சிக்காதே," ஷிரின் சொன்னார், அவளை மேலும் எரிச்சலுண்டாக்க விரும்பி," அதற்கு நிறைய குடல்கள் உண்டு" என்று சொன்னார்.

லெய்லா கண்களை உருட்டி, எழுந்த புன்னகையை அடக்கிக் கொண்டாள். பிறகு, அந்த துர்விலங்கைத் தொட்டு அதை கையின் மீது ஊர்ந்து செல்ல விட்டு ஷிரினை ஆச்சரியப்படுத்தினாள். "ஹலோ குட்டிப் பையா" என்று அதனிடம் சொன்னாள்.

காலையுணவிற்குப் பிறகு, லெய்லா ஷிரினின் பள்ளிக்குச் சென்றாள், அங்கே பின்னால் அமர்ந்து ஷிரின் வழக்கத்தை விட இரண்டு மடங்கு பாடம் எடுப்பதை கவனித்தாள்.

அதற்கான காரணத்தை குழந்தைகளால் உணர முடிந்ததால் அவர்கள் லெய்லாவிடம் கும்பலாகத் திரண்டனர். பிறகு வைக்கோல் பந்தலின் கீழ் நூடுல்ஸ் அருந்தும்போது, லெய்லா சொன்னாள், "மாமான், அந்தச் சிறுவனிடம் ஆட்டிஸத்தின் சாயல் இருக்கிறது." அவள் சற்று அமைதியானாள். "உங்களுக்கு சில புத்தகங்களை அனுப்புகிறேன். இதை அவன் குடும்பம் புரிந்து கொண்டால் நல்லது. அவர்கள் இதை நியூயார்க்கில் ஒரு காஃபி கடையில் அமர்ந்து விவாதிப்பதைப் போல பேசினார்கள். பின்னர் பூன்மீயைப் பற்றி மட்டும்தான் அவர்கள் ஒரு நண்பர்களாக, எந்த கசப்பான பின்கதையும் அந்நியத்தனமும் இல்லாத இரண்டு பெரியவர்களைப் போல பேசினார்கள் என்பதை கவனித்தார்.

அவ்வப்போது, பெரும்பாலும் லெய்லாவிற்கு விண்பயண நேர குழப்பதினால் தூக்கம் தடைபடும் போதெல்லாம், அவர்கள் இருவரும் சிடுசிடுவென பேசிக்கொண்டார்கள். மூன்றாவது நாளில், அதுவரையில் அதிக வெப்பமான நாள் அது, லெய்லா ஷிரினின் வீட்டிற்கும் பக்கத்து வீட்டிற்கும் இடையிலான பாதி நிழல் கொண்ட பகுதிக்கு சிறிய அரைக்கால்பேண்டும் கை வைக்காத மேல் சட்டையும் அணிந்து வெளியில் வந்தாள். பக்கத்து வீட்டினர் அவளை பார்ப்பதற்கு முன்பாக உள்ளே இழுத்து விடுவதற்காக

ஷிரின் வேகமாக அவளிடம் ஓடினார். "நீ இங்கே இதைப் போல உடையணியக் கூடாது," என்று சொன்னார்.

"இப்போது நூறு டிகிரி. நான் வேறென்ன அணிந்துக் கொள்ள வேண்டும்?" என்று சொல்லிக்கொண்டே லெய்லா அவள் மார்ப்புக்கிடையில் இருக்கும் நிழற் கண்ணாடியை வெளியில் எடுத்தாள். ஷிரின் அவருடைய மகள் பொறுமையின் விளிம்பில் இருப்பதையும் அது தீர்ந்துகொண்டு வருவதையும் பார்த்தார், ஆனாலும் பிடிவாதமாக நின்றார். ஷிரின் அவரிடம் ஒரு ஜோடி மீனவ கால்சட்டைகளை கொடுத்தார் - கடந்த ஞாயிறு சந்தையில் மெல்லிய ரோசா நிறத்தில் அவர் வாங்கிய இரண்டு ஜோடி - லெய்லா சிரித்தாள். "எனக்கு இதுவே வசதியாகத்தான் இருக்கிறது. இன்றைக்கு நான் தனியாகவே போகிறேன். நீங்கள் வீடிலேயே ஓய்வெடுங்கள்."

"லெய்லா", எழும் கோபத்துடன் சொன்னர் ஷிரின். "இதை நிறுத்து. இந்த ஆடையில் உன்னை இந்த மக்கள் மதிக்க மாட்டார்கள். என்னுடைய மகள் இப்படி ஒரு முழு 'பரதேசியைப்' போல நடந்துக் கொண்டால் நான் எப்படி இங்கு தொடர்ந்து வாழ்வது?"

"என்னை மதிப்பதா? நீங்கள் தெளிவாகத்தான் பேசுகிறீர்களா?" லெய்லா தன் கைகளிலிருந்து வேர்வையை உதறி சொன்னாள், அவள் உடல் நூற்றுக்கணக்கான கொசுக்களின் கடிதடங்களால் மூடியிருந்தது.

ஷிரின் பெருமூச்சு விட்டார். "நான் எப்படி இப்படி ஒரு பிடிவாதமான பெண்ணை பெற்றேன்? நியூ யார்க் உன்னை முழுவதுமாக கெடுத்து விட்டது."

லெய்லா புன்னகைத்தாள். பிறகு ஒரு கணம் ஏளனமாக சிரித்தாள். "உங்களுக்கு உண்மையிலேயே இவர்களின் எண்ணங்களின் மீது அவ்வளவு அக்கறை இருக்கிறதா மாமான்? இவர்கள் எல்லோரும் உங்களுக்குப் புதியவர்கள்." இதை அவள் நிறுத்தி நிதானமாகச் சொன்னாள், ஷிரினுக்கு இதன் அர்த்தம் தெரியாது என்பதைப் போல. "நான் என்ன அணிந்திருக்கிறேன் என்பதைப் பற்றி எவரும்... "லெய்லா தற்போது தன் குரலை உயர்த்தினாள், அவர்கள் பக்கத்து வீட்டு ஜன்னலிலிருந்து சில அடிகளே தள்ளி இருந்தனர். ஷிரின் தன் மகளை உள்ளே இழுத்துக் கொண்டார், லெய்லா மொத்த வீட்டை மட்டும் தலையில் தூக்கி போட்டுக் கொள்ளவில்லை, அநேகமாக மொத்த கிராமத்தையுமே.

ஷிரின் வேகமாக சமையலறை ஜன்னலுக்குச் சென்று பக்கத்து வீட்டினர் கவனித்துக் கொண்டிருக்கிறார்களா என்று பார்த்தார். இருவரும் தரையில் அமர்ந்து தேநீர் அருந்திக் கொண்டிருந்தார்கள், கோப்பையிலிருந்து அவர்கள் தலை மேலே நிமிர்ந்து பார்க்கவில்லை. ஆனால் அவர்களின் தோற்றத்தை வைத்து அவர்கள் சர்வ நிச்சயமாக தம்மை கவனித்துக் கொண்டிருக்கிறார்கள் என்று ஷிரினால் உணர முடிந்தது. பாவம் செய்த ஒரு பெண்ணுக்குத் தான் இப்படி ஒரு மரியாதையற்ற மகள் பிறக்க முடியும். இந்த வெளிநாட்டு பெண், ஒரு பரதேசி, இப்படியொரு பாவத்தை சுமப்பதற்கு தன் வாழ்வில் அப்படி என்ன செய்திருப்பாள் என்று அவர்கள் வியப்பார்கள்.

ஷிரினும் இப்படியெல்லம் யோசிப்பார். தன் மகளின் இந்த ஒரு நடவடிக்கையால் அவர் எவ்வளவு நன்மதிப்பை இழந்திருப்பார்? கிராமத்தினர் அவரை இனியும் டாக்டர் என்று அழைப்பார்களா? இவரின் வார்த்தைகளை அவர்கள் இனியும் எதிர்சொல் அற்று பின்பற்றுவார்களா?

அம்மாவும் மகளும் பிறகு அந்த நாள் முழுதும் பேசவில்லை. ஏதோ கடந்த மூன்று நாளில் அவர்களுக்குள் நிலவிய பதற்றம் அவர்களைத் தாக்கி அடுத்தவரின் இருப்பில் ஒருவரையொருவர் முட்டாளாகவும் முடமாகவும் ஆக்கிவிட்டதைப் போல. இறுதியாக, ஷிரின் இரவுணவை சூடு செய்ய எழுந்திருக்கையில், லெய்லா வெற்றுக் கால்களால் நீண்ட தாழ்வாரத்தை சுற்றிச் சுற்றிச் வந்தாள். ஷிரின் இந்தச் சின்ன வெளியிடத்தால் பெரிதும் கவரப்பட்டிருந்தார், அதன் பளிச்சென்ற நீல சுவர்களும் அதன் அடக்கமான வடிவமும். அதைப் பற்றி அவர் பெருமையும் கொண்டிருந்தார், ஆனால் இப்போது அவர் கண்ணிலிருந்து அந்த முகத்திரையை நீக்கி விட்டதைப்போல் ஆயிற்று. இப்போது, லெய்லாவின் கண்களில் அதைப் பார்க்கும்போது, அது வெறும் ஒரு நடை பாதை, அசிங்கமான கழிவறை, அற்பமான சமையலறை, தகிக்கும் படுக்கையறை, இவற்றை ஒரே கூரையின் கீழ் கொண்டுவரும் சிறு பாதை. லெய்லா தரையில் படுத்து அவள் முகத்தை சில்லென்ற செர்ரி சிவப்பு நிற ஓடுகள் மீது முகத்தை அழுத்தினாள். அவள் லேசாக முனகினாள்.

"மாம்மி, நான் முயன்று பார்த்து விட்டேன்," அவள் அந்த ஓடுகளிடம் கிசுகிசுத்தாள், "நான் உண்மையிலேயே முயற்சி செய்து பார்த்தேன். ஆனால் என்னால் இங்கு நீண்ட நாட்களுக்கு தங்கமுடியாது. நான் மூன்று நாட்களாக மலம் கழிக்கவில்லை. நான் செத்து விடுவேன்."

ஷிரின் புருவங்களை உயர்த்தினார். "பின்பு கழிவறையில் என்னதான் செய்து கொண்டிருந்தாய்?"

லெய்லா தோள்களை குலுக்கினாள். "நான் செத்து விடுவேன்," அவள் திரும்பவும் சொன்னாள்.

ஓ, என்ன ஒரு நாடகம், என் பெர்ஷியப் பெண்ணே. "உனக்கு என்ன வேண்டுமோ செய்," அவர்கள் இருவரும் ஒன்றாக கழித்திருக்க வேண்டிய அடுத்த பத்து நாட்களுக்கு தன் மகளுடனான கற்பனை உரையாடல்களை எண்ணியபடியே இதைச் சொன்னர் ஷிரின். இதுவரை அவர்கள் ஒரே ஒருமுறைதான் உரையாடியிருக்கிறார்கள் அதுவும் எவரோ ஒருவரின் வித்தியாசமான மகனைப் பற்றித்தான். "நீ சியாங் மாய் செல்வதற்கான உன் சவாரியை ஏற்பாடு செய்கிறேன்." வாரந்தோறும் செல்லும் அந்த வேன் அடுத்த நான்கு நாட்களுக்கு இல்லை.

"நீங்களும் என்னுடன் வாருங்கள்," லெய்லா சொன்னாள். "நாம் இருவரும் சேர்ந்து சுற்றலாம். ஹோட்டலில் தங்கிக் கொள்ளலாம்."

ஷிரின் இதைப் பற்றி ஏற்கனவே சிந்தித்துப் பார்த்தார். அது இயலாதது, மேலும் அவர் ஏன் லெய்லாவின் தற்போக்கான ஆசைக்கெல்லாம் தன்னை விட்டுத்தர வேண்டும்? "நான் இங்கு தேவைப்படுகிறேன்," அவர் சொன்னார். "நான் உன்னை பின்தொடர்ந்து தாய்லாந்தை சுற்றமாட்டேன்."

"பிடிவாதம் பிடிக்காதீர்கள்," லெய்லா சொன்னாள். "உங்களுக்கு ஈடு செய்ய இங்கு வேறு ஆசிரியையே இல்லையா?"

"அது விஷயமில்லை," வெடுக்கென சொன்னார் ஷிரின். "நான் இங்கு மருத்துவ சேவை நிலையத்திலும் வேலை பார்க்கிறேன். நீ போ. ஒன்றும் பிரச்சினையில்லை."

"அவர்கள் தாதிகளை வைத்திருக்கிறார்கள்," முணுமுணுத்தாள் லெய்லா, இரக்கமற்றவளாக இருக்க முயற்சிக்கிறாள் அவள்.

ஷிரின் தெஹ்ரானில் மருத்துவராக இருத்ததைப் பற்றி பொய் சொல்லியிருப்பதாக நம்புகிறாள் அவர் மகள். ஷிரின் உண்மையில் வெறும் ஒரு தாதியாகத்தான் இருந்தார் என்று நம்புகிறாள். ஷிரின் அவரின் சான்று ஆவணங்களை அமெரிக்காவிற்கு அனுப்ப முயற்சி செய்தார் ஆனால் அவரால் அது இருக்கும் இடத்தை தேடிக் கண்டுபிடிக்க முடியவில்லை. இஸ்லாமியக் குடியரசிடமிருந்து

தப்பிக்கும் அவசரத்தில் அவை அங்கேயே விடப்பட்டன. அவர் அலுவலகத்தை அரசாங்கம் சூறையாடியபோது அவை அநேகமாக தொலைந்தோ அழிந்தோ போயிருக்கலாம். தன்னைப் பற்றி அறிந்து கொள்ளப்பட வேண்டியதாக உண்மையிலேயே ஷிரின் விரும்பும் ஒரே விஷயம்: அவர் தெஹ்ரானில் ஒரு தலைசிறந்த மருத்துவர். இதுதான் உண்மை: அவர் ஒருகாலத்தில் லெய்லா தற்போது படிப்பதைப் போல பெரு நகரத்தில் உள்ள ஒரு சிறந்த கல்லூரியில் படித்தார். அவர்மருத்துவராக இருந்தார், அதில் சிறந்தவராகவும். ஆனால் அதனால் என்ன? அவர் மகள் அவர் ஒரு பொய்யர் என்று நம்புகிறாள், விலகிச் சென்றுவிட மூர்க்கமாக இருக்கிறாள். ஈரானிலும் தாய்லாந்திலும் பிள்ளைகள் பெற்றோரை விட்டுப் பிரிவதில்லை, குன்போலைப் போல ஒரு கெட்டவனாக இருந்தாலும் கூட.

முன்மாலைப் பொழுதை அவர்கள் இருவரும் அச்சிறு கிராமத்தை அமைதியாக, மத்திய மீன் சந்தையை சுற்றி நெளிந்து வளைந்து வெளியே செல்லும் மூன்று செப்பனிடப்படாத பாதைகளில் நடந்து ஒவ்வொரு வீட்டின் கதவையும் தட்டுவதில் கழித்தனர். ஒவ்வொருமுறையும் அண்டை வீட்டினரிடம் அவர் மகளுக்கு உடல் நலமில்லையென்றும் சியாங் மாய் வரைகூட்டிச்செல்ல ஒரு வண்டி தேவைப்படுமென்றும் விளக்கம் சொல்கையில் குறுகிப் போனார். இல்லை, காத்திருக்க முடியாது, என்று சொன்னார். ஆமாம், அவரே ஒரு மருத்துவர் தான். ஆனால் இங்கே அவரிடம் போதிய உபகரணங்கள் இல்லை. இல்லை, அவரிடம் இதைவிட சிறப்பான விளக்கம் வேறு இல்லை.

"இன்றிரவேவா?" அண்மையிலிருந்த முதல் வீட்டினர், பழுப்பு நிறமாகிக் கொண்டிருக்கும் அரைப்பல் உடைய ஒரு இளம் தையல்காரப் பெண் கேட்டாள். "உண்மையிலே அவ்வளவு அவசரமா?" அவளிடம் கார் இல்லை, ஆனால் அது வைத்திருக்கும் ஒரு நண்பரை அழைப்பதாகச் சொன்னாள்.

அவள் தன்னுடைய செல்பேசியை எடுக்க குடிசைக்குள் போகையில், ஷிரின் அப்பெண்ணின் அம்மாவை கண்ணோடு கண் பார்த்தார், அவர் கால்களை சப்பணம் போட்டு திரைக்கதவின் பின்னால் தரையில் வெளியே பார்த்தவாறு அமர்ந்திருந்தார். அது அமர்வதற்கு வித்தியாசமான இடம், அந்த வயதான அம்மாவும் தன் வாயை மூடாமல் நிலையான புன்னகையோடு இருந்தார். ஷிரின் பதில் புன்னகை தந்தார். லெய்லா குழம்பியவள் போல

காணப்பட்டாள். அவள் தன் கால்களிருந்து ஈக்களை ஓங்கி அடித்து விரட்டிக் கொண்டிருந்தாள். அகன்ற சிரிப்புடன் இருக்கும் அந்த அம்மாவிடமிருந்து, அவரின் வாய் இன்னமும் அகலமாகத் திறந்தது, சில அடிகள் தள்ளி இருக்கும் மர அடித்தண்டின் மீது சாய்ந்துநின்றுக் கொண்டிருந்தாள். வார்த்தைகளின்றி இருவரும் ஒருவரையொருவர் முறைத்துப் பார்த்துக் கொண்டிருந்தார்கள். அவர்கள் இருவரையும் பார்ப்பது ஷிரினுக்கு பெரும் சோர்வைத் தந்தது.

இறுதியாக, அந்தம்மாள் தாய் மொழியில் கேட்டார், "என்ன வயது அவளுக்கு?"

ஷிரின் பதில் சொன்னார், தாயிலேயே, "இருபது."

"ஓஓஓஓஓஓ," என்றார் அவர். "பார்ப்பதற்கு அவள் மிகவும் இளமையாக இருக்கிறாள்.'

"நீ இளமையாக இருக்கிறாய் என்று அவர் சொல்கிறார்," ஷிரின் தன் மகளிடம் முணுமுணுத்தார். "இது ஒரு வாழ்த்து உனக்கு."

லெய்லா அந்த வயதான அம்மாவிற்கு தாய் மொழியில் நன்றி சொன்னாள், கைகளை கோர்த்து நேர்த்தியாக தாய் முறையில் வணங்கினாள். ஷிரின் தன் மகளை உற்றுப் பார்த்தார், மேலே ஊர்ந்து எழும் புருவங்களை கட்டுக்குள் வைக்க இயலாமல். "என்ன?" கைகளை குறுக்கே மடித்து சொன்னாள் லெய்லா. "விமானத்தில் வழிகாட்டும் புத்தகத்திலிருந்து கற்றுக்கொண்டேன்."

அந்த இளம் தையல்காரி திரும்பி வந்தாள், கொத்தாக வாழைப் பழங்களுடன். அதை லெய்லாவிற்கு வழங்கினாள், அதை அவள் குழப்பத்துடன் இரண்டு கைகளில் பெற்றுக் கொண்டு லேசாக குனிந்து வணங்கினாள். உலகறிவு கொண்ட தன் மகளைக் கண்டு பெருமிதமாக உணர்ந்தார். ஆனால், உடனடியாக அதை திருப்பி எதிர்த்தார். காரணம் இந்தப் பெண்தானே ஷிரினை வீடு வீடாகச் சென்று, இந்நிலம் வெப்பமாக இருப்பதற்காகவும் அவளுக்கு ஒரு வெளிநாட்டு கழிப்பறை வேண்டுமென்பதற்காகவும், அவர் சேகரித்த மதிப்பையெல்லம் விட்டுக் கொடுக்க வேண்டியதாக இருக்கிறது. தையல்காரி அவர்களை அடுத்த வீட்டிற்கு அவளை பின்தொடருமாறு சைகை காட்டினாள், அங்கே ஒரு மனிதன் மரபார்ந்த தாய் உடைகளை அணிந்து பழைய அமெரிக்க-பாணி தொப்பி அணிந்து பதில் சொன்னான். சிறிய உரையாடலுக்குப் பிறகு, ஷிரின் அவர்களுக்கு வண்டி கிடைத்து விட்டிருக்கலாம் என்று நினைத்தார். அந்த மனிதன் வெளியே வந்தான். அவன்

வீட்டின் பின்னால் ஒரு சரக்கு வண்டி இருக்கலாம். ஆனால், அம்மனிதனின் நோக்கமே தையல்காரி மூன்றாவது வீட்டிற்கு அழைத்துச் செல்கையில் அவர்களைப் பின் தொடர்ந்து என்ன நடக்கிறது என்பதை கவனிப்பது மட்டுமே என விரைவிலேயே புலப்பட்டுவிட்டது.

அரை மணிநேரம் கழித்து, அவர்கள் வியர்வையுடனும் கொந்தளிப்புடனும் எட்டாவது வீட்டின் முன் நின்றிருந்தார்கள், உடன் முந்தைய ஏழு வீட்டில் குடியிருப்பவர்கள் அவர்களின் பின்னால் சலசலப்பொலியின் பெருந்தொகுப்பாக நின்றுக் கொண்டிருந்தார்கள். இவர்களின் சவாரி ஒரு நிகழ்வாக மாறிப்போனது. “இது நடக்கப் போவதில்லை,” லெய்லா சொன்னாள். “நம்பமுடியவில்லை”.

“தயவு செய்து பேசாதே,” ஷிரின் சொன்னார்.

எட்டாவது முறையாக யாரோ கேட்டார்கள், “நீங்கள் இன்றிரவே சியாங் மாய் போக வேண்டுமா ? ஏன் இன்றிரவு ? எல்லாம் சரியாக இருக்கிறதா ?” பிறகு அவர்கள் தலைகளை அசைத்து சொன்னர்கள் “சாத்தியமேயில்லை !”

ஒருவேளை இது நடக்காது என்று நினைத்தார் ஷிரின். ஒருவேளை லெய்லா இன்னொரு இரவு இங்கே தங்க வேண்டியிருக்கலாம், அவளின் விமானத் தூக்க-நேரக் குழப்பங்கள் முற்றிலும் சரியாகி அவளால் இங்கு எல்லாம் அவ்வளவு மோசமில்லை என்பதையும், அவர்களின் வீடு தனித்தும் கவர்ச்சியாகவும் இருப்பதையும் அவள் பார்க்கக்கூடும், புது உலகிற்கான ஒரு ஜன்னல். ஒருவேளை அவர்கள் நெல் வயல்களைத் தாண்டி வெகுதூரம் சைக்கிள் ஓட்டிச் செல்லலாம், அவர் லெய்லாவிடம் தான் நீர் உடும்பினால், அவ்வளவு பெரியதும் துரிதமானதுமான ஒரு பல்லியால், அவர் துரத்தப்பட்டதையும் இவர் சைக்கிளில் சென்றாலும் அது இவரை முந்திச் சென்றதையும் சொல்லலாம். ஆனால், இன்றிரவிற்குப் பிறகு அவர் லெய்லாவை எப்படி இந்த கிராமத்தைச் சுற்றி கூட்டிச்செல்ல முடியும் ? எல்லோரும் பின்னால் கிசுகிசுப்பார்கள் என்று தெரிந்தே மற்றவர்கள் முன்னால் அவளை எப்படி இவர் நிறுத்த முடியும் ? டாக்டர். ரின்னின் சீர்கெட்ட மகள். வீட்டின் முன் முற்றத்திலேயே தன் அம்மாவை நோக்கி சத்தம் போட்ட பெண். உயிர் வாழ்வதற்கு குளிர் காற்றை கேட்கும் ஒரு மகள்.

ஒவ்வொரு முறையும் அவர்கள் ஒரு வீட்டிலிருந்து அடுத்த வீட்டிற்குச் செல்லும்போது, கிட்டத்தட்ட பிச்சையெடுப்பதைப் போல தோன்ற வைத்த ஒரு செயல் அது, அந்த வீட்டில் வாழ்பவர்களும் சேர்ந்து அவர்களின் பின்னால் கூட்டம் பெரிதாகிக் கொண்டே போனது. மக்கள் அவர் மகளின் பெயரையும் வயதையும் கேட்டார்கள். அவள் இன்று அரிசி உண்டாளா என்று கேட்டார்கள். சிறிது நேரத்திற்குப் பிறகு இந்தக் கேள்விகளை லெய்லாவே புரிந்துக் கொண்டு அவளே அவர் சார்பாக பதில்களையும் சொன்னாள். ஷிரினுக்கு அரிசியைப் பற்றிய அவளின் பதில் பிடித்திருந்தது. அவர்கள் அவளின் பதில்களைக் கண்டு மலைத்தார்கள்.

ஷிரின் அவரின் மீனவ காலுறையின் ஒரு புள்ளியின் மீது கவனம் குவிந்தது. முட்டியின் மேலே ஒரு சிறிய கிழிசல் இருந்தது. நாள் முழுதும் அது இருந்ததா என்ன? அவர் மன உளைப்பைத் தரும் அந்த அவமானத்தை தள்ளிவிட முயற்சித்தார், ஒரு வீட்டின் கதவைத் தட்டும்போது அது இன்னும் மோசமடைந்துக் கொண்டே போனது - அவரின் தேய்ந்து போன தையல் விளிம்புகள் இன்னும் இன்னும் தெளிவாகத் தெரிந்தது. யாரோ அவருடைய கைகளை தொட்டனர். அவர் அவருடைய இந்த படைசேர்ந்த பயணத்தில், 'டாக்டர் ரின்னின் இலக்கு' என்று அது இப்போது அழைக்கப்படுகிறது, தாமாக சேர்ந்து கொள்ளும் தனியாட்களை அவர் பொருட்படுத்தவில்லை. சாவத், பள்ளி ஆசிரியை, இவருக்கு அருகில் நின்று புன்னகைத்தார். "உங்களுக்கு சவாரி வேண்டுமா, டாக்டர். ரின்?" அவர் கேட்டார்.

"சாவத்," அவர் மெதுவாகச் சொன்னார். அவருக்குத் தேவையாக இருக்கும் இந்த கடைசி உதவியையும் கேட்காமல் இருப்பதால் என்ன பயன்? எல்லோருக்கும் அவருக்கு என்ன வேண்டும் என்று தெரியும். "இவர்கள் எல்லோரையும் எப்படி வீட்டிற்கு அனுப்புவது?"

"ஏன் வீட்டிற்கு?" சாவத் ஆச்சரியத்துடன் கேட்டார். "அவர்கள் என்ன ஆகப்போகிறது என்று பார்ப்பதற்கு விரும்புகிறார்கள்!"

ஷிரின் வாயடைத்துப் போய் முறைத்தார். "அதன் காரணம் இப்போது இழந்துவிட்டது என்று நினைக்கிறேன்," அவர் முணுமுணுத்தார்.

சாவத்தின் மெல்லிய புருவங்கள் ஒன்றிணைந்தன. அவர் அதை புரிந்துகொள்ளவில்லை போலிருக்கிறது, அதனால் ஷிரின் விளக்கமாகச் சொன்னார்: "நான் நம் இலக்கில் தோற்றுவிட்டோம் என்று நினைக்கிறேன்."

சாவத் சிரித்தார். “இந்த டாக்டர். ரின்னின் இலக்கு... இதில் தோற்பதும் ஜெயிப்பதும் ஃப்ராவோ தான்.”

இது அபத்தம் என்று ஷிரின் நினைத்தார். பிறகு, இந்த அழகான உணர்வை ஏளனப்படுத்தியதற்காக அவரையே அவர் கடிந்துக் கொண்டார். இந்த மக்கள் அவரைமிகவும் விரும்புகிறார்கள். கதவுகளைத் தட்டிய இந்த ஒன்றரை மணி நேரத்தில், அவருக்கும் லெய்லாவிற்கும் வண்டி கிடைக்கவில்லை ஆனால் பழங்களால் அவர்களின் சுமை கூடிக்கொண்டே போனது. லெய்லா, அவளின் களைப்பு போவதும் வருவதுமாக இருந்தது, தன் வயது பெண்களின் மகிழ்ச்சியான கூட்டத்துடன் சேர்ந்து லீச்சீ பழங்களை உரித்துக் கொண்டிருந்தாள். இதுவும் ஷிரினை கோபப்படுத்தியது, பிறகு தனக்கு வயதாகிவிட்டது என்றும் எதிலும் குறை காண்பவளாக மாறி விட்டோம் என்றும் நினைத்துக் கொண்டார். வீங்கிக் கொண்டிருக்கும் கூட்டத்தை திரும்பிப் பார்த்தார், இதற்கு தன் படுக்கையில் பல்லிகளுடன் இருந்திருக்கலாம் என்று ஆசைப்பட்டார்.

“யாரைக் கேட்க வேண்டுமென்று எனக்கு தெரியும் சட்டென சாவத் சொன்னார். அவர் ஒரு அவசர வணக்கத்தை உடல் வளைத்து சொல்லிவிட்டு பாதையில் இறங்கி, இங்கிருந்து ஒரே திசைதான், அதில் வேகமாகச் சென்றார்.

“நாம் வீட்டிற்கே போய் விடலாம்,” லெய்லா பார்ஸியில் மெல்லச் சொன்னாள்.

“நான் சாவத்திற்காக காத்திருக்க வேண்டும்,” ஷிரின் கடுமையாகச் சொன்னார். “நீ மனிதர்களை உன்னுடைய வேலைக்காரர்களைப் போல நடத்த முடியாது, உன் வேலை முடிந்ததும் அவர்களை அப்படியே உதாசீனப்படுத்தி விடுவதற்கு.”

“சரி சரி”, என்று லெய்லா ஆங்கிலத்தில் சொன்னாள், அவளின் பார்ஸி மறுக்கப்பட்டதைப் போல. “சும்மா சொல்லிப் பார்த்தேன்...”

பத்து நிமிடம் கழித்து சாவத் திரும்பி வந்தார், அவர் பின்னால் ஒரு ஆண் உருவம் சுமை தாங்குவதைப் போல மெதுவாக அசைந்து வந்தது. குன்போல் வேகமாக தத்தித்தத்தி நடந்து வந்துக் கொண்டிருந்தான், அவன் தன் காலடிகளை எண்ணிக் கொண்டிருப்பதைப் போல அவன் தலை கீழ் நோக்கி இருந்தது. அவனின் நடை பள்ளி தாழ்வாரத்தில் தலை தொங்கி நின்றிருந்த பூன்மீயின் நியாபகத்தோடு இணைந்துக் கொண்டதால் அவரின் கோபம் கிளர்ந்தெழுந்தது. சாவத் எப்படி

இந்த மனிதனை இங்கு அழைத்து வரலாம்? அவன் கைகளில் சாவி ஆடிக் கொண்டிருப்பதைக் கண்டதும் கூட்டம் முணுமுணுத்து பின் ஆர்ப்பரித்தது. வண்டி கிடைத்து விட்டது. அவர்கள் சொன்னார்கள், குன்போல் நல்ல மனிதன், நம்பகமான மனிதன் - இவையெல்லாமே பொய்கள். இவை இப்படி வெளிப்படுவதற்கு காரணம் லெய்லாதான் என்று ஷிரின் பழி சொன்னார்.

இந்த நாள் அவருக்கு எவ்வளவு செலவை கொடுத்திருக்கும் என்று அவர் கணக்கு செய்ய முயன்றார், அதை செய்ய முடியாமல் போனபோது அவர் தீர்ந்தார் என்று முடிவு செய்தார். அவரின் நிம்மதி போனது. குன்போல் அடுத்த தெருவிற்கு நகர்ந்தபோது, அங்கேதான் அவனின் சரக்கு வண்டி நிறுத்தப்பட்டிருந்தது, இந்த வேலையை அவர் 1300 பாத்திற்கு செய்வேன் என்று அவன் சொன்னதும், ஷிரின் ஒப்புக்கொண்டார். பூன்மீயின் அப்பா வெளியே சென்று விட்டால் அவனை யார் பார்த்துக் கொள்வார் என்றும் அவர் யோசித்தார்.

லெய்லாவின் பெட்டியை வண்டியின் பின்னால் ஏற்றினர், ஆனால் அதில் இரண்டு இருக்கைகள் மட்டுமே இருந்தது, அதனால் ஷிரின் கதவருகிலேயே நின்று வழியனுப்பினார். லெய்லாவை தடுத்து நிறுத்த வேண்டும் என்று எண்ணம் வந்தபோதெல்லாம் அவர் வயிற்றருகே ஏதோ ஒரு அசௌகரியத்தை உணர்ந்தார். ஆனால் மொத்த கிராமமும் ஒரு வண்டியை கண்டுபிடிப்பதற்காக இவ்வளவு சிரமங்களையும் எடுத்துக் கொண்டார்கள். இது அளவுக்குமீறி சென்றுவிட்டது இப்போது திரும்ப முடியாது. என்ன ஒரு விந்தை இது, அவர் நினைத்தார், அம்மாவிற்கும் மகளுக்கும் இடையில் உருவாகும் இந்த தூரம், இவ்விரண்டு உயிர்களும் ஒரே உடலை பகிர்ந்துக் கொண்டனஒரு காலத்தில். ஒரு நிம்மதி மூச்சிற்காக இவரிடமிருந்து விலகி தொலைதூரம் செல்ல விரும்பும் இந்த அமெரிக்கப் பெண்ணுக்கா இவர் பிறப்பளித்தார்? ஒரு நொடி சாவத் குறிப்பிட்டிருந்த பேய்த்தனமான குன்போலின் கோபத்தை எண்ணிப்பார்த்தார். ஆனால் கவலைப்பட ஒன்றுமில்லை. இது ஒரு சிறிய சமூகம், அவரும் அதில் அதிகம் மதிக்கப்படும் ஒரு உறுப்பினர். மற்ற எவருடனும் இருப்பதைப் போல இவனிடமும் லெய்லா பாதுகாப்பாகத்தான் இருப்பாள்.

குன்போலுக்கு பணம் கொடுத்தார், தன் மகளுக்கு விடையளித்தார். அவள் திரும்பி வருவதைப் பற்றிய கேள்வியே இல்லை. "மாமான் ஜூன்," முன் இருக்கையில் அமர்ந்ததும் பார்ஸியில் சொன்னாள்

லெய்லா. "நான் தாதியைப் பற்றி விளையாட்டாகச் சொன்னதிற்காக மன்னிக்கவும். ஈரானில் எப்படி இருந்திருக்கும் என்று எனக்கு தெரியும்."

"அதைக் குறிப்பிட வேண்டியதில்லை", சொன்னார் ஷிரின், ஈரானிய பண்பாட்டிற்கு மீண்டும் திரும்பினார் ஆனால் தான் இன்னும் கோபமாக இருப்பதைக் காட்டுவதற்காக அதை ஆங்கிலத்தில் சொன்னர். "உன்னுடன் இங்கு நேரம் கழித்தது உண்மையிலேயே இனிமையாக இருந்தது."

அவர் சியாங் மாயைப் பற்றி பொய் சொன்னதிற்காக மன்னிப்பு கேட்க எத்தனித்தார், ஆனால் அவர் அப்படிச் செய்யவில்லை - பின்னால் கேட்டுக்கொள்ளலாம் என்று எண்ணியிருக்கிறார். அவர் அதைச் செய்யவேண்டுமென்று தனக்குத்தானே சத்தியம் செய்துக் கொண்டார், ஈரானைப் பற்றி, தாயகப் பிரிவுத்துயரைப் பற்றியும், குழந்தைகளைப் பற்றியும் அவருடைய பாவமிழைத்த இதயத்தைப் பற்றியும் சொல்வதற்கு நயமான வார்த்தைகள் கிடைத்ததுமே சொல்லவேண்டும். அவள் அப்பாவைப் பற்றிய வலிமிகுந்த அரை உண்மைகளையும் தெஹ்ரானில் அவரின் நாட்களைப் பற்றியும் இன்னும் ஒப்புக்கொள்ளாத ரகசியங்கள் அவரிடம் உண்டு. பின்னாளில் அவர் அதைச் சொல்லக்கூடும், இப்போது இல்லை. அடுத்த நாள் லெய்லா அவரை அழைத்து மீதமிருக்கும் விடுமுறை நாட்களை அவள் பாங்காக்கில் கழிக்கப் போவதாக சொன்னாள், அது சரியானதென்றும் தோன்றியது ஷிரினுக்கு.

அவர்களின் வண்டி அங்கிருந்து நகர்ந்தது, ஷிரின் குன்போலின் வீட்டைக் கடந்து போனார். ஜன்னல் வழியே உள்ளே எட்டிபார்த்தார். பூன்மீ முன் தோட்டத்தில் மரங்களிலிருந்து இலைகளைப் பறித்து அதன் சாறிலிருந்துநுரைகளை ஊத முயன்று கொண்டிருந்தான். இந்த ஒன்றுமறியாச் சிறுவனைப் பற்றி நான் என்ன நினைத்துவிட்டேன், வெறும் தாய் அன்பிற்காக ஏங்கியிருப்பவன். என்னுடைய தீய எண்ணமே இதற்கு காரணம். அவர் ஹலோ சொல்ல உள்ளே சென்றதும் அவன் எதிர்பாராமல் வெடித்துச் சிரித்தான், அவனுடைய விசித்திரமான பழக்கம் அது, அவனுக்குள்ளேயே பேசிக் கொள்வான். ஒருவேளை அவனை பேய் பிடித்திருக்கலாம், ஒருவேளை அது ஒன்றும் அவ்வளவு மோசமான துன்பமாக இல்லாமலிருக்கலாம். ஒவ்வொரு பேயும் தனக்கொரு இடம் தேடி அலையும் ஒரு அந்நியன்தானே. அவன் அவரை நோக்கி கரங்களை

நீட்ட, பள்ளியில் அவன் ஒருபோதும் செய்திராத செயல் அது, அவனை ஒரு இதமான அரவணைப்பால் சுற்றிக்கொண்டார். மீண்டும் அவன் கை அவரின் மார்புகளை நோக்கி ஊர்ந்தது. அவர் விலகி அவனுடைய முகத்தில் தவறான எண்ணக் குறிப்பைத் தேடினார். அவர் உடைந்த தாய் மொழியில் சொன்னார், "நாங்கள் இப்படித்தான் அம்மாவை தொடுவோம்." அவர் கையை அவன் இரு கன்னங்களின் மீதும் வைத்தார். அவனின் சிறு கண்கள் ஆர்வத்தில் விரிந்தது, அவரின் அதே அசைவுகளை திருப்பிச் செய்தான். அவனின்வெப்பமான உள்ளங்கைகள் அவர் கன்னங்களின் மீது வைத்தது அவரின் குழந்தைப் பருவத்தையும் தனிமையையும், முட்கள் நிறைந்த பழங்களின் தோல்களைப் போல இனிப்பையும் கசப்பையும் பிரிக்கும் இயற்கையின் மெல்லிய கோட்டையும் நினைவுபடுத்தியது.

●

டேனியல் அலர்கோன் (Daniel Alarcon)

அலர்கோன் ஒரு பெருவிய அமெரிக்க எழுத்தாளர். 1977ல் பிறந்த இவர், தன்னுடைய மூன்றாவது வயதில் அமெரிக்காவிற்கு குடிபெயர்ந்தார். இரண்டு நாவல்களும் ஒரு சிறுகதைத் தொகுப்பும் பல்வேறு இலக்கிய விமர்சன கட்டுரைகளும் வெளியிட்டுள்ளார். 2008ல் 'சிறந்த இளம் அமெரிக்க நாவலாசிரியர்' என்ற பட்டத்தை **Granta** இதழ் இவருக்கு வழங்கியது. இவருடைய பெரும்பாலான கதைகளில் நாடுகளின் பெயரோ காலமோ இடம்பெறாது. அத்தனை தென் அமெரிக்க நாடுகளின் நிலையும் ஒன்றுதான். அதை நாடுவாரியாகப் பிரித்துப் பார்ப்பதில் பலனில்லை என்பது இவரது வாதம். சர்வாதிகாரமும் அழிந்து ஜனநாயகம் பிறக்கும் இடைவெளியில் நிகழும் வாழ்வியல் சேதங்களை இவரின் கதைகள் பிரதிபலிக்கின்றன. சிக்கனமான வார்த்தைகளிலும் எளிதான களங்களிலும் ஒரு பெருவாழ்வின் வரிவடிவத்தை இவரது கதைகள் வரைந்து விடுகிறது.

அரசன் எப்போதும் மக்களுக்கு மேல் நிற்பவன்

(The King is Always Above the People)

அந்த வருடம்தான் நான் என் பெற்றோரை விட்டு வந்திருந்தேன், கூடவே சில வேண்டாத நண்பர்களையும் நாங்கள் திருமணமானவர்கள் என்று எல்லோரிடமும் சொல்ல விரும்பும் ஒரு பெண்ணையும் விட்டு கீழ்நோக்கிப் பாயும் ஆற்றினூடாக இருநூறு கிலோமீட்டர்கள் தாண்டி தலைநகரத்திற்கு வந்தேன். கோடை மெதுவாய் தத்தித்தத்தி முடிவடைந்திருந்தது. எனக்கு அப்போது பத்தொன்பது வயது, கப்பல் துறையில் வேலை பார்ப்பதுதான் என்னுடைய திட்டம். ஆனால் நான் அங்கு சென்றபோது, மேசையில் அமர்ந்திருந்த மனிதன் நான் பார்ப்பதற்கு மிகவும் ஒல்லியாக இருப்பதாகவும் உடல் பளு ஏற்றிக்கொண்ட பிறகு திரும்பி வரவேண்டும் என்றும் சொன்னான். நான் என் ஏமாற்றத்தை மறைக்க முடிந்த மட்டும் முயன்றேன். சிறுவயதிலிருந்தே நான் வீட்டைவிட்டு வெளியேறும் கனவு கொண்டிருந்தேன், எங்கள் சிறு நகரத்தின் ஆறு நீண்டு தலைநகரம் வரையிலும் பாய்கிறது என்று என் அம்மா எனக்குச் சொல்லிக்கொடுத்த போதிலிருந்தே.

கப்பல் துறையின் அருகில் வாழ்ந்த வயதான தம்பதிகளான மிஸ்டர் மற்றும் மிஸஸ் பேட்ரீஸ் அவர்களின் இல்லத்தில் மாணவர்களுக்கான இடம் என்று விளம்பரம் செய்யப்பட்டிருந்த ஒரு அறையை, வாடகைக்கு எடுத்தேன். அவர்கள் ஆச்சாரம் மிகுந்தும் தீவிரத்தன்மை கொண்டவர்களாகவும் தென்பட்டனர், அவர்களின் சுத்தமான இரைச்சலற்ற வீட்டின் அறைகளை எனக்குக் காட்டினர், அரிதான வைரம் ஒன்றை தனிப் பார்வையாளன் ஒருவனுக்கு காட்டுவதைப் போல. பின்னால் இருக்கும் அறை என்னுடையது என்று அவர்கள்

சொன்னார்கள். அதற்கு ஜன்னல்கள் இல்லை. வீட்டை சுருக்கமாகச் சுற்றிப்பார்த்த பிறகு நாங்கள் வரவேற்பறையில் வந்து அமர்ந்தோம், மாடத்தின் மீது தொங்கிக் கொண்டிருந்த பழைய சர்வாதிகாரியின் உருவப்படத்தின் கீழே தேநீர் அருந்தினோம். நான் என்ன படித்துக் கொண்டிருக்கிறேன் என்று அவர்கள் கேட்டார்கள். அந்நாட்களில் நான் நினைக்கக் கூடியதெல்லாம் பணத்தைப் பற்றித்தான், அதனால் "பொருளாதாரம்" என்று சொன்னேன். அவர்களுக்கு என் பதில் பிடித்திருந்தது. அவர்கள் என் பெற்றோர்களைப் பற்றி கேட்டதற்கு அவர்கள் இப்போது உயிருடன் இல்லை, நான் தற்போது தனியாள் என்று சொன்னதும் மிஸஸ். பேட்ரீஸின் சுருக்கம் விழுந்த கை அவர் கணவரின் தொடையின் மீது லேசாகத் தடவிச் சென்றதைப் பார்த்தேன்.

அவர் வாடகையை குறைத்துக்கொள்ள முன்வந்தார். நான் ஏற்றுக்கொண்டேன்.

அடுத்த நாள் மிஸ்டர். பேட்ரீஸ் தனக்குத் தெரிந்த ஒருவரிடம் அவரின் கடையில் காசாளர் வேலைக்காக என்னை பரிந்துரைத்தார். அது ஒரு நல்ல பகுதிநேர வேலை, ஒரு மாணவனுக்கு பொருத்தமானது என்று என்னிடம் சொன்னார். நான் வேலையிலமர்த்தப்பட்டேன். அவ்விடம் கப்பல் துறையிலிருந்து வெகு தொலைவில் இல்லை, வெப்பமான வானிலையின்போது வெளியிலமர்ந்து அவ்விடத்தில் அகண்ட துறைமுகமாக விரியும் நதியை என்னால் முகர முடியும். அது அங்கிருக்கிறது என்பதை இங்கிருந்து கேட்டு அறிவதே போதுமானதாக இருந்தது எனக்கு: கப்பல்களில் ஏற்றுவதும் இறக்குவதுமான இரைச்சலோசையும் எதெதுவோ நொறுங்கும் ஒலியும் நான் ஏன் வீட்டை விட்டு வந்தேன் என்பதை எனக்கு நினைவுபடுத்தியது, நான் வந்திருக்கும் இடமும் எனக்காகக் காத்திருக்கும் அத்தனைதொலைக்கோடி இடங்களும். நான் வீட்டைப் பற்றி நினைக்காமலிருக்க முயற்சி செய்தேன், அவர்களுக்கு கடிதம் எழுதுவதாக உறுதியளித்திருந்தாலும் ஏனோ இது சரியான நேரமில்லை என்று எனக்குத் தோன்றியது.

கப்பல் துறையில் வேலை பார்ப்பவர்களுக்கு நாங்கள் சிகரெட்டுகளும், மதுவும், செய்தித்தாள்களையும் விற்பனை செய்தோம். சுங்கச்சாவடிகளில் தங்கள் ஆவணங்களைச் சமர்பிக்க வருபவர்களுக்காகவென ஒரு பிரதியெடுக்கும் இயந்திரத்தையும் வைத்திருந்தோம். அவர்களுக்கு அதில் மாற்றங்களும் செய்து கொடுத்தோம். என்னுடைய முதலாளி நாடெல், ஒருவருக்கு எங்கிருந்து

என்ன பொருள் வருகிறது என்பதைப் பொருத்து அதற்குப் பொருத்தமான லஞ்சம் என்ன என்பதற்கும் ஆலோசனை வழங்கினார். அவர் இந்த நடைமுறைகளை நன்கு அறிந்தவர். சர்வாதிகாரியின் வீழ்ச்சிக்கு முன்னாள் அவர் பல வருடங்கள் சுங்க அலுவலகத்தில் வேலை பார்த்தார் ஆனால் ஜனநாயகம் மலரும்போது ஏதாவது ஒரு அரசியல் கட்சியில் சேர வேண்டும் என்ற முன்னோக்குப் பார்வை அற்று இருந்திருக்கிறார். என்னிடம் ஒருமுறை சொன்னார், அவர் முப்பது ஆண்டுகளில் செய்த ஒரே தவறு அவர் போதுமான அளவு திருடிக் கொள்ளவில்லை என்பதுதான். ஒரு அவசரமும் அப்போது இல்லை. நிலையாக இருக்காதென்றால் சர்வாதிகாரம் என்ற ஒன்றே இல்லை, பழைய ஆட்சி கவிழ்க்கப்படுமென்று ஒருவருமே நினைத்துக்கூட பார்க்கவில்லை. பணப்பதிவு இயந்திரத்தின் பக்கத்திலேயே சர்வாதிகாரி தூக்கில் தொங்கியபடி இருக்கும் தபால் அட்டைகளை விற்பனைக்கு வைத்திருந்தோம்: பிரதான அங்காடி மையத்தில் திறந்தவெளியில் தற்காலிக தூக்கு மேடையில் அசைந்தாடிக் கொண்டிருக்கும் சர்வாதிகாரியின் உடல். அதன் கீழே ஒரு வாசகம் இருந்தது: "அரசன் எப்போதும் மக்களுக்கு மேல் நிற்பவன்". அது ஒரு மேகங்கள் சூழ்ந்திருந்த நாள், உணர்ச்சியற்ற இறந்த மனிதனை நோக்கி அனைவரின் தலைகளும் மேல்நோக்கித்திரும்பியிருந்தது. ஒழுக்க மீறலற்ற ஒரு அமைதி அத்தனை பார்வையாளர்கள் மீதும் கவிந்திருப்பதை ஒருவரால் உணர முடியும். அது நடந்தபோது எனக்கு பதினைந்து வயது. செய்தியை கேள்விப்பட்டதும் அப்பா அழுதது எனக்கு ஞாபகம் இருக்கிறது. அந்த மனிதன் ஆட்சிக்கு வந்தபோது அப்பா தலை நகரத்தில்தான் வாழ்ந்து வந்தார்.

இந்த தபால் அட்டைகள் வாரத்தில் இரண்டு அல்லது மூன்று விற்பனை ஆகும்.

அதிகாலை நேரங்களில் நான் நகரத்தைச் சுற்றியலைந்தேன். வெளியே தெருக்களில் என்னைச் சுற்றி என் காதில் விழுந்த வார்த்தைகளையும் வாக்கியங்களையும் என்னுடைய பேச்சுக்களில் ஆங்காங்கே தூவுவேன், சில நேரங்களில், புதியவர்களுடனான உரையாடல்களை நானே வலியச் சென்று தொடங்கும் போது, தலைநகரிலேயே வளர்ந்த ஒருவனாக அனைவரின் மத்தியிலும் தேறிவிடுவதுதான் என்னுடைய நோக்கம் என்று பின்னர் உணர்ந்துக் கொண்டேன். அதில் என்னால் வெற்றியடைய முடியவில்லை. இங்கே வருவதற்கு முன்னால் ரேடியோவின் மூலமாக நான்

தெரிந்து கொண்ட பேச்சு வழக்குகள் எல்லாம் ஏமாற்றமளிக்கும் வகையில் மிகவும் அரிதாக பேசப்படுபவை. கடையில் தினமும் அதே மனிதர்களைப் பார்த்தேன், அவர்களுக்கும் என்னுடைய கதை தெரியும். அல்லது, நான் அவர்களிடத்தில் சொன்ன ஒன்று: தனியன், அநாதை மாணவன். நீ என்ன படிக்கிறாய்? அவர்கள் கேட்பார்கள், கல்லூரியில் சேர்வதற்காக பணம் சேமித்துக் கொண்டிருப்பதாகச் சொல்வேன். நான் வாசிப்பில் அதிக நேரத்தை செலவு செய்வேன், இந்த ஒரு உண்மையே அவர்கள் என்னைநம்புவதற்கு போதுமானதாக இருந்தது. முதுகு வளைந்த சுங்க அதிகாரிகள் மங்கிப் போன சூட்டுகளில்அவர்களின் மதிய உணவு இடைவேளையின் போது இங்கு வந்து நாடெலுடன் அவர்களின் இனிமையான பழைய நாட்களின் அனுபவங்களை நினைவுகூர்வார்கள், சிலநேரங்களில் கொஞ்சம் பணத்தை என் பக்கம் தள்ளி விடுவார்கள். என்னுடைய படிப்பிற்காக என்று சொல்லி கண் சிமிட்டுவார்கள்.

வேறு சிலர் இருந்தார்கள்- துறைமுகத் தொழிலாளர்கள் பொருட்களைக் கடனாக கொடுத்தால் அதற்கு மாற்றாக எப்போதும் புதிய ஆபாசமான ஜோக் ஒன்றை சொல்வதாக உறுதியளிப்பார்கள். மாதத்திற்கு இரண்டு முறை பெரிய சரக்குகப்பல் உள்ளே வரும், ஏறக்குறைய ஒரு டஜன் மிரட்சியுற்ற ஃபிலிப்பினோக்களை கரையில் விடுமுறையை கழிக்க கொண்டுவந்து இங்கு சேர்த்துவிடும். அவர்கள் வேறுவழியின்றி கடைக்குள் திசையறியாமல் சுற்றி வருவார்கள், நம்பிக்கையுடையவர்களாகத் தெரிவார்கள் ஆனால் அனைத்திற்கும் மேலாக மீண்டும் ஒருமுறை வறண்ட நிலம் மீது கால் பதித்ததின் சிலிர்ப்புடன் இருப்பார்கள். அவர்கள் பல் தெரிய சிரித்துக்கொண்டும் புரிந்துகொள்ளமுடியாதபடி கூக்குரலிட்டுக்கொண்டும் இருப்பார்கள், நான் அவர்களிடம் எப்போதும் கனிவாகவே நடந்துக் கொள்வேன். அது நானாகக் கூட இருக்கலாம், நினைத்துப் பார்த்தேன், இன்னும் ஒன்றோ அல்ல இரண்டு வருடங்களிலோ: கப்பலின் அடிவயிற்றிலிருந்து வெளியேறி உலகின் ஏதோ ஒரு துறைமுக நகரின் குறுகிய தெருவில் தடுமாறி முன்னேறி நடந்து கொண்டிருப்பேன்.

ஒரு நாள் பின்மதியம் நான் கடையில் தனியாக இருந்தபொழுது, மங்கிய பழுப்பு நிற சீருடை அணிந்த மனிதனொருவன் உள்ளே வந்தான். நான் அந்நகரத்திற்கு வந்து மூன்றரை மாதங்கள் ஆகியிருந்தது அப்போது. அவன் மாகாணங்களிலிருந்து வரும் ஆட்களைப் போன்ற ஒரு மீசையை வைத்திருந்தான், நான் அவனை பார்த்ததுமே உடனடியாக வெறுத்தேன். பெரும் படோபடத்துடன்

தன் மேல் சட்டையின் பாக்கெட்டிலிருந்து ஒரு பெரிய மடிந்த காகிதத்துண்டை வெளியே எடுத்து கடை மேடையின் மீது விரித்து வைத்தான். துப்பாக்கி பயிற்சி தளத்திலிருக்கும் இலக்கு: ஒரு மனிதனின் லேசாக அச்சுறுத்தும், ஆனால் தற்போது ஓட்டைகளால் துளைக்கப்பட்டிருக்கும் கலைநயமற்ற உருவவரைபடம். அந்த வாடிக்கையாளர் தன்னுடைய கைவினையைப் அவரே வியப்புடன் பார்த்தார். "அவ்வளவு மோசமில்லை, என்ன ?"

"அது நீங்கள் சுடும் சூழலைச் சார்ந்தது." நான் காகிதத்தை நோக்கி குனிந்து, என்னுடைய சுட்டு விரலை காகிதத்தின் காயங்கள் ஒவ்வொன்றின் மீதும் வைத்தேன். இலக்கின் மீது மொத்தம் ஏழு துளைகள் இருந்தது. "எவ்வளவுதூரத்திலிருந்து ?"

"எவ்வளவு தூரமாக இருந்தாலும்" அவன் கேட்டான், "உன்னால் இதைவிட சிறப்பாக செய்ய முடியுமா ?"

என் பதிலுக்குக் காத்திராமல் அரசாங்கப் பத்திரம் போல் இருந்த ஒன்றை அவன் வெளியே எடுத்து அதை குண்டுகளால் துளைக்கப்பட்டிருந்த காகித மனிதனுக்குப் பக்கத்தில் வைத்தான். "எனக்கு மூன்று பிரதிகள் வேண்டும், தம்பி. இந்த இலக்கு காகிதம் மற்றும் என் சான்றிதழ் ஒவ்வொன்றும் மூன்று பிரதி."

"அரை மணிநேரம்" என்று நான் சொன்னேன்.

அவன் என்னை ஓரக் கண்ணால் பார்த்து தன் மீசையை முறுக்கினான், "ஏன் அவ்வளவு நேரம் ?"

காரணம் நான் அவனை காத்திருக்கச் செய்ய வேண்டும் என்று விரும்பினேன். அது அவனுக்கும் தெரியும். ஆனால் நான் அவனிடம் இயந்திரம் தயாராக வேண்டும் என்று சொன்னேன். நான் அதைச் சொல்லும்போதே அபத்தமாகத்தான் என் காதில் விழுந்தது. அந்த இயந்திரம் மிகவும் நுண்மையான விலையுயர்ந்த உபகரணங்களால் ஆனது, ஜப்பானிலிருந்து இறக்குமதி செய்யப்பட்டது என்று சொன்னேன்.

அவன் அதை நம்பவில்லை.

"அப்புறம் இந்த நீளத்திற்கான காகிதமும் எங்களிடம் இல்லை," சேர்த்து சொன்னேன். "அளவை நான் குறைக்க வேண்டும்."

அவன் உதடுகளை குவித்து மெல்லுவதைப் போல செய்தான், பார்ப்பதற்கு அது ஒருவிதமான புன்னகையைப் போல இருந்தது. "ஆனால் கடவுளுக்கு நன்றி, இதை எல்லாத்தையும் செய்யக்கூடிய

ஒரு புது இயந்திரம் உன்னிடமிருக்கிறது. நீ மேல் ஆறு பக்கமிருந்து வருகிறாய் இல்லையா?"

நான் அவனுக்கு பதில் சொல்லவில்லை.

"எந்த கிராமம்?"

"நகரம்," என்று சொல்லி அதன் பெயரையும் அவனிடம் சொன்னேன்.

"அந்த புதுப்பாலத்தை நீ பார்த்திருக்கிறாயா?" என்று அவன் கேட்டான்.

நான் பார்த்ததில்லை என்று சொன்னேன், ஆனால் அது பொய். "அதை கட்டும் முன்னரே நான் அங்கிருந்து வந்துவிட்டேன்."

அவன் பெருமூச்சு விட்டான். "அது ஒரு அழகிய பாலம்," என்று சொல்லி அதன் மனத்தோற்றத்தில் தன்னைத்தானே ஈடுபடுத்திக் கொண்டான்: முடிவுறாமல் நீள்வதைப் போன்ற உருண்டோடும் பச்சை மலைகளை வெட்டி பாயும் ஒரு அகண்ட ஆறு.

அவன் பழைய நினைவுகளில் மூழ்கி மீண்ட பிறகு, என் பக்கம் திரும்பினான். "இங்கே, கவனி. நீ எனக்கு நகல்களை எடு, உனக்கு தேவையான நேரத்தை எடுத்துக்கொள். நீ உன் இயந்திரத்தை தயார் செய், அதற்கு கவிதை எழுதி வாசி, பிடித்து விடு, அதை புணரக்கூடச் செய். நீ என்ன செய்ய வேண்டுமோ செய். நீ மிகவும் அதிர்ஷ்டசாலி. நான் இன்று மகிழ்ச்சியாக இருக்கிறேன். நாளைநான் என் வீட்டிற்கு போகிறேன், அங்கே ஒரு வங்கியில் எனக்காக ஒரு வேலை காத்திருக்கிறது. நான் நல்ல பணம் சம்பாதித்து ஊரிலேயே அழகான ஒரு பெண்ணை திருமணம் செய்துகொள்வேன், ஆனால் நீ அப்பவும் இந்த அழுக்கடைந்த ஊர் காற்றை சுவாசித்துக் கொண்டு இங்கேயே இருக்கப்போகிறாய்." ஒரு நொடி அவன் புன்னகைத்தான். "புரிந்ததா?"

"நிச்சயமாக," என்று சொன்னேன்.

"இப்போது சொல் இங்கே அருகில் குடிப்பதற்கு இடம் எங்கிருக்கிறது."

சில தெருக்கள் தள்ளி ஒரு மதுபான கடை இருந்தது, புகை மூண்ட ஜன்னல்கள் கொண்ட ஒரு இருண்ட இடம், நான் பெரும்பாலும்

அதன் வழியாகத்தான் தினமும் நடந்து வருவேன். அந்த இடம் மாலுமிகளாலும் கப்பல்துறை பணியாளர்களாலும் நிறைந்து இருக்கும், என்னை இன்னமும் பயமுறுத்தும் கரடு முரடான ஆட்கள். நான் அதற்குள்ளே போனதில்லை, ஆனால் நான் வீட்டிலிருந்த காலங்களில் பல விதங்களில் மதுபான விடுதிகளில் இருப்பதாகவும், அங்கே தப்பித்துச் செல்வதற்கான திட்டங்களை தீட்டுவதாகவும் கற்பனை செய்து இருக்கிறேன்: இருட்டும் இனிமையற்றதுமான ஒரு இடம், ஒரு பாவமும் தவறும் இழைக்காத என் அம்மாவை வருத்தமடையச் செய்யும் வகையான ஒரு இடம்.

நான் அந்த மனிதனின் இலக்கு தாளை எடுத்து கடை மேடைக்குப் பின்னால் வைத்தேன். “நிச்சயமாக, அங்கே ஒரு மதுவருந்தும் விடுதி இருக்கிறது,” என்று சொன்னேன். “ஆனால் அது நாட்டுப்புறத்தான்களுக்கு ஏற்றது அல்ல.”

“ஆணவம் பிடித்த ஃபக்கர். அது எங்கே இருக்கிறது என்று சொல்.”

நான் அவனுக்கு சரியான வழியை காட்டினேன்.

“அரை மணி நேரம். என்னுடைய நகல்கலை தயாராக எடுத்து வை,” பிளாஸ்டிக் நிலையடுக்கில் வைக்கப்பட்டிருந்த சர்வாதிகாரி தூக்கில் தொங்கும் தபால் அட்டையை கவனித்ததும் முகம் சுளித்தான். அவனுடைய சுட்டு விரலால் கவனமாக சொடுக்கி தட்டிவிட்டான், அவை அத்தனையும் தடுமாறி தரையில் விழுந்தது கலைந்தது.

நான் அவை விழுவதற்கு விட்டேன்.

“நான் உன்னுடைய அப்பாவாக இருந்திருந்தால்,” அவன் சொன்னான், “உன் மரியாதைகெட்ட தனத்திற்கு அடித்தே உன்னை உணர்விழக்கச் செய்திருப்பேன்.”

அவன் தலையாட்டிக் கொண்டே அங்கிருந்து சென்றான், நான் கதவை அவனுக்குப் பின்னால் அடைத்துச் சாத்தினேன்.

அதன் பிறகு நான் அவனை மீண்டும் பார்க்கவேயில்லை. மதுவிடுதி பற்றி நான் சொன்னது சரிதான், அதைப் போலத்தான் நடந்தது. யாருக்கோ அவன் தோற்றம் பிடிக்காமல் போயிருக்க வேண்டும், அல்ல அவன் அணிந்திருந்த உடையைப் பார்த்து அவன்காவலாளி என்று அவர்கள் நினைத்திருக்க வேண்டும், அல்லது அவனின் மொழி உச்சரிப்பு தவறான ஒரு கவனத்தை ஈர்த்திருக்க வேண்டும். அது எப்படியாயினும், செய்தித்தாள்கள் அது ஒரு குறிப்பிடத்தகுந்த

நிகழ்வு என்றே சொல்லியது. சண்டை உள்ளேதான் தொடங்கியது - இதெல்லாம் எப்படித் தொடங்கும் என்று யாருக்குத் தெரியும் - பிறகு அது தெருக்களில் சிதறி தொடர்ந்தது. அங்கேதான் அவன் இறந்திருக்கிறான், கூழாங்கற்களின் மீது அவன் தலை மோதி பிளந்தது. ஆம்புலன்ஸ் வரவழைக்கப்பட்டது, ஆனால் இந்த குறுகிய தெருக்களின் வழியாக நேரத்திற்கு வந்து சேர முடியவில்லை. கப்பல் துறையில் பணிமுறை மாற்றும் நேரம் அது என்பதால், தெருக்கள் ஆட்களால் நிறைந்திருந்தது.

பாதுகாவலனை நான் எதிர்கொண்ட இந்நிகழ்வுக்குப் பிறகு, நான் வீட்டிற்கு கடிதம் எழுதினேன். உண்மையில் அது ஒரு சிறு குறிப்புதான், நான் உயிருடன்தான் இருக்கிறேன் என்று என் பெற்றோருக்கு தெரிவிப்பதற்காகவும் தலைநகரைப் பற்றி அவர்கள் செய்தித்தாள்களில் படிப்பதையெலாம் நம்பவேண்டாம் என்றும் குறிப்பிட்டு எழுதியிருந்தேன். என் அப்பா மிகச்சிறிய காலம்தான் இந்நகரில் தாக்குபிடித்தார். கிட்டதட்ட மூன்று தசமங்களுக்குப் பிறகு இப்போது அவர் இந்நகரைப் பற்றிய பெரும் மனக்குழப்பத்துடன் தான் பேசுவார். என் அம்மாவை திருமணம் செய்து கொண்ட சில நாட்களிலேயே அவர் இந்நகருக்கு வந்தார், ஒரு வருடம் கழித்து போதுமான பணத்துடன் திரும்பிச்சென்று சொந்தமாக ஒரு வீட்டைக் கட்டினார், அதில்தான் நான் வளர்ந்தேன். நகரம் லாபம் தருவதாக இருக்கலாம் ஆனால் அது அச்சுறுத்தலான இடமும் கூட, நிலையற்றதன்மை கொண்ட இடம். பன்னிரண்டு மாதங்களில் அவர் கொள்ளைகளை பார்த்தார், கலவரங்கள், ஒரு அதிபர் அகற்றப்பட்டதையும். பணத்தை அவர் திரட்டியதுமே, வீடு திரும்பினார், மீண்டும் அங்கு செல்லவில்லை. என் அம்மா ஒருபோதும் நகரத்திற்குச் சென்றதில்லை.

என் குறிப்பில் நான் பேட்ரீஸ்களைப் பற்றி சொல்லியிருந்தேன், பெற்றோர்கள் இருவரையும் மனஅமைதியில் வைத்திருக்கும் வகையில் நான் இந்த வயதான தம்பதிகளைப் பற்றி நல்ல முறையில் விவரித்திருந்தேன். நான் கிறிஸ்துமஸிற்கு வருவதாக, அதற்கு இன்னும் அரைவருடம் இருக்கிறதென்பதால், உறுதியளித்தேன்.

அந்த இறந்த மனிதனின் சான்றிதழும் இலக்கு காகிதத்தை பொருத்தவரையிலும் அதை நானே வைத்துக் கொள்வதாக முடிவு செய்தேன். அவற்றை அடுத்த நாளே நான் வீட்டிற்கு கொண்டு சென்று சான்றிதழை கவனமாக மடித்து பேட்ரீஸ்கள் அவர்களின்

முன் அறையில் வைத்திருந்த மெல்லிய, விளக்கப்படங்கள் கொண்ட அகராதியின் பக்கங்களுக்கிடையில் வைத்தேன். அந்த இலக்கை என்னுடைய சுவரில் என் படுக்கையில் நேராக அமர்ந்தால் தெரியும்படி ஒட்டி வைத்தேன்.

ஒரு இரவு புயல் திரண்டு வந்தது, அப்பருவத்தின் முதல் மழை, கூரையில் கொட்டி சத்தமெழுப்பிய மழை எனக்கு வீட்டை நினைவூட்டியது. திடீரென நான் தனிமையை உணரத் தொடங்கினேன். நான் என் இடது கண்ணை மூடி சுட்டு விரலை சுவரில் இலக்கில் இருந்த மனிதன் மீது சுட்டினேன். நான் கவனமாக குறி பார்த்து அவனை சுட்டேன். நல்ல உணர்வை தந்தது அது. நான் இதை மறுபடியும் செய்தேன், இந்த முறை ஒலிக்கோர்வையுடன். இப்படியே பல நிமிடங்கள் கழிந்தது. என் விரல் நுனியிலிருந்த கற்பனைப் புகையை ஊதினேன், மேற்கிலிருந்து இறக்குமதியாகும் திரைப்படங்களில் வரும் துப்பாக்கிகாரன்களைப் போல. நான் என்ன செய்துக் கொண்டிருக்கிறேன் என்று உணர்வதற்கு முன்னர் அவனை ஒரு டஜன் முறையாவது கொன்றிருப்பேன். அதன் பிறகு இலக்கிலிருந்த மனிதனின் மீது என்னால் விளக்க முடியாத ஒரு பற்று உருவானது. அவனை ஒவ்வொரு இரவும் தூங்குவதற்கு முன் சுடுவேன், சில நேரங்களில் காலையிலும் கூட.

ஒருநாள் மதியம், கடிதம் அனுப்பி நீண்ட நாட்கள் ஆகி விடவில்லை அப்போது, நான் வீட்டிற்கு வந்ததும் அந்தப் பெண் - மெலேனா அவள் பெயர் - முகம் சிவந்து கண்ணீருடன், பேட்ரீஸ்களின் நேர்த்தியான வரவேற்பறையில் இருப்பதைக் கண்டேன். அவள் அப்போதுதான் என் சொந்த ஊரிலிருந்து வந்திருந்தாள், அவளின் பை கதவருகே இருந்த சுவரின் மீது சாய்த்து வைக்கப்பட்டிருந்தது. மிஸஸ். பேட்ரீஸ் அவளுக்கு சமாதனம் சொல்லிக் கொண்டிருந்தார், மெலேனாவின் தோள்களை அவரின் மென்மையான கை போர்த்தியிருந்தது, அருகே என்ன செய்வதென்று அறியாமல் மிஸ்டர். பேட்ரீஸ் அமர்ந்திருந்தார். அவர்களின் முக உணர்ச்சிகளை நான் படித்துக் கொண்டிருந்தேன், மெலேனா என்னைப் பார்த்த விதத்திலிருந்து என்ன நடந்திருக்கும் என்று நான் உடனடியாக அறிந்துக் கொண்டேன்.

“உன்னுடைய பெற்றோர்கள் நல்வாழ்த்துகளை சொல்லியனுப்பி யிருக்கிறார்கள்,” என்று சொன்னார் மிஸஸ். பேட்ரீஸ், அது அவரின் கடும் ஏமாற்றத்தை காட்டிக் கொடுத்தது.

"நீ அப்பாவாகப் போகிறாய்," அவரின் கணவர், ஒருவேளை என்ன நடந்திருக்கும் என்ற குழப்பம் எனக்கு எதுவும் இருக்குமானால் அதை தெளிவுபடுத்தும் விதமாக இதையும் சேர்த்து சொன்னார்.

நான் ஒரு அடி முன்னெடுத்து வைத்து, மெலேனாவை அவள் கரம் பற்றி பின்னாலிருக்கும் என் அறைக்கு அவளை அழைத்துப் போனேன், பேட்ரீஸ்களுடன் ஒரு வார்த்தை கூட பேசாமல். அங்கே நாங்கள் நீண்ட நேரம் அமைதியாக அமர்ந்திருந்தோம். அந்த அறைக்குள் என்னைத் தவிர வேறு யாரும் இதுவரை வந்ததில்லை, அறையை எனக்குக் காட்டுவதற்காக பேட்ரீஸ்கள் வந்த முதன்முறை தவிர. மெலெனாவிற்கு என்னைப் பார்த்ததில் தனித்த மகிழ்ச்சியோ சோகமோ அல்ல கோபமோ இருந்ததாகத் தெரியவில்லை. அவள் கட்டிலின் மீது அமர்ந்தாள். நான் நின்றிருந்தேன். அவள் தலை குனிந்து கீழே பார்த்தபோதெல்லாம், முதலில் அடிக்கடி அப்படி செய்தாள், அவள் தலைமுடி பிரிந்து அவள் முகம் மீது விழுந்து படர்ந்தது.

"என்னை இழந்து வாடினாயா?" அவள் கேட்டாள்.

அவள் இல்லாமையை நான் உணர்ந்திருந்தேன் - அவள் உடல், அவள் மூச்சுக்காற்று, அவள் சிரிப்பு - ஆனால் அவள் என் முன்னே வந்து நின்றது வரையில் நான் அதை உணரவில்லை. "நிச்சயமாக," என்று சொன்னேன்.

"நீ எனக்கு எழுதியிருக்கலாம்."

"நான் எழுதினேனே."

"கடைசியாகத்தான்."

"எவ்வளவு நாட்கள்?" என்று கேட்டேன்.

"நான்கு மாதங்கள்."

"அப்புறம் அது..."

"ஆமாம்," மெலேனா உறுதியான குரலில் சொன்னாள்.

அவள் பெருமூச்செறிந்தாள், நான் அவளிடம் மன்னிப்பு கேட்டேன்.

மெலேனாசெய்திகள் வைத்திருந்தாள் - வேறு யாரெல்லாம் நகரத்திற்காக ஊரைவிட்டு கிளம்பி விட்டார்கள், யாரெல்லாம்

வடக்கு பக்கம் சென்றுவிட்டார்கள். இளவேனிற் காலத்தில் சில திருமணங்கள் திட்டமிடப்படிருந்தன, சிலர் எங்களுக்குத் தெரிந்தவர்கள். ஆனால் அவ்வளவு நெருங்கிய பழக்கம் இல்லாதவர்கள். என் வீட்டின் அருகாமையில் வாழ்ந்த ஒரு பையன் இராணுவத்தில் சேர்ந்துவிட்டான், அவன் அடிப்படை பயிற்சிகளின்போது அங்கிருந்து தப்பித்து அவனை விட இரு மடங்கு வயதேறிய ஒரு பெண்ணுடன் நகரத்திற்கு வெளியே இருக்கும் சேரியில் வாழ்வதாகவும் வதந்திகள் சொல்லப்படுகிறது. அது அவ்வளவு எளிதில் நம்பக்கூடியதாக இல்லையெனினும் அதுதான் அனைவரும் சொல்வது. நான் சந்தேகப்பட்டது போலவே அந்த பாதுகாவலனின் கொலை பெரும் கதை ஆகியிருக்கிறது. மெலேனா என்னிடம் சொன்னாள், நான் என்ன செய்துக் கொண்டிருக்கிறேன் நான் நன்றாக இருக்கிறேனா என்று எண்ணி அவளே சரியாக தூங்கவில்லை. அவள் என் பெற்றோரை சென்று சந்தித்தாள், அவர்கள் நகரத்திற்கு பயணிக்க வேண்டாம், குறைந்தபட்சம் தனியாகவேனும் செல்ல வேண்டாம் என்று அவளை சமாதானப்படுத்த முயன்றிருக்கிறார்கள்.

“உன் அப்பா என்னுடன் வருவதாக இருந்தார்.”

“பின் ஏன் வரவில்லை?” நான் கேட்டேன்.

“ஏனென்றால், நான் அவருக்காக காத்திருக்கவில்லை.”

நான் அவளருகே கட்டிலில் அமர்ந்தேன், எங்கள் கால் தொடைகள் ஒன்றையொன்று தொடும் விதமாக. நான் அந்த கொலையுண்டவனை சந்தித்ததாகவோ, அவனுடைய துரதிருஷ்டத்தில் என்னுடைய பங்கு இருப்பதையோ அல்ல அது சம்பந்தமான எதையுமே நான் அவளிடம் சொல்லவில்லை. நான் அவளை பேச விட்டேன்: நான் தள்ளியிருந்த இந்த சில மாதங்களில் எங்கள் சிறு நகரம் அடைந்த சிறிய பகட்டான மாற்றங்களை விவரித்தாள். மேயருக்கான தேர்தல் வருகிறது, அவள் சொன்னாள், அனைவரும் அதை வழக்கம் போல கவலையும் விரக்தியும் கலந்து எதிர் நோக்கியிருக்கிறார்கள். சிமெண்ட் ஆலையில் உரிமையாளர் அதில் போட்டியிடப் போகிறார். அவர்தான் அநேகமாக ஜெயிக்கவும் போகிறார். பாலத்திற்கு மீண்டும் வண்ணச் சாயம் பூசுவதைப் பற்றிய பேச்சு இருக்கிறது. நான் தலையசைத்தேன். பார்க்கத் தவறிவிடாதபடி அவளுடைய வயிறு வட்டமாக ஏற்கனவே வெளிக்காட்டத் தொடங்கியிருந்தது. என் உள்ளங்கையினை தட்டையாக அவள் வயிற்றின் மீது வைத்து

அவளை எனக்கு நெருக்கமாக இழுத்துக் கொண்டேன். பாதி வாக்கியத்திலேயே அவள் பேசுவதை திடீரென நிறுத்தினாள்.

"நீ என்னுடன் தங்கப் போகிறாய். நாம் மகிழ்வுடன் வாழ்வோம்," நான் அவள் காதுகளில் மெல்லச் சொன்னேன்.

ஆனால் மெலேனா இல்லையென்பதைப் போல் தலையை ஆட்டினாள். அவள் பேசியதில் ஏதோ ஒரு கடுமை இருந்தது. "நான் வீட்டிற்கு போகிறேன்," அவள் சொன்னாள், "நீயும் என்னுடன் வருகிறாய்."

அப்போது இன்னும் பொழுது சாயவில்லை. நான் எழுந்து நின்று அந்த சிறிய அறையைச் சுற்றி வந்தேன்; ஒரு சுவரிலிருந்து மற்ற சுவருக்கு, வெறும் பத்து சிறிய காலடிகள்தான் தூரம். இலக்கில் இருந்த என் நண்பனை வெறித்துப் பார்த்தேன். இருண்டு விடுவதற்கு முன்னர் அக்கம் பக்கத்தை சுற்றிப் பார்த்து வரலாம் என்று அழைத்தேன். மெலானியாவிற்கு நான் சுங்க அலுவலகத்தையோ கப்பல் துறையையோ காட்டலாம். அவளுக்கு அதை பார்க்க விருப்பம் இல்லையா?

"பார்ப்பதற்கு அங்கு என்ன இருக்கிறது?"

"துறைமுகம். ஆறு."

"அந்த ஆறு நம்முடைய ஊரிலும் உள்ளது."

எப்படியோ, நாங்கள் பார்க்கச் சென்றோம். நாங்கள் வெளியே செல்கையில் பேட்ரீஸ்கள் எங்களிடம் எதுவும் சொல்லவில்லை, நாங்கள் முன்மாலையில் திரும்பி வந்தபோது அவர்கள் அறையின் கதவுகள் சாத்தியிருந்தது. மெலானியாவின் பை அப்போதும் கதவின் அருகேதான் இருந்தது, அது ஒரு நாளுக்கான பை என்றாலும் ஒரு மாற்றுத் துணிதான் இருக்கிறது என்றாலும் அதை நான் நகர்த்தி வைத்ததும் என் அறை மேலும் சிறியதாகத் தெரிந்தது. அந்த இரவு வரை நானும் மெலேனாவும் ஒரே கட்டிலில் படுத்து உறங்கியதில்லை. நாங்கள் ஒருவர் மீது ஒருவர் எங்கள் எடைகளை இடமாற்றி ஒன்றாக சேர்ந்து அழுத்திக்கொண்டோம், இறுதியில் முகத்தோடு முகம் பார்த்து மிக நெருங்கியிருந்தோம். நான் என் கையை அவளைச் சுற்றி போட்டுக் கொண்டேன், ஆனால் என் கண்களை மூடி பேட்ரீஸ்கள் கவலையுடன் பேசும் மங்கிய ஒலியை கவனித்துக் கொண்டிருந்தேன்.

“அவர்கள் எப்போதுமே இப்படி வளவளவென்று பேசிக் கொண்டேயிருப்பார்களா?” மெலேனா கேட்டாள்.

அவர்களின் வார்த்தைகளை என்னால் தெளிவாகக் கேட்க முடியவில்லைதான் என்றாலும் என்னால் யூகிக்க முடிந்தது. “உன்னை அது தொந்தரவு செய்கிறதா?”

மெலேனா என் கரங்களுக்குள் தன் தோள் குலுக்குவதை உணர்ந்தேன். “அப்படியொன்றும் உண்மையில் இல்லை. ஆனால் நான் இங்கேயே தங்குவதாக இருந்தால் இது தொந்தரவாகத்தான் இருக்கும்.”

இந்த பதிலுக்குப் பிறகு வேறெதுவும் பேசப்படவில்லை, மெலேனா நிம்மதியாக உறங்கிப் போனாள்.

அடுத்த நாள் காலை உணவிற்காக நாங்கள் வெளிவந்தபோது, என் வீட்டு உரிமையாளர்கள் வருத்தத்துடனும் புன்னகையற்றும் இருந்தனர். மிஸஸ். பேட்ரீஸ் அவர் தொண்டயை பலமுறை சரிசெய்துகொண்டார். தன் கணவரிடத்தில், அவர் கடைசியாக தன்னுடைய முட் கரண்டியை கீழே வைத்ததுவரை, அவசர சைகைகளை அதிகமாக்கிக் கொண்டேயிருந்தார். அவர் அவரின் பொதுவான வருத்தத்தையும், அவரின் கோபத்தையும் ஏமாற்றத்தையும் வெளிப்படுத்தினார். “எங்கள் முன்னோர்கள் நிலையானநற்பெயர் பெற்றவர்கள்,” அவர் சொன்னார். “விளையாட்டுதனமாக பொய்களைப் பேசும் ஆட்கள் அல்ல நாங்கள். இந்நகரின் இந்தப் பகுதி அமைவதற்கே நாங்கள்தான் உதவி செய்தோம். நாங்கள் மதிப்புமிக்கவர்கள் எங்களால் நேர்மையின்மையை ஒப்புக்கொள்ள முடியாது.

“நாங்கள் தேவாலையத்தைச் சேர்ந்தவர்கள்,” மிஸஸ். பேட்ரீஸ் இதையும் இணைத்துக் கொண்டார்.

அவர் கணவர் ஆமோதித்து தலையசைத்தார். அவர் ஞாயிறு சேவைக்காக தயார் ஆவதைப் பார்த்திருக்கிறேன், சிறப்பான கேள்வியற்ற நம்பிக்கையின் விளைவாக மட்டுமே வரக்கூடிய ஆகக் கவனத்துடன் அவர் அதைச் செய்வார். நன்றாக தேய்க்கப்பட்ட மேல்சட்டை, அசல் வெண்மையிலான சட்டைகள். அவர் அடர்த்தியான நறுமண எண்ணெயை அவரின் கருமுடியில் வைத்து சீவுவார், அதனால் அவர் வெளியே வரும்போது எப்போதும் வழவழப்பான ஒளியை கிரீடமென சூடியிருப்பார்.

“நீ இந்தப் பெண்ணிடம் கூறிய அரைகுறை உண்மைகளைப் பற்றியெல்லாம் எங்களுக்கு கவலையில்லை. அது உங்கள் இரண்டு பேருக்கிடையில் சரிசெய்துக் கொள்ள வேண்டியது. எங்களுக்குப் பிள்ளைகள் இல்லை, ஆனால் எங்களுக்கு ஒரு பையன் இருந்து அவன் எல்லோரிடமும் தான் ஒரு அநாதை என்று சொல்லியிருந்தால் அதை நாங்கள் எப்படி உணர்ந்திருப்போம் என்று நாங்கள் யோசித்துப் பார்க்கிறோம்.”

அவர் புருவங்களை தாழ்த்தினார்.

“நொறுக்கப்பட்டதாக,” மிஸஸ். பேட்ரீஸ் மெல்லச் சொன்னார். “ஏமாற்றப்பட்டதாக.”

“உன்னுடைய அடிப்படை நற்குணத்தை நாங்கள் சந்தேகிக்கவில்லை, தம்பி, அல்லது உன்னுடையதையும்...”

“மெலேனா,” நான் சொன்னேன். “அவள் பெயர் மெலேனா.”

“... ஒரே உண்மையான கடவுளின் படைப்புகள் நீங்கள் என்பதால் அவர் மனிதர்களின் விவகாரங்களை அமைத்துக் கொடுப்பதில் தவறு செய்வதில்லை. உங்களை மதிப்பீடு செய்வது எங்களுடைய இடம் அல்ல, ஆனால் ஆண்டவன் எங்களுக்கு இடப்பட்ட கட்டளையின் பேரில் அதை தாழ்மையுடன் ஏற்றுக்கொள்வதுதான் கடமை.”

அவரின் வேகம் இப்போது அதிகரித்தது, அதைக் கேட்பதை தவிர எங்களுக்கு வேறு வழியில்லை. மேசையின் அடியில் மெலேனா என் கையை எட்டி பற்றிக்கொண்டாள். நாங்கள் இருவரும் தலையசைத்தோம்.

“மேலும் அவர் உங்கள் இருவரையும் இங்கே அழைத்து வந்திருக்கிறார், அதனால் நாங்கள் உங்களை பார்த்துக்கொள்ள வேண்டுமென்பது அவரின் விருப்பமாக இருக்க வேண்டும். நாங்களும் இக்கட்டான இத்தருணத்தில் உங்களை தெருவில் விட எண்ணவில்லை, ஏனென்றால் அப்படிச் செய்வது சரியான செயல் அல்ல. ஆனால் நாங்கள் ஒரு விளக்கத்தை கேட்க ஆசைப்படுகிறோம், கோரிக்கையாகவே கேட்கிறோம், அதை உன்னிடமிருந்தே பெற விரும்புகிறோம், தம்பி. இந்த நகரத்திலோ இல்லை வேறு எங்கேயோ நீ மரியாதை செய்யும் மற்றும் மரியாதை பெறும் குடிமகனாக இருப்பதென்றால் என்னவென்று எப்போதாவது கற்றிருந்தாயென்றால், நீ உண்மையை சொல்வாய். என்னிடம் சொல்: நீ ஒரு மாணவன்தானா?”

"இல்லை."

"இல்லையென்றுதான் நானும் நினைத்தேன்," மிஸ்டர். பேட்ரீஸ் சொன்னார். அவர் முகம் சுருக்கினார், தலையை கடுமையாக அசைத்து பின் தொடர்ந்தார். எங்கள் உணவு குளிர்ந்து போனது. நியாயமாக அது என்னுடைய பேசுவதற்கான முறை, ஆனால் என்னிடம் பேசுவதற்கு குறைவாகவே இருந்தது, எதற்கும் பொறுப்பேற்றுக் கொள்ளும் விருப்பமும் எனக்கு இல்லை.

மெலேனாவும் நானும் அன்று மதியம் அங்கிருந்து கிளம்பினோம்.

நான் என்னுடைய கணக்குகளை முடித்துக் கொள்வதற்காக முதலில் கடைக்குச் சென்றேன், நாடெல்லிடம் என்னுடைய நிலையை விளக்கிய பின் அவர் எனக்கு உதவி செய்ய முன்வந்தார். அரசாங்க ஆவணங்களை கள்ளத்தனமாக திருத்துவதில் தனக்கு விருப்பம் என்று அவர் சொன்னார். அவர் சிறப்பாக பண்புரிந்த நாட்களை அது அவருக்கு நினைவுபடுத்தியது. அசல் சான்றிதழ் ஒன்றை நகலெடுத்து அதில் என்னுடைய பெயர் இருக்குமாறு திருத்தங்கள் செய்தோம். அதில் முகவரியை மாற்றினோம், பிறந்த தேதி, என் உயரம் மற்றும் எடையின் விவரங்களை நாடெல்லின், அவர் சுங்க அதிகாரியாக வேலை செய்த நாட்களில் தனதாக்கிக் கொண்ட, அடித்து அடித்து தோய்ந்திருந்த 'அண்டர்வுட்' தட்டச்சு இயந்திரத்தில் தட்டச்சினோம். அத்தனை நேரமும் அவர் விசிலடித்துக் கொண்டிருந்தார், இதை அனுபவித்து செய்கிறார் என்பது தெளிவாக தெரிந்தது. "வயதான ஒருவனை இளைஞனாக உணரச் செய்திருக்கிறாய் நீ," என்று சொன்னார். அந்தப் படிவத்தை நாங்கள் ஒரு முத்திரைத்தாளில் மறுபதிப்பித்தோம். பிறகு, அதீத நாடகத்தனமான பீடிகையுடன் நாடெல் அவர் மேசையின் பின்னாலிருந்து தூசு படிந்த ஒரு பெட்டியை எடுத்து வந்தார். அதில் அவர் இத்தனை வருடங்களில் திருடிச் சேகரித்த அரசாங்க முத்திரைகள் இருந்தது, ஒரு டஜனுக்கும் மேலிருக்கும், அதில் ஒன்று 'தேசிய பாதுகாப்பு தேசபக்தி படைகளின் பொதுச் செயலாளர் அலுவலகம்' - அதாவது சர்வாதிகாரியினுடையது. அதற்கு முத்துச் சிப்பியினால் ஆன கைப்பிடியும் தேசிய முத்திரையின் நுண்மையும் கவர்ச்சியுமான ஒரு பதிப்பு அதில் இருந்தது. இதைப்போல ஒன்றை நான் பார்த்தேயில்லை. இது ஒரு நினைவுப்பொருள், நாடெல் என்னிடம் சொன்னார், எதற்கும் அஞ்சாத ஒரு பெண்ணுடனான உறவின் நினைவாக. வாரம் இருமுறை என் மாற்றுப் பணியாளரான அவள், கடி தடங்களும்

கோர கீறல்களும் கொண்டவள், காதல் விளையாட்டின் போது அவ்வளவு சத்தமாக ஓசையெழுப்புவாள், இவரே தன் செய்கையை நிறுத்தி அந்த சத்தததை கண்டு ஆச்சரியப்படுவார். 'ஒரு மரண தேவதையைப் போல' என்று அவர் சொன்னார். இதைப் போன்ற ஒரு கள்ள உறவை அவள் சர்வாதிகாரியுடனும் வைத்திருந்தாள். அந்தப் பெண் கூறியதாவது, அவர் இவளுடைய நிர்வாணஉடலை இதே முத்திரையால் அலங்கரிப்பது அவரது விருப்பமாம். நாடெல் புன்னகைத்தார். அவர் தன்னுடைய பிரதம நாட்களில் அதிகார மையத்தின் அசாதாரணமான நெருக்கத்தில் இருந்தேன் என்று நியாமாகவே அறிவித்துக்கொள்ளலாம்.

"ஆமாம், அரசன் இறந்துவிட்டான்," நாடெல் சொன்னார். "ஆனால் நான், இன்னமும் உயிருடன் இருக்கிறேன்."

ஒவ்வொரு முத்திரைக்கும் இப்படியொரு கதை இருந்தது, அதை நினைவுகூர்ந்து சொல்வதில் அவர் மகிழ்வுற்றார் - எங்கிருந்து அது வந்தது, எந்தத் துறையை அது பிரதிநிதித்துவம் செய்கிறது, எவ்வாறு அது உபயோகப்படுத்தப்பட்டது அது வருடக்கணக்காக எப்படியெல்லாம், எந்த அளவிற்கு தவறாகப் பயன்படுத்தப்பட்டது என்றெல்லாம். மெலேனா எனக்காக காத்திருந்தாள் என்றாலும் தோதான ஒரு ஆவணத்தை எனக்கென தேர்ந்தெடுப்பதற்கு நாங்கள் இரண்டு மணிநேரத்தை செலவு செய்தோம், பிறகு அந்த போலி ஆவணத்தையும் அன்று காலை நான் சுவரிலிருந்து பிரித்து எடுத்த சுடும் இலக்கையும் ஒரு வண்ண உறைக்குள் வைத்தோம். இதுவும் கூட ஒரு முத்திரையால் சீல் வைக்கப்பட்டது.

நாடெலும் நானும் தழுவிக்கொண்டோம். "உனக்காக எப்போதுமே ஒரு வேலை இங்கே உண்டு," அவர்சொன்னார்.

மெலேனாவும் நானும் மாகாணங்களுக்கிடையிலான முனகிக்கொண்டே ஓடும் பேருந்து ஒன்றில் வீடு திரும்பினோம். அவள் என் தோள் மீது தலையை வைத்து தூங்கினாள், நான் நகரம் தன்னை மறைத்துக்கொண்டு உருண்டு விரியும் சம நிலங்களுக்கும் கிராமப்புறங்களின் மெல்லிய எல்லைக் கோடுகளுக்கும் இடம் கொடுப்பதை பார்த்தேன், எனக்கு அது மகிழ்ச்சியளிக்கவில்லை. அடுத்த நாள் காலை எங்கள் ஊரிலிருந்து பாலத்திற்கு அந்தப் பக்கம் இருக்கும் ஊரிலுள்ள வங்கியில் இந்த ஆவணங்களைக் காண்பித்தேன். "எங்களுக்கு ஒரு பாதுகாவலன் தேவையிருக்கிறது," மேலாளர் சொன்னார். "கடைசியாக இங்கிருந்தவனுக்கு என்ன

ஆனது என்று நீ கேள்விப்பட்டிருப்பாய்.” அவர் பேசுகையில் அதிகம் கண்சிமிட்டினார். “நீ இளமையாக இருக்கிறாய், ஆனால் உன் தோற்றம் எனக்கு பிடித்திருக்கிறது. ஏன் என்று தெரியவில்லை.” நாங்கள் இருவரும் கை குலுக்கிக் கொண்டோம்; நான் மீண்டும் வீடு சேர்ந்தேன்.

என் மகன் அந்த ஆண்டு கிறிஸ்துமஸிற்கு கொஞ்சம் முன்னர் தான் பிறந்திருந்தான், மார்ச் மாதம் செய்தித்தாள்களில் மாகாணங்களில் தொடர்சியான வங்கிக் கொள்ளைகளைப் பற்றிய செய்திகள் வரத்தொடங்கியது. இதைச் செய்பவர்கள் முன்னால் கைதிகள், அல்லது வெளிநாட்டவர்கள் அல்லது ஜனநாயக அரசு தொடங்கிய பிறகு இராணுவத்தில் ஆட்குறைப்பு செய்யப்பட்டதால் வெளியே எறியப்பட்ட வீரர்கள். யாருக்கும் சரியாக எதுவும் தெரியவில்லை ஆனால் இது கவலை தருவதாகவும் புதிதாகவும் இருந்தது, இதைப் போன்ற குற்றங்களெல்லாம் அதிகமாக நகரங்களிலும் அதன் புறநகரப் பகுதிகளிலும் மட்டுமே நடப்பனவாக இருந்தது. எல்லோரும் பயந்து போயிருந்தனர்; முக்கியமாக நான். ஒவ்வொரு செய்தி அறிக்கையும் முந்தையதை விட அச்சமூட்டுவதாக இருந்தது. இங்கிருந்து அரைமணி தூரத்தில் இருந்த மேல் ஆற்றுப் பகுதியில், பாதுகாப்பு பெட்டகத்தில் இருந்தவை கொள்ளைக் கூட்டதினருக்கு ஏமாற்றத்தைத் தந்ததால் இரண்டு குமாஸ்தாக்களை கொலை செய்திருந்தனர். அன்றைய நாள் இரண்டு வங்கிகளை தாக்கினர், இரண்டாவது வங்கியின் காவல் வளையத்தை உடைத்து வெளியேறும் முயற்சியில் ஒரு காவலரைக் கொன்றும் மற்றொருவருக்கு காயங்களையும் உண்டாக்கியிருந்தனர். அவர்கள் கிளை நதிகளின் வழியாக பயணம் செய்வதாகவும் அடர்த்தியான கரையோரக் காடுகளில் உள்ள சிறிய மலைக்குகைகளில் பதுங்கியிருப்பதாகவும் சொல்லப்பட்டது. நிச்சயமாக அது எந்நேரமும் நடக்கலாம். வாரத்திற்கு ஒருமுறை சிமெண்ட் ஆலையிலிருந்து கணிசமான வைப்புத்தொகையை நாங்கள் பெறுவோம், வேலையாட்கள் அவர்களின் காசோலைகளை ஒன்றுவிட்டு ஒரு வெள்ளிக்கிழமை மதியங்களில் எங்களிடம் கொடுத்து அதை காசாக்கிக் கொள்வார்கள்.

மெலேனா செய்தித்தாள்களைப் படித்தாள், வதந்திகளைக் கேட்டு ஒவ்வொரு கொள்ளையிலும் அதிகரித்துக் கொண்டே போகும் வன்முறையின் விவரங்களை வகைப்படுத்தி சேகரித்தாள். அவள் தன் தோழிகளிடம் தனக்கு கவலை எதுவும் இல்லையென்றும், நான் சுடுவதில் வல்லவன் என்றும் சொல்வதைக் கேட்டேன், ஆனால்

என்னுடன் தனிமையில் இருக்கும்போது அவள் தெளிவாகச் சொன்னாள் "விலகி விடு." நாம் வளர்ப்பதற்கு ஒரு மகன் இருக்கிறான். நாம் மீண்டும் தலைநகரத்திற்குச் சென்றுவிடலாம்.

ஆனால் எதுவோ மாறிப்போனது. நான் வளர்ந்த அதே அறையில்தான் நாங்கள் மூவரும் ஒன்றாக வாழ்ந்தோம். அவள் எங்கள் மகனை அவ்வளவு பாசத்தால் திணறடித்தாள், அவன் என்னுடைய மகன் என்பதையே அரிதாகத்தான் உணர்ந்தேன். அவன் எப்போதும் பசியிலிருந்தான், ஒவ்வொரு நாளும் விடிவதற்கு முன்னே அவன் அழும்போது விழித்துக் கொண்டேன், அவன் உணவருந்தும் அவசரத்தைப் பார்க்கையில் அந்த உணர்வை என்னால் புரிந்துகொண்டு நினைவுகூரவும் முடிந்தது: சரியாக ஒரு வருடத்திற்கு முன் நான் இந்த ஊரை விட்டு நகரத்திற்கு செல்கையில் இப்படித்தான் உணர்ந்தேன். அதன் பிறகு, என்னால் திரும்பவும் தூங்கச் செல்ல முடியவில்லை, நான் எப்படி, எப்போதிலிருந்து இவ்வளவு எதற்கும் தகுதியற்றவனானேன், இவ்வளவு மீட்டெடுக்கமுடியாத அளவிற்கு சுயநலவாதியானேன், நான் அதைப்பற்றி செய்வதற்கு ஏதாவது இருக்கிறதா என்ன ? என் செயல்கள் எதுவும் எனக்கு சொந்தமானது அல்ல. ஒரு வலிமையான கை வலிந்து என்னை இவ்வாழ்க்கையில் இழுத்துப்போடும் வரை நான் வேறு விதமான வாழ்வு ஒன்றை வாழ்ந்து கொண்டிருந்தேன். நகரத்தின் என்னுடைய தினசரி நடைமுறையை நினைவுபடுத்த முயன்றேன், ஆனால் முடியவில்லை. கடையில் துறைமுக தொழிலாளர்கள் எனக்கு சொன்ன டஜன் கணக்கான ஜோக்குகளையோ பேட்ரீஸ்களின் திருத்தமான வரவேற்பறையின் சுவர் தாள் வண்ணங்கள் எப்படி இருந்தது என்பதையோ என்னால் மீண்டும் நினைவு கூற முடியவில்லை. துறைமுகத்திற்கு இணையொத்து ஓடிய தெருவின் பெயரோ பயமற்ற ஃபிலிப்பினோக்கள் கனிவாக அலங்காரமணிந்து இருக்கும் தலைநகரப் பெண்களை காண்பதற்காக கரைக்கு வரும் நாட்களில் அவர்களுக்குள்ளாக இடையறாது பேசிக்கொள்ளும் சத்தமோ என்னை விட்டுப் போயிருந்தது.

உலகின் மற்ற அனைத்து பகுதிகளும் இத்தனை தொலைவாக தெரிந்ததேயில்லை.

பின் கோடைகாலத்தில் அந்த கொள்ளை கூட்டம் எங்கள் மாகாணத்தில் உள்ள அநேக நகரங்களைத் தாக்கியிருந்தது. அதற்குப் பிறகுதான் அப்பா நாம் பழைய பண்ணை ஒன்றுக்குச் செல்லலாம் என்று என்னிடம் சொன்னார். கைத்துப்பாக்கியை

எப்படி உபயோகப்படுத்துவது என்று எனக்கு சொல்லித் தருவதாகச் சொன்னார். நான் அவரிடம் எனக்கு தெரியும் என்று சொல்ல முயன்றேன் ஆனால் அவர் அதை கேட்பதில் ஈடுபாடு காட்டவில்லை.

"வண்டியை நீயே ஓட்டு," என்று சொன்னார்.

சனிக்கிழமை நாங்கள் ஊரிலிருந்து கிளம்பினோம். முடிவற்ற, பெருஞ்சுமையென தகித்த சூட்டில், சாலை தார் பிசுபிசுக்கும் பட்டையாக எங்களுக்குப் பின்னால் ரீங்காரமிட்டுக் கொண்டிருந்தது. மதியத்திற்கு முன்னதாக வந்து சேர்ந்தோம். நிழல்களே இல்லை எங்கும். பழகித் தேய்ந்த கருங்கல் பாதையொன்று நேராக வீட்டு வாசலுக்கு கூட்டிச்சென்றது. அவ்வீடு பூட்டப்பட்டிருந்தது, பழையதாக இருந்தது. ஒரு சிதைந்த கேக் துண்டைப் போல அது தனக்குள்ளாக நொசிந்து வளைந்திருந்தது. என் அப்பா வெளியே வந்து காரின் முன்பக்கத்தில் சாய்ந்து நின்று கொண்டார். எங்களுக்குப் பின்னால், தாழ்ந்த மேகமாய் தூசிப்படலம் பாம்பென வளைந்து பிரதான சாலை வரை நீண்டு சென்றது, மெல்லிய தென்றல் புற்களென நீண்டு வளர்ந்திருந்த வயல்களை தடவிச் சென்றது. அக்காற்று எப்படியோ எங்களை மட்டும் தவிர்த்துவிட்டது, அதனால் எங்களால் தணியாத சூட்டை மட்டுமே உணரமுடிந்தது. என் அப்பா பாட்டிலை எடுத்து கொஞ்சமாக குடித்து அவர் தொப்பியின் விளிம்பை கண்களை மூடும்வரை இழுத்து விட்டுக்கொண்டார். வெளிச்சம் மூர்க்கமாக பாய்ந்து கொண்டிருந்தது. அப்பாவிற்கு ஏழு வயதாகியிருந்தபோது என் தாத்தா இறந்துபோனார், என் பாட்டி குடும்பத்துடன் இவ்விடத்தை விட்டுச் சென்றுவிட்டார். அப்பா என்னிடம் பாட்டிலை தந்தார்; நான் வெயில் பட்டு ஒளிரும் ஆயுதத்தை அவரிடம் தந்தேன். அவர் புன்னகையுடன் அதை நிரப்பினார், அதிகமாக ஒன்றுமே சொல்லவில்லை, என் தாத்தா வீட்டின் தொய்வடைந்த சுவர்களின் மீது நாங்கள் மாறி மாறி சுட்டோம்.

இப்படியே ஒரு மணிநேரம் கடந்தபோது, ஜன்னல்களில் மீதமிருந்தவற்றை சுட்டுத் தள்ளியிருந்தோம், மற்றொரு கோணத்திலிருந்து எங்கள் தாக்குதலை தொடர்வதற்காக நாங்கள் வீட்டை இடமிருந்து வலமாக சுற்றி வந்தோம். நாங்கள் கூரைக்கு சற்று கீழே இருந்த அலங்கார அச்சு சட்டகங்களைக் குறி பார்த்தோம், பின் சுட்டோம். சில முயற்சிகளுக்குப் பிறகு, அதற்கு மேலே இருந்த சாய்ந்த திசைகாட்டி பித்துப் பிடித்ததைப் போல அசைவற்று இருந்த மதியச் சூட்டில் சுழன்று விழுந்தது. முன் கதவின்மீது இருந்த

எழுத்துகளை சுட்டோம், ஐந்து தசமங்களாக மூலையில் ஒட்டிக் கொண்டிருந்த மழைநீர் ஓடும் குழாயை கிழித்தோம். என் அப்பா என்னை பார்த்துக் கொண்டிருந்தார், என்னை நினைத்து பெருமை கொள்கிறார் என்று கற்பனை செய்துகொண்டேன்.

"எப்படி உணர்கிறாய்?" நாங்கள் முடித்ததும் என்னிடம் கேட்டார். நிழல் படிந்த கிழக்குச் சுவரின் மீது நாங்கள் சாய்ந்து அமர்ந்தோம்.

என் கையில் துப்பாக்கி சூடாக இருந்தது. "எனக்குத் தெரியவில்லை," நான் சொன்னேன். "நீங்கள் சொல்லுங்கள்."

"உன் கைத்துப்பாக்கி வேலை நன்றாக இல்லை." அவர் தன் தொப்பியை கழற்றி பக்கத்தில் வைத்தார். "நீ உன் மனதிலிருந்து சுட வேண்டும்."

"நான் அப்படி செய்யவில்லை."

"பயப்படுவதில் ஒன்றும் தவறில்லை."

"எனக்குத் தெரியும்," என்று சொன்னேன். "எனக்கு பயம் உண்டு."

"உங்கள் தலைமுறை அதிர்ஷ்டம் செய்தது அல்ல. இது இதற்கு முன்பு ஒருபோதும் நடந்திருக்காது. பழைய அரசாங்கம் இதை அனுமதித்திருக்காது."

நான் தோள்களை குலுக்கினேன். இறந்துபோன இராணுவ தலைவனின் புகைப்படம் வீட்டில் எங்கேயோ புதைந்து இருக்கிறது. அதை நான் அப்பாவிடம் காட்டி அவரை சோகத்தில் ஆழ்த்தவோ அல்ல கோபமுறவோ அல்லது இரண்டுமே ஒருசேர கொள்ளச் செய்யவோ என்னால் முடியும், ஏனோ அதை நினைத்துப் பார்க்கவே நன்றாகவும் இருந்தது.

"நீ இதை மகிழ்ச்சியாக அனுபவிக்கிறாயா?" அவர் கேட்டார். "ஒரு அப்பாவாக இருப்பதை நீ அனுபவிக்கிறாயா?"

"என்ன மாதிரியான கேள்வி இது?"

"இது எந்த 'மாதிரியும்' ஆன கேள்வி அல்ல. இது ஒரு கேள்வி. நீ உன் அப்பா சொல்லும் அத்தனையையும் உனக்கு அவமரியாதை என்று எடுத்துக் கொள்வாயானால், உன்னுடைய வாழ்வு தாங்க இயலாததாக ஆகும்."

"மன்னியுங்கள்."

அவர் பெருமூச்சு விட்டார். "அது வாழ்வு ஏற்கனவே அப்படி ஆகிவிடவில்லையென்றால்……"

நாங்கள் வெந்துக் கொண்டிருக்கும் பூமியிலிருந்து வெப்பம் மேலெழுவதைப் பார்த்தபடி அமர்ந்திருந்தோம். என் அப்பாவிடம் நான் மறுத்துப் பேசுவது வித்தியாசமான ஒரு விஷயமாகத் தெரிந்தது. நான் பாலத்தைப் பற்றி குறிப்பிட்டேன், அதன் புதிய வண்ணம், ஆனால் அவர் அதை கவனிக்கவில்லை.

அவர் திரும்பி என் முகத்தைப் பார்த்தார். "நானும் உன் அம்மாவும் இன்னும் இளமையாகத்தான் இருக்கிறோம், தெரியுமா உனக்கு."

"ஆமா. உண்மைதான்."

"நல்ல உடல் நிலையுடன் போதுமான அளவிற்கு இளமையாக இருக்கிறோம், இன்னும் சில வருடங்களுக்கு வேலை செய்யும் திராணி என்னுள் மிச்சம் இருக்கிறது." அவர் தன் முஷ்டியை மடக்கி தசைகளை வெளியே தள்ளி என்னிடம் காட்டினார். "இங்கே பார்," அவர் சொன்னார். "தொட்டுப் பார் வேண்டுமானால். உன்னுடைய வயதான அப்பா இன்னமும் வலிமையாகத்தான் இருக்கிறான்."

அவர் இப்போது என்னிடம் எதுவோ சொல்வதற்கென்றே பேச்சை நீட்டினார், அவர் அடுத்து என்ன சொல்லப் போகிறார் என்பதை அவர் மிகச்சரியாக ஏற்கனவே தயார் செய்து வைத்திருந்ததைப் போன்ற ஒரு உணர்வு எனக்கு ஏற்பட்டது. "எங்களுக்கு வயதாகிவிடவில்லை, ஆனால் நீ மேலும் இளையவன். ஒரு முழு வாழ்க்கையே முன்னெடுத்து வாழ்வதற்கு இருக்கிறது உனக்கு. உனக்கு வேண்டுமானால் நீ போகலாம், வேறு எங்காவது ஒரு வாழ்க்கையை தேடிக்கொள். சென்று புதிய இடங்களைப் பார், புதிய செயல்களைச் செய். நாங்கள் உன் குழந்தையை பார்த்துக் கொள்கிறோம். நீ இங்கிருக்க விரும்பவில்லை, அதை நாங்களும் புரிந்து கொள்கிறோம்."

"நீங்கள் என்ன பேசுகிறீர்கள்?"

"உன் அம்மாவும் சம்மதித்துவிட்டாள்," அவர் சொன்னார். "இதைப்பற்றி நாங்கள் விவாதித்து முடிவெடுத்துவிட்டோம். அவள் உன் இழப்பை அதிகம் உணர்வாள் என்றாலும் அவள் அதற்கான காரணத்தை புரிந்துகொள்வதாகச் சொன்னாள்."

அவர் என்ன சொல்கிறார் என்பதை நான் சரியாக புரிந்து கொண்டேனா என்று தெரியவில்லை. ஒரு கணம் நான் அவரை வெறித்து பார்த்தேன். "மெலேனா?"

"அவள் எதற்குமே ஆசைப்படவில்லை."

நான் துப்பாக்கியை எடுத்து, அதன் மீதிருந்த தூசியை துடைத்தேன். அதில் குண்டுகள் இல்லை என்பதை உறுதி செய்துக் கொண்ட பின்னர் அதை அவரிடம் தந்தேன்.

"எப்போது?" நான் கேட்டேன்.

"எப்போது வேண்டுமானாலும்."

அதற்குப் பிறகு நாங்கள் வீடு திரும்பும் வழியில் வானிலை பற்றியும் தேர்தல்களைப் பற்றி மட்டுமே பேசினோம். என் அப்பா வாக்களிப்பதைப் பற்றி பெரிதும் அக்கறை காட்டவில்லை, ஆனால் சிமெண்ட் ஆலையின் உரிமையாளர் மேயர் ஆவதற்கு விரும்பினால், அவர் ஆகலாம் என்று எண்ணினார். அவருக்கு அதில் சம்மதமே. அவருக்கும் எல்லாவற்றிலுமே சம்மதம்தான். வானம் மெத்தையைப் போல வெண் முகில்களால் நிறைந்து இருந்தது, ஆனால் சூடு கொஞ்சமும் தேயவில்லை. அல்லது நான் அப்படி உணர்ந்திருக்கலாம். வண்டியின் ஜன்னல்கள் இறங்கியிருந்த போதும் நான் முழுதுமாக என் சட்டையின் உள்ளே வியர்த்து என் முதுகும் தொடைகளும் இருக்கையோடு அழுந்தி ஒட்டிக் கொண்டிருந்தேன். நான் உரையாடலில் அதிகமும் பங்கு கொள்ளவில்லை, வெறும் வண்டியோட்டியபடி நேராக வெறித்துப் பார்த்து அப்பா என்னிடம் சொன்னதைப் பற்றி சிந்தித்துக் கொண்டிருந்தேன்.

நாங்கள் கொள்ளையடிக்கப்பட்ட இரண்டு வாரங்கள் கழித்தும் நான் அதைப் பற்றி சிந்தித்துக் கொண்டிருந்தேன்.

நான் கற்பனை செய்ததை விட அது மோசமாகவோ அல்ல மேம்பட்டதாகவோ இல்லை. என் மேலாளரின் இரங்கல் கூட்டத்தில் பேச நான் கேட்டுக் கொள்ளப்பட்டேன், நான் ஆச்சரியம் கொள்ளும் வகையில், என்னிடமிருந்து வார்த்தைகள் அவ்வளவு எளிதாக வெளியே வரவில்லை. நான் துக்கம் நிரம்பியிருந்த குடும்பத்தினர் மற்றும் அதிர்ச்சியில் உறைந்து போயிருந்த நண்பர்களின் முன்னாலும் நின்று, இறந்த மனிதனைப் பற்றிய நினைவுகளையும் அவரின் கனிவைப் பற்றியும் தட்டையான ஒரு பேச்சை வழங்கினேன். யாரையும் நான் கண் நோக்கி பார்க்க முடியாமல் இருந்தேன். மெலேனா எங்கள் மகனை அவள் கைகளில் வைத்து தொட்டிலாட்டிக் கொண்டிருந்தாள். அந்த மாலை மங்கலாக கடந்துக் கொண்டிருந்தது,

நாங்கள் மூவரும் வீட்டின் முகப்பறையின் ஓரத்தில் நின்று இரங்கல்களைப் பெற்றுக் கொண்டிருந்த இளம் விதவையை கடந்து போவது வரை. என்னுடைய வார்த்தைகளுக்காக அவர் நன்றி சொன்னார்; எங்கள் மகனை நோக்கி கூவென ஒலியெழுப்பினார். "என்ன வயது?" என்று அவர் கேட்டார், ஆனால் மெலேனாவோ அல்லது நானோ பதிலளிப்பதற்கு முன்னால் அவர் முகம் சிவந்து கண்ணீர் வரத்தொடங்கியது, நாங்கள் இருவருமே சொல்வதற்கு ஒன்றுமில்லாமல் போனது. நான் விடைபெற்றுக் கொண்டு, மெலேனாவை ஒரு முத்தத்துடன் விலகி பின் கதவின் வழியாக வெப்பமான மாலைக்குள் தப்பிச் சென்றுவிட்டேன். ஊரே அடைந்து அமைதியாக இருந்தது. அன்றிரவு நான் வீட்டிற்கு திரும்பவில்லை மெலேனாவும் என்னை தேடவில்லை.

●

வியட் தன் ங்குவேன்

(Viet Than Nguyen)

குவென் வியட்நாமை பூர்வீகமாகக் கொண்டவர். தன்னுடைய நாலு வயதில் அவருடைய குடும்பம் சாய்கானின் வீழ்ச்சிக்குப் பிறகு அமெரிக்காவிற்கு தஞ்சம் புகுந்தது. 2010 ல் சிறுகதைகளின் மூலம் இலக்கிய உலகிற்கு அறிமுகமாகிறார். 2016ம் ஆண்டு தன்னுடைய நாவலுக்கு புலிட்ஸர் பரிசை வென்றிருக்கிறார். 2017 ல் வெளிவந்த இவரின் சிறுகதைத் தொகுப்பு பெரும் வரவேற்பை பெற்றது. புலம் பெயர்தல், அகதி வாழ்க்கை ஆகியவற்றை முன்வைத்தே இவரின் அத்தனை கதைகளும் இருக்கிறது. அமெரிக்காவின் வியட்னாமிய காலனிகளில் அகதிகளின் கதை கேட்டே வளர்ந்தவர். அவர்களின் உண்மைக் கதைகளையே தன்னுடைய நாவல்களிலும் சிறுகதைகளிலும் மீட்டுருவாக்கம் செய்கிறார். சாய்கானின் வீழ்ச்சிக்குப் பிறகு தெற்கு வியட்நாம் மக்கள் பலரும் 'மாற்றுக் கல்வி முகாம்' என்ற பெயரில் சிறைகளில் அடைத்து வைக்கப்பட்டிருந்தனர். சிலநேரங்களில் 17 ஆண்டுகள் கூட அவர்கள் சிறையில் இருந்திருக்கிறார்கள். அங்கிருந்து கிளைத்து எழும்பும் வாழ்க்கைக் கதைகள் மிக விநோதமானவை. வியட்நாமில் மிஞ்சி யிருப்பவர்கள், அமெரிக்கப் பயணிகளின் காட்சிப் பொருட்களாக ஆகிவிட்டது ஒரு நிகழ்கால அபத்தமே.

தந்தையர் நிலம்

(Father Land)

அது ஒரு மிக விசித்திரமான செயல். புவாங்கின் தந்தை தன் முதல் மனைவியின் குழந்தைகளின் பெயரையே இரண்டாவது மனைவிக்குப் பிறந்த குழந்தைகளுக்கும் வைத்த கதையைக் கேட்ட அனைவரும் சொல்வது இது. புவாங்தான் அத்தனை பேரிலும் மூத்தவள், தன் இருபத்திமூன்று வருடங்களும் அவள் தன் அப்பாவின் மற்ற குழந்தைகளே ஆசீர்வதிக்கப்பட்டவர்கள் என்று நம்பிக்கொண்டிருந்தாள். வருடந்தோறும் முதல் மிஸஸ். லய், புவாங்கின் பெயர் கொண்ட மற்றொரு பெண்ணின் அம்மா, வீட்டிற்கு அனுப்பும் கடிதத்தில் தன் குழந்தைகளின் உயரம், எடை, அவர்கள் சாதித்தவை என பட்டியலிடுவதே அதற்கு சாட்சியாகவும் இருந்தது. உதாரணமாக, புவாங்கின் பெயர் கொண்டவள், ஏழுவயதுநிரம்பியவள், பதினந்துசெ.மீ. உயரம், இருபதுகிலோஎடை, மேலும் கடிதத்தோடு இணைத்து அனுப்பப்பட்ட புகைப்படத்தின் மூலம் தெரிய வருவது அவள் மென்மையானசருமம் கொண்டவள்; வெண்மையான சீரான பற்களைஉடையவள்; அத்துடன் தலைமுடி, துணிமணி, காலணி மற்றும் அவளின் அந்த ஒப்பனை, அது அவள் தனியார் பெண்கள் பள்ளியில் தேறி பிறகு மேல்தட்டினருக்கான கல்லூரியில் படித்து தொடர்ந்து மருத்துவக் கல்வியும் சிகாகோவில் பயிற்சியும் முடிக்க முடிக்க நாகரீகமடைந்து கொண்டே வந்தது. மிஸ்டர். லய் ஒவ்வொரு புகைப்படத்தையும் விரல் ரேகைகளிலிருந்தும் ஈரப்பதத்திலிருந்தும் காக்க பிளாஸ்டிக் உறையில் போட்டு ஒய்வறையில் சாய்வு நாற்காலிக்கு அருகில் இருந்த மேசையில் அடுக்கி வைத்தார்.

புகைப்படங்களோடு இணைந்து வந்த கடிதங்கள்தான் புவாங் குடும்பத்திற்கு, இருபத்து ஏழு வருடங்களாக காணக்கூடாமல் இருக்கும், மற்ற பிள்ளைகளைப் பற்றிய செய்திகளை அதிகாரப்பூர்வமாக அறிவித்தவை. புவாங்க் பெயர் கொண்டவளும் அவளின்இரு இளைய தம்பிகளும் தாங்களாக ஒரு வார்த்தைகூட இதுவரை எழுதியதில்லை. அதனால், அப்படி ஒரு கடிதம் இறுதியாக அவர்களிடமிருந்தே நேரடியாக வந்தபோது பெரும் உற்சாகத்திற்கு காரணமாக அமைந்தது அது.

அக்கடிதம் மிஸ்ட்ர். லய் யின் பெயருக்கு அனுப்பப்பட்டிருந்தது, அவருக்கே அவ்வீட்டில் முழு அதிகாரம் உண்டென்பதால் தபால்கள் பிரிக்கும் பொறுப்பை எப்போதும் தானே ஏற்றுக்கொண்டார். அவர் சாய்வு நாற்காலியில் அமர்ந்து, தன்னுடைய கடந்தகால நினைவுச் சின்னங்களில் ஒன்றான தந்தத்திலான கைப்பிடி கொண்ட வெள்ளித் திறப்பான் கொண்டு கவனமாக உறையைப் பிரித்தார். புவாங்கும் அவள் அம்மாவும் பக்கவாட்டில் நெருக்கியடித்து அமர்ந்தும், அவரின் இரு பதின்ம வயது மகன்கள், ஹானும் ஃபூக்கும் நாற்காலிக் கைகளின் மீதமர்ந்து கழுத்தை முறித்து அப்பா வாய்விட்டு படிக்கும் வார்த்தைகளை கடிதத்தில் காண முயன்றுகொண்டிருந்தனர். அக்கடிதம் முன்னால் மனைவி எழுதுவதை விடவும் சிறியதாக இருந்தது, புவாங்கின் தங்கை இரண்டு வாரவிடுமுறையில் வரப்போவதையும் அவர்களோடு தங்க விரும்புவதையும் மட்டுமே அறிவித்தது.

“விவியன் ?”, கடிதத்தின் முடிவில் கையெழுத்திடப்பட்டிருந்த பெயரைக் கண்டதும், மிஸஸ். லய் கேட்டார்.

ஆனால் புவாங்க் தன் தங்கை ஒரு அந்நியப் பெயரை ஏன் தேர்ந்தெடுத்துக் கொண்டார் என்பதை உடனே அறிந்துக் கொண்டாள், அது யாருடைய பெயர் என்பதையும்: விவியன் லீ, அவள் அப்பா ஒருமுறை போகிறபோக்கில் தனக்கு மிக விருப்பமான திரைப்படம் என்று சொன்ன “Gone with the Wind”- ல் நடித்த நட்சத்திரம். புவாங்க் ஒருமுறை தனிப்பட்ட வீடியோ பதிவில் இப்படத்தை பார்த்திருக்கிறாள். கண்டதுமே இக்கதையின் நாயகியும் அழியும் தெற்கின் கருத்துருவமாகவும் நின்ற ஸ்கார்லெட் ஓ ஹாராவின் வசீகரத்திலும் அழகிலும் அவளின் சோகத்தின் மேலும்கூட மயக்கம் கொண்டாள். ஒரு துயரச்சுழலுடன் சிதைக்கப்பட்ட அமெரிக்க

இராணுவ கூட்டரசிற்கும் தனது அப்பாவின் தோற்கடிக்கப்பட்ட தென் குடியரசிற்கும் அதன் எஞ்சியிருக்கும் வன்மங்களுக்கும் இருக்கும் ஒற்றுமை எதேச்சையானது மட்டுமல்ல என்று எண்ணுவது அதிகப்படியானதா என்ன? பூவாங்கின் செழிப்பான கற்பனையில், விவியன் விரைவில் தான் பிறந்த நிலத்திற்கு திரும்ப வருவதின் முன் குறியீடாகவே ஸ்கார்லெட் தன் கைவிடப்பட்ட தோட்டத்திற்கு திரும்பியது அமைந்திருந்தது.

இதனால், விவியனின் வருகைக்கு முந்தைய வாரங்களில், புவாங்கிற்கு வீட்டிலிருக்கும் போதும் வேலையிடத்திலும், தன் தங்கையை பண்பானவராக, அன்பானவராக, கொஞ்சம் தனிமையும் சோகமும் கொண்ட போதிலும் மேன்மையானவளாக, கனிவானவளாக, வந்த உடனேயே தன்னை அவளோடு அள்ளி, அதுவரை புவாங்க் பெற்றிராத வழிகாட்டியாகவும் அறிவுறுத்துபவராகவும் ஆவதான சூழல்களை கற்பனையில் கட்டியமைப்பது சுலபமாக இருந்தது. விமான நிலையத்தில் விவியனை அவள் கண்ட முதல் காட்சியே அப்படியானதொரு சினிமா நட்சத்திரத்தின் பெயர் இவ்விளம்பெண்ணிற்கு எவ்வளவு பொருத்தம் என்று உறுதியளித்தது. விமான நிலையத்தின் கண்ணாடிக் கதவுகளுக்குப் பின்னல் சற்று தயங்கி நின்றாள்- அவள் அணிந்திருந்த பெரிய குளிர்கண்ணாடிக்குப் பின்னால் ஒளிந்திருந்தன அவள் கண்கள், அவள் உதடுகள் லேசாக பிரிந்து பளபளத்துபிதுங்கியது - தன் கருஞ்சிவப்பு பயணப்பெட்டிகளை வண்டியில் நிறைத்து மொத்த எடையையும் தள்ளிக்கொண்டு வெளியேவந்தாள். எகிறி குதித்து கைகளை அசைத்து விவியனின் கவனத்தை கொணர முயற்சிக்கும்போது பூவாங்க் தன் அக்காவைப் பார்த்துசிலிர்ப்படைந்தாள், வருகையாளர்களை வரவேற்க கூடியிருக்கும் உள்ளூர் மக்கள், நூற்றுக்கணக்கான சாதாரண மக்கள் மங்கிய உடையணிந்து சூரியனின் கீழ் கைகளால் தனக்கே விசிறிக்கொண்டு நிற்கும் ஒருவரைக்கூட அவள் கொஞ்சம் கூட ஒத்திருக்கவில்லை.

சைகானில் ஒருவாரம் கழிந்த பிறகும் கூட, விவியன் தான் வந்த நாளில் உள்ளூர்வாசிகளிலிருந்து எவ்வளவு மாறாக தோற்றமளித்தாளோ அப்படியே இப்பவும் இருந்தாள், திறந்தவெளியில் சுற்றும் போதும். தெருக்களில், திறந்தவெளி உணவகங்களிலும் அல்லது மாய் லின் டாக்ஸியில் துள்ளியேறும்போதும், அவளின் உறைந்த

ஒப்பனை வெப்பமண்டல பிரகாசத்தில் உருகிக்கொண்டிருக்க, கொரிய தொழிலதிபரின் களைப்புற்ற மனைவியென்றோ, சலிப்புற்ற ஜப்பானியப் பயணி என்றோ அவளை தவறாக எண்ணிக்கொள்ளக் கூடும். ஆனால், சில உட்புறச் சூழலில் அவள் நிச்சயமாக தன் ராஜ்ஜியத்தின் தனித்த தலைவிதான். டோங் க்ஹோய் தெருவிலுள்ள 'நாம் கா' உணவகத்தில் நடந்த கதையும் அதுதான். பூவாங்க் கல்லூரி முடித்த பின் இரண்டு வருடங்களாக அங்குதான் பணிபுரிந்துவருகிறாள். தன் விடுமுறை காலத்தின் பாதி நிறைவடைந்ததை கொண்டாடும் விதமாக, குடும்பத்தினர் அனைவருக்கும் விருந்தளிக்க 'நாம் கா' வில் இரவுணவு என்பது விவியனின் யோசனை, புவாங்க் என்றுமே பரிந்துரைக்க இயலாத ஒன்று அது. இவ்வுணவகத்தில் ஆகக் கூடிய செலவுகள் புவாங்கோ அல்ல அவள் குடும்பமோ தாங்கும் அளவுக்கெல்லாம் மிக மீறியது.

"ஆனால் அது ஒரு பாவம் என்று உங்களுக்குத் தோன்ற வில்லையா?" விவியன் சொன்னாள், துணையுணவுகளை உற்றுப்பார்த்தவாறே. அவர்களின் மேசை நீச்சல் குளத்தை பிரதிபலித்தபடியிருந்தது. அதின் மறுபக்கத்தில் இரண்டு இளம் பெண்கள், பட்டில், காலம்தோறும் மாறிக்கொண்டேயிருக்கும் வியட்நாமிய ஆடையான "ஆவோ டாய்" அணிந்து மெத்தையிலாலான மேடையிலமர்ந்து அவர்கள் மடியில் தவழ்ந்து கொண்டிருந்த சித்தாராவின் பதினாறு தந்திகளை மீட்டுக்கொண்டிருந்தனர். "நீங்கள் வேலை செய்யும் இடத்தில் ஒரு முறையாவது உங்களால் சாப்பிட முடிய வேண்டும்"

"பூண்டு வறுவல் 'மார்னிங் க்ளோரி'க்கு ஐந்து டாலர் என்பதுதான் உண்மையான குற்றம்," மிஸஸ். லய்சொன்னார். அவர் 'சோ பென் தான்'இல் பட்டு விற்பனை செய்பவர், வழவழப்பான வாசித்துணர முடியாத அபாகஸின் குண்டுமணிகளைப் போன்ற, பேரம் பேசுவதில் அனுபவம் வாய்ந்தவரின் கண்களைக் கொண்டவர். "இதை ஒரு டாலருக்கு சந்தையில் என்னால் வாங்க முடியும்."

"சுற்றிப் பார்," மிஸ்டர். லய் சொன்னார், பொறுமையிழந்த தொனியில். அத்தனை விருந்தினர்களும் வெள்ளையர்கள், விதிவிலக்காக ஒரே ஒரு இந்திய ஜோடி மூலையில், ஆண் லினென் சட்டையும் பெண் சல்வார் கமீஸூம் அணிந்திருந்தனர். "இதெல்லாம் சுற்றுலாவினருக்கான விலைகள்."

"இதெல்லாம் முட்டாள்தனமான விலைகள்."

“எனக்கு இங்கே பிடித்திருக்கிறது,” விவியன் அறிவித்தாள். அவள் குரல் அதிகாரப்பூர்வமாக இருந்தது. சிகாகோவில் பரிசோதனை அறையில் அவள் குரல் எப்படி ஒலித்திருக்குமோ அப்படி. தன் தங்கையின் இடத்தில் அவளின்வெள்ளை கோட் அணிந்து வெள்ளை அறையில் சுவற்றில் ஜன்னல்கள் வழியே வெளியே மங்கிய வெள்ளைப்பனியைப் பார்ப்பதாக புவாங்க் கற்பனை செய்வது இது முதன்முறைஅல்ல. “நீ என்ன நினைக்கிறாய்?”, விவியன் அவள் முட்டியை இடித்தாள். “மட்டு மீறிய செயலாகத் தோன்றுகிறதா உனக்கு?”

“இல்லவே இல்லை!”

புவாங்க் தன் தம்பிகளைப் போல் அல்லாமல் இயல்பானதும் தன்னம்பிக்கையானதுமான ஒரு பாவனையை வெளிக்காட்டியதாக நம்பினாள். ஹானும் ஃபுக்கும் பேச்சற்று இருந்தனர், அவர்களுடைய உணவுப்பட்டியல் புத்தகம் பட்டு உறை சுற்றி அவர்கள் இதுவரை வைத்திருந்த ஏந்த பாடப்புத்தகத்தையும் விட மிக அழகாக இருந்தது.

“இதற்கு என்னை பழக்கப்படுத்திக்கொள்ளமுடியும்.”

“அப்படிச்சொல்.”

பக்கத்து மேசையிலிருந்த விருந்தினர்கள் எழுந்து வெளியே செல்ல முற்படுகையில், புவாங்கிற்கு பின்னால் சற்று நின்றனர். கரியமுடிகொண்ட பெண் சித்தார் நரம்புகளில் விரல் வீச்சு நடத்தும் இசைக்கலைஞர்களை புகைப்படம் எடுத்தார். “அவர்கள் அப்படியே பட்டாம்பூச்சிகளைப் போல் இருக்கிறார்கள்” என்று அவர் ஆஸ்திரேலிய உச்சரிப்பில் சொன்னார், காமிராவில் உள்ள புகைப்படத்தை ஒருக்களித்த பார்வை பார்த்தவாறு. ஒட்டுக்கேட்டதில் அவர்களை கவர்ந்திழுத்தது தானல்ல என்பதில் நிம்மதியடைந்தாள் புவாங்க். “எவ்வளவு மெல்லிய உடலும் அதன் நளினமான நுண் அசைவுகளும்.”

“அவர்கள் ஒருபோதும் உண்பதைப் பற்றிய கவலை கொண்டவர்கள் அல்ல என்று என்னால் பந்தயம் கூறமுடியும்.” அவரின் தோழி ஒரு குட்டி கைப்பையைத் திறந்து உதட்டுச்சாயத்தை தேடினார். “அவர்கள் உடல் மீது வைத்து தைத்தது போன்று உள்ளது அவர்களின் ஆடை.”

ஒவ்வொரு இரவும் சுற்றுல்லா பயணிகளின் இத்தகைய வாடிக்கைகளை புவாங்க் கவனித்திருக்கிறாள், அவள் எப்போது

"நாம் க்கா", வின் கதவுகளை வளைந்து வணங்கி திறந்துவிடத் தொடங்கினாளோ அப்போதே அவள் உயிரியலில் பெற்ற பட்டங்கள் வெறும் நினைவுகளாகிப் போனது. நய நாகரீகமாய் கிராமச் சமையலை உணவருந்த வரும் விருந்தினர்களை தக்கவாறு கவர்வது, சுவர்களில் தொங்கிக் கொண்டிருக்கும் சீன சுருள்பட்டையில் பொறிக்கப்பட்டிருக்கும் "சாம்" சட்டவிதிகளும் மெலிந்த மிகச்சிறிய உடலில் தங்க உறை போல வடிவப்பொருத்தமாய் 'ஆவோ டாய்' அணிந்திருக்கும் புவாங்கும்தான். சில நேரங்களில் விருந்தினர்கள் அவளை புகைப்படம் எடுக்கவேண்டுமென கேட்பார்கள், ஆரம்பத்தில் அக்கோரிக்கைகள் அவளை பெருமைப்படுத்தினாலும் தற்போதெல்லாம் அவளை எரிச்சலடையவே செய்கிறது. இருப்பினும், அவள் மேலாளர் தெளிவுபடுத்தியது போல, அவளால் மறுக்க இயலாது, அவளின் காற்சட்டை அளவிற்கு கருமையும் பளபளப்புமான தலைப்பின்னலை தோள்மீது சாயுமாறு, அவள் தன்னைத்தானே வற்புறுத்தி தலையைச் சாய்த்து புன்னகைப்பாள். இந்த அசைவையோ அல்லது வேறொரு பாவனையையோ வெளிப்படுத்தி புவாங்கால் தான் வெளிநாட்டவரின் உத்தரவுகளை ஈடேற்றும் வெறும் பணிப்பெண் அல்ல மாறாக தன்னையொரு விளம்பர அழகி என்றோ திரைப்பட நடிகையென்றோ அல்லது அவள் பெயர் கொண்ட அவள் உடன்பிறந்தவளாகவோகூட பாசாங்கு செய்ய முடியும். ஆனால் உண்மையில் அவள் எப்படித் தோற்றமளித்தாள் என்று அவளுக்கு தெரியாது, எல்லோருமே அப்புகைப்படங்களை அவளுக்கு அனுப்பிவைப்பதாக உறுதியளிப்பார்கள் ஆனால் ஒருவரும் அதைச் செய்ததில்லை.

*

வரும்பொழுதே விவியன் தான் காண வேண்டிய இடங்களையும் ரயிலிலோ பஸ்ஸிலோ காரிலோ விரைபடகிலோ அல்லது விமானத்திலோ அவ்விடங்களுக்கான பயண நேரங்களையும் கொண்ட ஒரு அட்டவணையை எடுத்து வந்திருந்தாள். அதற்கு முந்தைய வருடம்தான் அதிபர் கிளிண்டன் வந்திருந்தார், அவரின் அதிகம் கொண்டாடப்பட்ட அவ்வருகையே விவியனின் அம்மாவிற்கு அவளின் இத்தாய் நிலத்திற்கு திரும்பிச் செல்லுதல் பாதுகாப்பானதாக இருக்கும் என்ற நம்பிக்கையை தந்தது, குறிப்பாக அமெரிக்க பாஸ்போர்ட்டும் டாலர் நோட்டுகளும் அவளின் கவசமாக இருக்கிறது. அத்தனை முன்னேற்பாடுகளோடு உள்ளதால் குடும்பமாக வெளியில் செல்லும் போதெல்லாம் தானே பணம்

செலுத்துவதாக வற்புறுத்தினாள், அவள் அப்பா பெயரளவில் எதிர்ப்பு தெரிவித்தார். விடுமுறை செல்வதுவே தொழிலாக இருந்து அதில் பதவி உயர்வைப் பெற உழைப்பவள் போல இருந்த வியனின் அணுகுமுறையைக் கண்டு புவாங்க் ஈர்க்கப்பட்டாலும் அது அவளை ஆச்சர்யப்படுத்தவில்லை. அவ்வப்போது விவயனின் அம்மா அனுப்பிய அஞ்சல்களிலிருந்து, மணமாகாதவர், ஒரு குழந்தை நல மருத்துவர், முதுகுப்பையோடு தன்னந்தனியாக மேற்கு ஐரோப்பாவைச் சுற்றி வந்த, ஹவாய், பஹாமாஸ், ரியோ என தன் விடுமுறை நாட்களை கழித்த ஒரு சுதந்திரமான இளம் பெண்ணின் படமொன்று கற்பனையில் உருவாகியிருந்தது. ஒரு பயண வழிகாட்டியாக தன் எளிய வாழ்வை அமைத்துக்கொண்ட மிஸ்டர். லய், பயண நிரலை சீராய்ந்து பின் சொன்னார், "என்னாலேயே இதைவிட சிறப்பான ஒன்றை தயாரிக்கமுடியாது."

அவர் மிக அரிதாக பாராட்டும் பழக்கமுடையவர், முதல் மூவர் என்றால் மட்டும் விதிவிலக்கு. போருக்குப் பிறகு அவர் புது பொருளாதார மண்டலத்திற்கு ஐந்து வருடங்கள் விரட்டியடிக்கப்பட்டார், அவரின் அந்தரங்கக் காதலி பணம் வேண்டி அவர் மனைவியிடம் போய் நின்றார். அதுவரை அவருக்கு ஒரு காதலி இருந்ததை அறிந்திராத மனைவி தன் கண்டுபிடிப்பிற்கு மறுவினையாக குழந்தைகளோடு ஒரு ஆபத்தான படகுப் பயணம் செய்து நாட்டை விட்டு வெளியேறினார். தன் தண்டனைக் காலத்தின் நடுவில் இவர்கள் பெயர்ந்து சென்றதை அறிந்த மிஸ்டர். லய், சைகானுக்கு திரும்பும்வரை மன அழுத்தத்தில் முழுகிப் போனார். என்னவாகிலும் வாழ்க்கை நகர வேண்டும் என்று தன் காதலி சொன்னதால், வியனின் அம்மாவை விவாகரத்து செய்து, தன் காதலியை இரண்டாவது மிஸ்ஸஸ். லய் ஆக்கி மேலும் மூன்று குழந்தைகளுக்கு தகப்பன் ஆனார். அவர் அடிக்கடி புவாங்க்கை அங்கில்லாத தன் பெயர் கொண்டவளோடு ஒப்பீடு செய்வார், அதுவே பூவாங்கிற்கு தன் அக்காவைப் பார்க்கும் நீண்ட ஆவலையும் நியாயமான பொறாமையையும் வளர்த்தெடுத்தது. வியன் வருகையின் ஒவ்வொருநாளும் பொறாமை மீண்டும் ஒரு வண்டென மேலெழுந்ததற்கு காரணம் அவள் அப்பாவின் நடவடிக்கைகள் அவரின் இயல்பிற்கு முற்றிலும் மாறாக இருந்ததுதான், ஏதோ அவர் வியனின் ஒப்புதலை வெல்ல போட்டியிடுபவரைப்போல.

ஒரு கேள்வியும் விமர்சனமும் இன்றி அவர் வியனின் திட்டங்களை அப்படியே பின்தொடர்ந்தார், கதீட்ரலுக்கும்

கோவிலுக்கும் செல்வது, பேரங்காடிகளுக்கும் அருங்காட்சியகங்களுக்கும், கடற்கரைகளுக்கும் ரிசார்ட்டுகளுக்கும், தெற்கில் மீகாங் கழிமுகம்வரை, மேற்கில் வுங்தௌ, வடக்கில் டாலத் பிறகு சாய்கானுக்குள்ளேயே 'சொளொன்'இல் உள்ள இரைச்சலொலி மிகுந்த சீனக் குடியிருப்புகளின் அடர்ந்த குறுகிய சந்துகளிலிருந்து நகர்புறத்தில் வசீகரிக்கும் டொங்கோய் வரை, அங்குதான்அகன்ற தெருவில் இருப்பதிலேயே விலையுயர்ந்த உணவகமான 'நாம் க்கா' உள்ளது.

"இதுஅந்நாட்களின் சாய்கான் போலிருக்கிறது" மிஸ்டர். லய் உணவகத்தின் மென்பட்டு திரைச்சீலைகளையும் பளிங்குத்தூண்களையும் பற்றுடன் பார்த்தாவாறே புன்னகையுடன் சொன்னார். போரின் போது அவர் சொந்தமாக ஒரு காலணித் தொழிற்சாலையும் வுங்தௌவில் கடற்கரை வீடும் ஓட்டுனர் வைத்து ஒரு சிட்ரோயன் காரும் வைத்திருந்தார். அக்காலத்திய புகைப்படங்கள் காட்டுவது மிடுக்கான நறுமண எண்ணெய் தடவிய சீரான தலைமுடியுடனும் 'கிளார்க் கேபிள்' மீசையுடனும் உள்ள ஒரு மனிதரை. தற்போது புவாங்க்கால் சொல்லக் கூடியதெல்லாம் அளவில் ஒன்று குறைவான அரைக்கை சட்டையின் பொத்தான்களால் கட்டுப்படுத்த முடியாத தொப்பையில் அவரின் அத்தனை சோகங்களையும் தோல்விகளையும் அணிந்து கொண்டிருக்கிறார். "'தாய் லப் தான்ஹி'ல் உள்ள 'லாமிரால்'. 'டிரான் ஹுங் தாவோவி'ல் உள்ள 'லா டுவர் டிஜவாயிர்'. நான் எப்போதுமே அவ்வுணவகங்களுக்குத் தான் செல்வேன். சிவப்பு மிளகு சேர்த்த சிறந்த பயேல்லாவும் சாங்கிரியாவும் அங்கு கிடைக்கும்."

"என்னோடு அல்ல," மிஸஸ். லய் சொன்னார்.

"நாளை என்ன செய்ய விரும்புகிறாய்?" மிஸ்டர். லய் விவியனிடம் கேட்டார்.

அவள் தன்னுடைய கோப்பையை ஆஸ்திரேலிய மெர்லோட் வொயினால் நிறைத்த பின் சொன்னாள், "நான் அதை என்அட்டவணையில் காலியாக வைத்துள்ளேன். நான் எப்போதுமே ஒன்றிரண்டு நாட்களை ஆச்சர்யங்களுக்காக ஒதுக்கி வைப்பேன்.

"நாம் 'டாம் சென்னுக்கு' போவோமா?" ஹான் கேட்டான். ஃபுக் வேகமாக தலையசைத்தான்.

“அது என்ன?” விவியன் தன் கோப்பையை மீண்டும் நிறைத்தாள்.

“அது ஒரு கேளிக்கை பூங்கா,” பூவாங்க் சொன்னாள். அம்மாவையும் தம்பியையும் போல அவள் எலுமிச்சைசாறு குடித்துக் கொண்டிருந்தாள். “இங்கிருந்து அதிக தூரம் இல்லை.”

“எனக்கு பதினாறு வயதிருக்கும்போது அப்படியொன்றில் நான் வேலை பார்த்தேன்,” விவியன் சொன்னாள். “அது ஒரு பித்தான கோடை காலம்.”

“நாம் டாம் சென்னை வேறொரு நாளுக்கென வைத்துக் கொள்ளலாம்,” மிஸ்டர். லய் சொன்னார். “நீ உன்னுடைய தங்கை வேலை செய்யும் இடத்தை பார்த்துவிட்டாய், நாளை நான் என்னுடைய சுற்றுப் பயணங்களில் ஒன்றுக்கு உன்னை அழைத்துச் செல்கிறேன்.”

“நூறு சதவிகிதம்.” விவியன் தன் கோப்பையை உயரே தூக்கி அவர் அவளுக்கு கற்றுக்கொடுத்ததைப் போல வழமையான வழியில் தன் ஆமோதிப்பை ஆர்வத்துடன் தெரிவித்தாள்.

அவர் தன்னுடைய கோப்பையை அவளுடையதுடன் ஒலியெழுப்பஇடித்து, தன் மகன்களை அன்பொழுக நோக்கி சொன்னார், “உங்கள் தலைமுறைகொடுத்து வைத்தது.”

“நாங்கள் அவ்வளவு அதிர்ஷ்டம் கொண்டவர்கள் என்று நான் சொல்ல மாட்டேன்,” புவாங்க் சொன்னாள்.

“உனக்கு கிடைத்திருப்பதின் மதிப்பை நீ என்றுமே உணர்ந்தது கிடையாது.” அவள் அப்பா உணவின் மீது கையை அலைந்து காட்டினார், பூவாங்க் அவளது கோப்பையை அழுத்திப்பிடித்து மீண்டும் ஒருமுறை அவளின் பெற்றோர்களின் கதைகளை கேட்க தன்னை தயார்படுத்திக் கொண்டாள். “துரதிருஷ்டம் பற்றி பேசவேண்டுமா உனக்கு? அமெரிக்கர்கள் நம்மைக் கைவிட்ட பிறகு கம்யூனிஸ்டுகள் என்னை உழைப்பாளர்கள் முகாமிற்கு அனுப்பினர், அங்கே நாங்கள் கிழங்குகளையும் வேர்களையும் தின்றே வாழ்ந்தோம். வெறும் நீர் நிறைந்திருக்கும் சோற்றில் புழுக்கள் இருக்கும். ஏதோ சளி பிடிப்பதைப் போல மக்கள் வயிற்றுக் கடுப்போ மலேரியாவோ டெங்குக் காய்ச்சலோ கண்டு அப்படியே இறந்து போயினர். அட்டைப் பூச்சிகளுக்காக எங்களிடம் இரத்தம் மிச்சமிருந்தது என்பதே வியப்புதான்.”

“வீட்டின் நிலை ஒன்றும் அதைவிட மேலாக இல்லை,” மிஸஸ். லய் ஒத்திசைந்தார். போருக்குப் பிறகு நான் பிழைத்திருப்பதற்காக அத்தனையையும் விற்றேன். என் தையல் எந்திரம், நீங்கள் எனக்கு கொடுத்த இசைக்கருவி, இசைத் தட்டுகளைக் கூட.”

“மிகவும் முட்டாள்தனமான ஒன்று ஒப்புதல் வாக்குமூலங்கள்தான்” மிஸ்டர். லய் தனது கோப்பையை உற்று நோக்கிக் கொண்டிருந்தார், முகாம்களில் தான் பெற்ற பாடங்களெல்லாம், காய்ச்சி வடிக்கப்பட்டு பின், இக்கோப்பையை நிறைத்துவிடும் என்பதைப் போல. “நான் முதலாளித்துவவாதியாக இருந்ததற்காக என்னை நானே கண்டிப்பதற்கு புதுப்புதுவழிகளை ஒவ்வொரு வாரமும் கண்டுபிடிக்கவேண்டும். என் முழுசுயசரிதையின் அளவிற்கு நான் பக்கங்களை எழுதினேன், ஆனால் ஒவ்வொரு அத்தியாயமும் சொன்னதையே திரும்பச் சொல்லும்.”

புவாங்க் நெடுமூச்செறிந்தாள், ஆனால் வியனோ முகவாயை கைகளால் தாங்கிக்கொண்டு தீவிரமாக கவனித்தாள். “நான் எப்போதுமே தெரிந்துக் கொள்ள ஆசைப்பட்ட ஒன்றுண்டு.” அவர்களின் அப்பா தலைதூக்கி பார்த்தபோது, வியன் சொன்னாள், “உங்களின் இரண்டாம் மனைவியின் குழந்தைகளுக்கும் ஏன் எங்கள் பெயரையே கொடுத்தீர்கள் ?”

•

புவாங்க் என்றுமே கேட்டிராத கேள்வி இது, அவள் சந்தேகப்பட்ட ஒரு பதிலையே சொல்லிவிடுவாரோ என்ற பயத்தில். அது, அவளும் அவள் தம்பிகளும் சதை கொண்டு பிறந்த துயரங்களே அன்றி அதற்கு மேல் வேறொன்றுமில்லை என்னும் பதில். ஆனால் வியனின் வெளிப்படைத்தன்மை அப்பாவை ஆச்சரியப்படுத்தியதாகவோ அச்சுறுத்தியதாகவோ தெரியவில்லை. மாறாக அவரோ, வெறுமனே கோப்பையை உயர்த்திச் சொன்னார், “நீ என்னைப் பார்க்க திரும்பி வரவில்லையென்றால், அதை நான் புரிந்துகொண்டிருந்திருப்பேன். ஆனால் நான் உன் பெயரை சூட்டியது யாருக்கென்று பார்க்க நீ வருவாய் என்று நான் அறிவேன்.” ஞானியைப் போன்று எந்த அசைவுமற்று முகத்தை வைத்திருந்த புவாங்கை வியன் கணநேரம் நோக்கினாள். அவள் அப்பா இப்படியெல்லாம் நடந்துக் கொண்டதற்கு, விருப்பம் போல எங்கள் பெயரை வைத்து விளையாடியதும், தன்னை பரிதாபத்திற்குரியவராக காட்டிக்கொண்டதும், வியனின் தவறல்லவே. “அதனால்தான்... இதோ வந்துவிட்டேன்,” வியன் சொன்னாள். அவள் அப்பாவை

மறுபார்வை பார்த்து அவள் கோப்பையை அவருடையதின் மீது தட்டினாள். “இது நமக்காக.”

“நூறு சதவிகிதம்,” மிஸ்டர். லய்சொன்னார்.

*

சுற்றுலா வழிகாட்டியாக மிஸ்டர். லய் பணிபுரிந்த இத்தனை வருடங்களில், புவாங்கை தன்னுடன் வருமாறு அவர் ஒருமுறை கூட கேட்டுக்கொண்டதில்லை. அவள் இதற்கு முன் கேட்டதில்லை யென்றாலும் கேட்க வேண்டுமென்று எண்ணியது கூட இல்லை என்றாலும் கூட, அடுத்தநாள் காலை பயண ஊர்தியில் தான் முன்னரே இதற்காக அழைக்கப்பட்டிருக்கலாம் என்று விரும்பியதை உணர்ந்தாள். அவள் அப்பாவின் சிறப்பு கவனிப்புகளையோ அல்லது இந்நாளில் ஒரு சுற்றுல்லாவாசியாக இருக்கும் நற்பேறையோ கூட வியன் மெச்சியதாகத் தெரியவில்லை. பையன்கள் பள்ளியில் விடப்பட்டிருந்தார்கள், புவாங்கின் அம்மா வேலைக்கு சென்றுவிட்டார்கள். வியன் வயதான பேருந்தின் கூட்ட நெரிசலின்மீது தன் கவனத்தைக் குவித்திருந்தாள். நீண்டமுடியுடன் சுற்றுலாப் பயணிகள் மெலிந்த மெத்தையில் நெருக்கியடித்து அமர்ந்து தன் அப்பாவின் வியாபாரத்தை வெற்றியாக்குவதைப் பற்றி புவாங்கின் காதுகளில் புகாரளித்துக் கொண்டிருந்தாள். குளிரூட்டப்பட்ட பேருந்திலிருந்து இறங்கியதும் வெப்பக்காற்று தழுவியது, வியனால் இதுவல்லதான் உத்தேசித்த கேளிக்கை பொழுதுபோக்கு என்று புலம்ப மட்டுமே முடிந்தது.

“நான் முகாம் கூடாரங்களில் தங்குவதைக்கூட விரும்புவதில்லை”, பாதுகாக்கப்பட்ட ‘க்குச்சி’ யின் தொன்மச்சுரங்கங்களுக்கு தைல மரங்களுக்கும் மூங்கில் தோப்புகளுக்கும் ஊடாக வளைந்து செல்லும் வழியில் மற்ற பயணிகளின் பின்னால் தங்கைகள் இருவரும் நடந்து செல்கையில் வியன் சொன்னாள். “நான் இதற்கு பதிலாக பேரங்காடியிலோ அருங்காட்சியகத்திலோ இருந்திருப்பேன், ஆனால் இங்கு அருங்காட்சியகங்கள் கூட குளிரூட்டப்பட்டவை அல்ல.”

“நீ அப்பாவை அவர் வேலை செய்யுமிடத்தில் வைத்து பார்க்க வேண்டுமென்று விரும்புகிறார்,” புவாங்க் நிதானமாக சொன்னாள். “அவர் தொழிலில் அவர் வல்லவர்.”

“நான் சொன்னதாக எதையும் அவரிடம் சொல்லிவிடாதே, சரியா? அவர் மனதை புண்படுத்த விரும்பவில்லை.”

“அப்போ நமக்குள் ஒரு ரகசியம் உண்டு?” புவாங்க் சீண்டினாள்.

“தங்கைகளுக்குள் ரகசியங்கள் இருக்க வேண்டும்,” விவியன் சொன்னாள். “ஆ, கடவுளே. என்ன ஒரு தொன்னூறு டிகிரி இருக்குமா?”

“இது அவ்வளவு மோசமாக இல்லை. அவ்வளவு வெப்பமாகக்கூட இல்லை.”

“என்னை ஏதோ கடிக்கிறது. என்னால் உணரமுடிகிறது. என் கால்களைப் பார்!”

விவியனின் முழங்காலிலும் தொடைகளிலும் புதிதான கடிகாயங்களின் வெளிர்நிற வீக்கங்களும் நொதித்துப் போனவற்றின் சிவப்புத் தடங்களும் பதிந்து நிறைந்திருந்தது. ஒரு அனுபவம் வாய்ந்த பயணியாகவும் குழந்தைநல மருத்துவராகவும் இருக்கும் விவியன்தன் உடலின்மேல் அக்கறை காட்டுவதில் திறனற்றவள் என்று நிரூபித்தாள். புவாங்க் முழங்கையையும் தாண்டி மேலே நீளும் கையுறையையும் ஜீன்ஸ் காற்சட்டையின் கீழே நைலானும் அணிந்திருக்கையில் அவள் அக்காவோ இடுப்புக்கச்சை, இன்று அது இளநீல வண்ணத்தில் இருந்தது, தெரியும்படி அரைக்காற்சட்டையும் உள்ளாடைப்பட்டைகள் தெரியும் வண்ணம் ஒரு டீ-ஷர்ட்டும் அணிந்திருந்தாள். வெற்றுடம்பை வெளிக்காட்டிக்கொண்டிருந்த போதும் விவியன் கொசுவிரட்டியை பூசிக்கொள்ள மறுத்தாள், வானிலை வெப்பமாக இருந்தபோதெல்லாம், அவளைப் பொருத்தவரைக்கும் அந்த இரவுபகலின் ஒவ்வொரு நொடியும், புகார் செய்து கொண்டிருந்தாள். அவளின் இந்த உடைபடும் தன்மை எரிச்சலை தருவதாயும் பேரன்பை கொணர்வதாகவும் மாறிமாறி இருந்தது. அதுவே விவியனை நட்புகொள்ளக்கூடியவளாகவும் புவாங்க்கின் ரகசியத்தை அறிந்துக்கொள்ளும் தகுதி கொண்டவளாகவும் ஆக்கியது, தன் குடும்பத்தினரிடம் சொல்லமுடியாத விவியனால் மட்டுமே புரிந்துகொள்ளக்கூடிய ரகசியம் அது. ஒருநாள் புவாங்கும் இந்த இடத்தை விட்டு சென்று விடுவாள், சைகான் சலித்துவிட்டது, அவள் இதயத்தின் வேட்கைகளை ஈடேற்றும் அளவிற்கு இந்த நாடும்கூட பெரியதில்லை.

“பெரியோர்களே தாய்மார்களே, இதுதான் ‘புஞ்சி’பொறி” மிஸ்டர். லய் மொத்த கூட்டத்தையும் நிற்குமாறு கையசைத்து ஆங்கிலத்தில் சொன்னார். இரண்டு டஜன் பயணிகள்,

அனைவரும் மேற்கத்தியவர்கள், மூங்கிலாலான அடிநிலப்பொறி ஒன்றின் கதவருகே அடியெடுத்து வைத்தனர். அது செங்குத்தாக திறந்துகொள்ளும்வரை கதவின் மூட்டு வாயிலைச் சுழற்றி கீழே கல்லறையின் ஆழத்திலும் ஒரு சவப்பெட்டியின் நீளத்திலும் இருந்த குழியைக் காட்டினார். அங்கே கூர்மையான ஒரு டஜன் மரமுளைகள் பூமியில் பதிக்கப்பட்டிருந்தது. "இந்தப் பொறி கதவின் மீது காலை வைத்தால், உள்ளே விழுந்துவிடுவீர்கள்."

இரண்டு பயணிகள் புகைப்படங்கள் எடுத்துக்கொண்டபின், மிஸ்டர். லய் கூட்டத்தை முன்னே வருமாறு கையசைத்தார். அவர் அரைக்கை வெள்ளைசட்டையும், சாம்பல் நிற பேண்டும், பழுப்பு நிறத்தில் காலணியும் அணிந்திருந்தார். இதுவே வீடென்றால், பொதுவாக அரைக்கால் பேண்டும் உள்பனியனுமாக உலவிக்கொண்டிருப்பார். புவாங்கிற்கு விசித்திரமாக தெரிந்தது என்னவென்றால் அவள் அப்பா பயணிகளோடு ஜோக்கடித்துக்கொண்டும் அரட்டையடித்துக்கொண்டும் இருந்ததுதான். அவர் வீட்டில் புவாங்கோடு பேசுவதெல்லாம் இன்னொரு பியர் வேண்டும் என்று கேட்பதற்காகவோ, அவருக்காக சிகரெட்டுகளை கொண்டு வருவதற்காகவோ அல்லது இரவுணவிற்கு எந்த வகை உணவு வேண்டுமென்று கோருவதற்காகவோ தான் இருக்கும்.

"பிறகு இது ஒரு அசலான சுரங்கம்." மிஸ்டர். லய் நிறுத்தி ஒரு தைலமரத்தடியில் இலைகளாலும் மரபலகைகளாலும் மூடப்பட்டிருந்த எழுதும்தாளின் அளவிற்கே இருந்த ஒரு சதுரத் துளையைச் சுட்டிக்காட்டினார். "அமெரிக்கர்களை எந்நேரமும் தாக்குவதற்கு கொரில்லாக்கள் வருடக்கணக்கில் இதிலேயே வாழ்ந்திருந்தனர்." பயணிகளில் ஏறக்குறைய அனைவருமே அமெரிக்கர்கள், ஆனால் இந்த சரித்திரம் அவர்களை அவமானப்படுத்தியதாகத் தெரியவில்லை. மாறாக ஈர்க்கப்பட்டவர்களைப் போல காணப்பட்டார்கள், அவர் பலகையைத் திறந்து குறுகிய இருண்ட முகப்பைக் காட்டியபோது அவர்கள் அனைவரும் காமிராக்களை உயர்த்தினார்கள். தூரத்தில் துப்பாக்கிசுடும் தளத்திலிருந்து ஒரு இயந்திரத்துப்பாக்கி இரண்டு சுற்றுகளை வெடித்தது. அவள் அப்பாவைப் பொருத்தவரை ஒவ்வொரு குண்டும் ஒரு டாலர். உண்மையில் இவர்கள் தங்களுடைய பணத்தையும் நேரத்தையும் கடற்கரையிலோ ஆடம்பரமான உணவகங்களிலோ அல்லது கிராம ஆற்றோர காஃபி கடையில்

தொங்கும் ஊஞ்சலிலோ செலவழிப்பதற்கு மாறாக இங்கிருக்கவே விரும்புகிறார்கள் என்ற உண்மையை உணர்ந்து புவாங்க் கொஞ்சம் குழம்பித்தான் போனாள். இவர்களின் இத்தகைய நடவடிக்கைக்குக் காரணமாக அவள்அப்பா கூறுவது, "வெளிநாட்டு பயணிகளுக்கு இந்த நாட்டைப்பற்றி தெரிந்ததெல்லாம் ஒன்று தான், அது போர்." அதனால், இந்தச் சுரங்கங்கள் அவர்களின் பயணதிட்டத்தில் கட்டாயம் பார்க்க வேண்டிய இடங்கள்.

"பின்னால் நாம் சில புதிய சுரங்கங்களை காண்போம், உங்களுக்காகவே கொஞ்சம் பெரிதாக்கப்பட்டவை அவை. சென்றமுறை இதில் ஒரு அமெரிக்கன் நுழைந்தபோது வெளியே வரமுடியவில்லை. அவர் அவ்வளவு பெருத்தவர். இதை விளக்கிக்காட்டுவதற்காக மிஸ்டர். லய் தன் கரங்களை நீட்டி கைகளை கோர்த்து காற்றில் ஒரு பெரிய வளைவை உருவாக்கினார். "யாராவது முயற்சி செய்கிறீர்களா?"

பயணிகள் அசட்டுத்தனமாகச் சிரித்து தலையைக் குலுக்கினார்கள், அவர்களில் இளையவனே புவாங்கின் அப்பா உயரத்திற்கு இருந்தான். புவாங்க் தன்னை அழைத்து சுரங்கத்திற்குள் நுழையச் சொல்வாரோ என்று பயந்தாள், ஆனால் அவர்கள்யாரும் முன்வராதபோது அவள் அப்பா சீற்றத்துடன் தன் முஷ்டியை மேலே உயர்த்தினார். "இப்படித்தான் நாங்கள் எங்கள் வெற்றியை கைக்கொண்டோம்", அவர் முழக்கமிட்டார். ஒரு காமிரா பளிச்சிட்டது. "வீரத்தினாலும் தியாகத்தினாலுமே எங்கள் நாட்டை நாங்கள் ஒன்றிணைத்தோம்."

அவர்களின் அப்பா அந்த அசைவிலேயே நிற்க மேலும் இரண்டு காமிராக்கள் பளிச்சிட்டன.

"என் காதில் விழுந்ததைத்தான் அவர் உண்மையில் சொன்னாரா?" விவியன் கிசுகிசுத்தாள்.

"அவர் அதன் உண்மையான அர்த்தத்தில் சொல்லவில்லை. இது வெறும் நடிப்புதான்."

ஆனால் புவாங்க் நடிப்பை உண்மையென பயணிகள் எடுத்துக்கொள்வார்களோ என்று சந்தேகப்பட்டாள். அவர்கள் வெளிநாட்டவர்களாக இருப்பதினால் அவர்களால் ஒரு கம்யூனிஸ்டுக்கும் கம்யூனிஸ்டுகளால் புதிய பொருளாதார மண்டலத்திற்கு விரட்டப்பட்ட ஒரு மனிதனுக்கும் வித்தியாசம் கூறமுடியாது. இன்னும் சிலதினங்களிலோ அல்லது ஒன்றிரண்டு

வாரங்களிலோ இங்கிருந்து கிளம்பிச்சென்ற பின்னர் இந்த நாளைப் பற்றி அவர்களின் தெளிவான நினைவாக சுரங்கத்தினுள் தன் கைகளினால் ஊர்ந்து சென்ற வேடிக்கையான அனுபவமும் மங்கலான ஞாபகமாக அவர்களின் உணர்ச்சிமயமான சுற்றுலா வழிகாட்டியும் அவரின் பொறுத்துக்கொள்ளக்கூடிய ஆங்கிலமும்தான் தங்கியிருக்கப்போகிறது. நாமெல்லாருமே ஒன்றுதான் அவர்களுக்கு, கோபமும் அவமானமும் கலந்து புவாங்க் இதை உணர்ந்தாள் - சிறியவர்கள், விரும்பத்தக்கவர்கள் ஆனால் மறக்கக் கூடியவர்கள். தன் அக்காவும் தன்னை இப்படித்தான் பார்ப்பாளோ என்று கவலைகொண்டாள். ஆனால் அவள் அப்பா பயணிகளை முன்னேறிவரும்படி கையசைத்தபோது, விவியன் பின்தொடர்ந்தாள். தன்னுடைய கவலையெல்லாம் தன்னைச் சூழ்ந்து மொய்த்திருக்கும் கொசுக்கூட்டங்களை விரட்டியடிப்பதுதான் என்பதைப்போல தென்பட்டாள்.

*

சைகானில் விவியனின் கடைசிக்கு முந்தையநாள் இரவில் அவளும் அவள் அப்பாவும் 'சொன்லொன்' இல் உள்ள சீன உணவகத்தில் பால் அரிசியில் செய்யப்பட்ட வையினை நான்கு குடுவைகள் அருந்தினர். வீடு திரும்பியதும் மனைவியுடன் மிஸ்டர். லய் தலைக்கேறிய போதையிலிருந்து தெளிவடைவதற்காக ஒரு நடை சென்றார். ஹானும் புக்கும் கூடத்தில் மோட்டார்பைக் அருகில் தரையில் விரிக்கப்படிருந்த படுக்கையின் மீது படுத்துவிட்டனர். மாடியில் புவாங்க் அவள் பெற்றோருடன் பகிர்ந்து கொள்ளும் அறையின் கதவுகளை மூடிய பின்னர், புவாங்கின் குறுகிய கட்டிலின் அடியிலிருந்து தன் அம்மா கொடுத்தனுப்பிய கருஞ் சிவப்பு பெட்டிகளிலிருந்து ஒன்றை வெளியே இழுத்தாள் விவியன். விவியனும் அவள் அம்மாவும் அடுக்கி வைத்திருந்த பரிசுகளால் அப்பெட்டிகள் முன்னர் நிறைந்திருந்தது. ஜீன்ஸூம் சட்டைகளிலும் இருந்து மருந்துகள் ஒப்பனைகள் வரை, ஷாம்பூக்களும் கண்டீஷனர்களும் கூட. அவை அமெரிக்காவில் பாட்டிலில் அடைக்கப்பட்டவை என்பதாலேயே உள்ளூரில் பாட்டிலிடப்பட்ட அதே பிராண்டை விட விலை உயர்ந்தது. இப்போது அப்பெட்டி நினைவுப்பொருட்களாலும் விவியனின் அம்மாவிற்காக வாங்கிய பட்டு 'ஆவோடாய்'உடுத்திய போர்சிலின் பொம்மை ஒன்றும் அவள் தம்பிகளுக்காக தேக்குமரத்தில் கையால் செதுக்கப்பட்ட சைக்கிள் பிரதிகளும் அவளின் வளர்ப்பு தந்தைக்காக கோப்ரா மிதக்கும் ஒரு

பாட்டிலில் அரிசி வையினும் மற்றும் அவள் நண்பர்களுக்காக 'ஹோசிமின்' சினேகமான முகம் புடைத்திருக்கும் டீ-ஷர்டுகளாலும் நிறைந்திருந்தது. ஆனால் விவியன் பெட்டியை திறந்தபோது அவள் சேகரித்த நினைவுப்பொருட்களையோ அல்லது அவளுக்கு சொந்தமானவைகளையோ வெளியே எடுக்கவில்லை. மாறாக இவற்றின் அடியிலிருந்து தேடி ஒரு சிறிய பிங்க் பை ஒன்றை எடுத்து, அது அவளின் பயணங்களினால் ஓரளவுக்கு கசங்கிப்போயிருந்தது, புவாங்கிடம் கொடுத்தாள்.

"உனக்காக கடைசியாக ஒன்று வைத்திருக்கிறேன் தங்கையே" விவியன் சொன்னாள். "உன்னிடம் இதைக் கொடுக்க வேண்டுமா என்று தெரியவில்லை, ஆனால் நான் இதற்கு தயாராகவே வந்திருந்தேன் என்று நினைந்திருந்தேன்."

வளைவெழுத்துக்களால் அப்பையின் மீது 'விக்டோரியாஸ் சீக்ரெட்' என்று எழுதியிருந்தது. அதனுள்ளே கருப்புப்பட்டை வைத்த மார்புக்கச்சையும் கால் உள்ளாடையும் இருந்தது. அவள் அம்மா அவளுக்கு வழக்கமாக டஜன் தொகுப்புகளாக வாங்கித்தரும் சொரசொரப்பான பஞ்சினாலானவை போல் அல்லாமல் அவை வழவழப்பாக இருந்தன.

"என்னால் இதை அணிந்து கொள்ளமுடியாது!" புவாங்க் சொன்னாள், சிரித்துக்கொண்டே கிட்டத்தட்ட இல்லையென்றேயென இருந்த கால் உள்ளாடைகளை தூக்கிப் பிடித்தவாறு. "இவை பிரச்சினைக்குரியவை".

"நிச்சயமாக நீ இவற்றை உடுத்திக் கொள்ளலாம்," விவியன் சொன்னாள், பெட்டியின் அருகில் முட்டியிட்டவாறே. "போ, அவற்றை அணிந்து கொள். நீ வைத்திருக்கும் பாட்டி உடுப்புகளில் உன்னை கற்பனை செய்து பார்க்கமுடியவில்லை என்னால்."

ஒருநொடி புவாங்க் தயங்கினாள். ஆனால் விவியன் அவளுடைய அக்கா, ஒரு மருத்துவரும் கூட, அங்கே வெட்கப்படுவதற்கு அவசியமேயில்லை. அவள் உடனடியாக தன்னுடைய ரேயன் பைஜாமாக்களையும் பஞ்சு உள்ளாடைகளையும் கழட்டினாள், அதேவேகத்தில் புதிய மார்கச்சையையும் உள்ளாடையையும் அணிந்துக்கொண்டாள். விவியன் அங்கீகரிப்பதைப்போல் தலையாட்டினாள். "இப்பொது நீ செக்ஸியாக இருக்கிறாய். சில பையன்கள் உன்னை இப்படி பார்ப்பதற்கு அதிர்ஷ்டம் செய்திருக்கப்போகிறார்கள்."

“என் அம்மாவும் அப்பாவும் என்னை இதை ஒருபோதும் அணிய அனுமதிக்கப்போவதில்லை.” அவள் அம்மா சுவற்றில் ஆணியில் தொங்கவிட்டிருந்த ஒரு கைகண்ணாடியை எடுத்து புவாங்க் தன்னைத்தானே தலைமுதல் கால்வரை பரிசோதித்துக்கொண்டாள். “குறும்புப் பெண்கள் மட்டுமே இவற்றை அணிவார்கள்.”

“நீ படுக்கைக்கு போகும் நேரம் வந்துவிட்டது” கொட்டாவி விட்டபடி விவியன் சொன்னாள். “கடவுளேஞ்உனக்கு வெறும் இருபத்திமூன்று வயது. என்னுடைய இருபத்திமூன்று வயதில் நான் என்னவெல்லாம் செய்தேன் என்று என்னிடம் கேட்டுவிடாதே.”

அவள்தோளைத் தொட்டிருக்கும்பட்டியும் கிட்டத்தட்ட நிர்வாணாமாக இருக்கும் அவள் உடலின் கவர்சியான மடிப்புகளும் புவாங்கை மட்டுமீறி சந்தோஷங்கொள்ளச்செய்தது. அவர்கள் பொருட்களை ஒழுங்கு செய்யும்போது அவள் பாடலொன்றை முணுமுணுத்துக்கொண்டே இருந்தாள். விவியன் அவள் பெட்டியை தூரம் ஒதுக்கிவைத்தாள். புவாங்க் பைஜாமாவை உடுத்திக்கொண்டு அவளையும் அவள் பெற்றோரையும் பிரிக்கும் திரைச்சீலையை இழுத்து மூடினாள். பின் விவியனுக்கு அடுத்து படுக்கையில் அவள் கரங்கள் விவியனின் கரங்களோடு கோர்த்துபடுத்திருந்தபோது தன் அக்காவின் பரிசு அவர்களின் உறவை மேலும் நெருக்கமானதாக நம்பிக்கைகுரியதாக மாற்றியதாக உணர்ந்தாள்.

“சிகாகோ சென்றதும் நீ செய்யும் முதல் காரியம் எதுவாக இருக்கும்? உன் அம்மாவை அழைப்பதா?”

“நான் தன்னந்தனியாக ஒரு நீண்ட கார் பயணம் செய்யவேண்டும். என் காரை நான் மிஸ் செய்கிறேன்.”

“எனக்கு காரை சொந்தமாக வைத்திருக்கும் ஒருவரைக்கூட தெரியாது.”

புழுக்கம் நிறைந்த இரவின் வெப்பக்காற்றை சுழற்றியனுப்பும் மின்விசிறியை விவியன் வெறித்து பார்த்துக்கொண்டிருந்தாள். திறந்திருந்த ஜன்னல் காற்றை மிக மெல்லியதாக உள்ளே அனுப்பியது.

“உன்னிடம் ஒரு ரகசியம் சொல்லட்டுமா?” விவியன் சொன்னாள்.

“நீ ஏற்கனவே என்னிடம் சொல்லிவிட்டாய்.”

“என்ன?”

“ஒரு ரகசியம்.” புவாங்க் தலையை திருப்பியபோது அவளால் சிறியதும் கரியதுமான விவியனின் காது மடல் துவாரங்களை பார்க்க முடிந்தது. “க்குச்சீயில் நீ சொன்னது.”

“சொன்னேன் என்றுதான் நினைக்கிறேன்.” விவியன் தன் கழுத்தில் இருந்த கடி தடத்தை சொறிந்தாள். “நான் இங்கு வருவேன் வந்து என் அப்பாவை விரும்புவேன் என்று நினைத்தேன்.”

“உனக்கு அவரைப் பிடிக்கவில்லையா? புவாங்க் தன் தலையை அவள் கைகளின் மீது பொருத்தினாள். “அல்லது உனக்கு அவரை முன்னரே பிடிக்காதா?”

“உனக்கு அவரை பிடித்துப்போவது சுலபம்” விவியன் சலித்தாள். “அவர் என்னை விரும்புவதும் சுலபம். அப்படித்தான் அது இருக்க வேண்டும். அவர் என்னை ஞாபகம் வைத்திருக்கிறார். எனக்கு அவரை ஞாபகம் இல்லை. உனக்கு ஞாபகமில்லாத ஒருவரை உன்னால் விரும்பமுடியுமா. நீ அறிந்திராத ஒருவரை உன்னால் விரும்பமுடியுமா?”

“எனக்கு உறுதியாக தெரியவில்லை.” வெடிச்சிரிப்பும் கெக்கலிப்பும் வெளியே பக்கத்து சந்துகளிலிருந்து கேட்டது, பக்கத்துவீட்டுப்பெண்கள் தாழ்வாரத்தில் அமர்ந்து தூங்குவதற்கு முன்னர் வம்புகள் பேசிக்கொண்டிருந்தனர். “ஆனால் அவரை விரும்புவது அவ்வளவு சுலபமானது அல்ல என்று தெரியும்.”

“ஒரு மனிதனை பாவப்பட்டவனாகப் பார்க்கும் பெண்ணால் அவரை விரும்பமுடியாது. அவளால் முடியுமா என்ன?”

“நான் எவரையுமே விரும்பியதில்லை. அதனால் எனக்குத் தெரியவில்லை.” கூடத்தின்முன் இரும்புக்கதவின் கிரீச்சிடும் சத்தம் அவர்கள் அப்பாவின் வரவைச் சொல்லியது. “ஆனால் நீ இதை தவறாகச்சொல்கிறாய். நீ காதலில் விழவில்லை, அவர் உனக்கு பிடித்தவராக இருக்க வேண்டும் என்றுதான் விரும்புகிறாய்.”

“நான் வியட்நாம் செல்கிறேன் என்று சொன்னபோது என் அம்மா என்னிடம் என்ன சொன்னார் என்று தெரியுமா?” விவியன் இடைநிறுத்தினாள். “உன் அப்பா உன் இதயத்தையும் நொறுக்குவார் என்று.”

பிறகு விவியன்சுவரை நோக்கி திரும்பிப்படுத்தாள், அங்கே ஒரு பச்சைநிறப் பல்லி பொறுமையாக சுவரில் பிளாஸ்டரை பிரித்துக்

கொண்டிருந்தது. மிஸ்டர் மற்றும் மிஸஸ் லய் மேலேறி வந்தபோது படிகள் சத்தமெழுப்பியது, ஒத்திசையாத அவ்விசைக்குறிப்புகள் சேர்ந்து உருவாக்கும் அந்நாளின் கடைசி இசை புவாங்கிற்கு பரிச்சயமானதுதான் என்றாலும் விவியனின் வருகையால் அதை தனியாக உணர முடிந்தது. புவாங்கின் படுக்கையில் அவள் அக்காவின் அமைதியற்ற இருப்பும் தன் தோளின் மீது மென்பட்டையின் தழுவலும் வழக்கமற்ற ஒரு வழக்கத்தை உருவாக்கியது, புவாங்கின் உணர்வுகளை கூர்தீட்டியது. இதற்குமுன் அவ்வுணர்வுகள் ஒரு மந்தமான பென்சில்கோடுகளாகத்தான் உருப்பெற்றிருந்தது என்பதைப்போல தோன்றியது. அவள் தினமும் மனதிற்குள்ளேயே தன் விருப்பங்களையும் அவள் வாழ்வின் கதாப்பாத்திரங்களையும் அதைவிடவும் முக்கியமாக அவள் மிக மோசமாக வெறுக்கும் ஆனால் பாவப்படும் தன் அப்பாவைப் பற்றியும் நாளுக்குநாள் அதிகரிக்கும் துல்லியத்துடன் எழுதிக்கொண்டிருந்தாள். அவர் ஒரு பெண்பித்தராகவோ ஏமாற்றுக்காரனாகவோ இருந்திருந்தால் அவரை மறுதலிப்பதற்கு அதுவே சுலபமான காரணமாக இருந்திருக்கும், ஆனால் அவர் சரிந்து கொண்டிருக்கிறார், ஒரு தீயவனின் கவர்ச்சிகூட அற்ற ஒரு தோல்வி. இதுவே போதுமான சோகத்தையும் தர்மசங்கடத்தையும் கொடுத்ததால் அவள் அப்பாவின் நிழல் வாசல்வழியில் தோன்றியதும், புவாங்கும் தன் பக்கச் சுவரை நோக்கி திரும்பிப் படுத்தாள். புழுக்கமான இரவின் கனத்தில் அவள் அக்காவின் பின்பக்கத்தோடு அழுந்தியபோது கண்டுபிடித்தாள், விவியன் படுத்திருந்தபோதுகூட அவள் ஒரு மாபெரும் வியர்வைத் துளியென உருமாறியிருக்கிறாள் என்று.

*

அடுத்தநாள் காலை கேளிக்கை பூங்காவில் மிஸ்டர். லய் விவியன் மூலம் அவரின் முன்னாள் மனைவி பரிசாகக் கொடுத்தனுப்பிய தற்காலிக காமிராவால் தன் குழந்தைகளை நுழைவாயிலில் வைத்து புகைப்படங்களை எடுத்துக்கொண்டிருந்தார். குடும்பத்திற்கான நுழைவுக்கட்டணத்தை விவியன் செலுத்தியபின் ஹானும் புக்கும் தலைமையேற்று நடந்தார்கள், ஹான் அம்மாவின் கைகளுக்குள் தன்னை நுழைத்துக்கொண்டிருந்தான். ஆரம்பப்பள்ளியின் பையன்களும் பெண்களுமான சிவப்புச்சட்டையும் தொப்பியும் அணிந்திருந்த ஒரு படையின் இடையே தங்கள் வழியை அவர்கள் தேடி நடந்தார்கள். மோனோ ரயில் ஒன்று பூங்காவின் குறுக்காக கூட்டதினரின் மேல் சென்றது, தூரத்தில் ரோலர்கோஸ்டர் உறுமல்

ஒலியுடன் உருண்டு கொண்டிருந்தது. ஒரு கண்காட்சிக்கூடம் புவாங்கின் கவனத்தை உடனடியாக ஈர்த்தது, அது ஆர்வமூட்டும் ஆங்கில பெயரில் இருந்தது - ஐஸ்லேண்டர்ன். வெளியில் இருந்த விளம்பரப்பலகையில் பிரகாசமான வண்ண புகைப் படங்களில் ஐஃபில் டவர், தாஜ்மஹால் மற்றும் மனிதன் உருவாக்கிய அதிசயங்களின் உறைந்த தொலைநகல்கள் காட்சிப் படுத்தப்பட்டிருந்தன, அதன் மேல் நியான் வானவில் எரிந்து கொண்டிருந்தது. "நாம் இதை பின்னர் சுற்றிப் பார்போம்," அவள் சொன்னாள். "நாம் கொஞ்சம் இளைப்பாற தேவையிருக்கும்போது இதற்கு வருவோம்."

"நல்ல திட்டம்," விவியன் சொன்னாள், பூங்காவின் கையேடால் தனக்கு விசிறிக்கொண்டே.

ஹானும் புக்கும் கேட்டுக்கொண்டபடி மோதிக்கொள்ளும் இயந்திரக்கார்களை ஓட்டிய பின் மிஸஸ். லய் ஜப்பானிய ஆர்க்கிட் தோட்டத்தை பார்க்கவேண்டுமென வலியுறுத்தினார். இளம்ஜோடிகள் பலர், மணமகள் முகத்திரையுடன் மேற்கத்திய திருமண உடையணிந்தும் மணமகன் மேல்மடிப்புகளில் ரோஜாகுத்திய வெள்ளைசூட் அணிந்தும், வெவ்வேறு மூலைகளில் போஸ் கொடுத்துக்கொண்டிருந்தனர். மிஸஸ். லய் இக்காட்சியால் அகமகிழ்ந்து சத்தமெழுப்பினார், ஹானும் புக்கும் பொறுமையின்றி கண்களை உருட்டி விவியனிடம் அடுத்து நீர்ச்சறுக்கின் மேலே மெதுவாகச்சுழலும் ரங்கராட்டினத்திற்கு போவோமா என்று கேட்டனர். ரங்கராட்டினத்தில் பையன்கள் அமர்ந்திருந்த பெட்டிக்குள் அடித்துப்பிடித்து ஏறியது மிஸஸ். லய்தான். மகள்கள் அமர்ந்திருந்த பெட்டிக்குள் தண்ணீர் பயத்தைக் காரணம் சொல்லி மிஸ்டர். லய் ஏற மறுத்துவிட்டார். அவர்கள் மேலெழும்ப தடுப்புக் கண்ணாடி வழியே விரிந்த இயற்கைக்காட்சியை விவியன் கூர்ந்து பார்த்துக்கொண்டிருந்தாள். புவாங்க் அவள் தோள் மீது தலை எட்டிப்பார்த்துக்கொண்டிருந்தாள். விவியனின் காதுமயிர் ஒன்று புவாங்கின் மூச்சுக் காற்றால் சிலிர்த்தாடியது. விவியன் முடியைத் தள்ளி சொருகிக்கொண்டு தூரத்தில் தெரிந்த ரோலர்கோஸ்டரைச்சுட்டி கைநீட்டினாள், டஜன் மனிதக்கைகள் காற்றில் அலைந்து கொண்டிருக்கும் ஒருதலைகீழ் கம்பளிப்பூச்சி. "நான் இதைப்போன்ற ஒரு ரோலர் கோஸ்டரில்தான் வேலை செய்தேன்." விவியன் சொன்னாள். "என் நண்பர்கள் அனைவருமே பையன்களை சந்திப்பதற்காகவே பூங்காவில் ஒரு வேலை தேடிக்கொண்டோம்."

“நீ உன் காதலனைக் கண்டடைந்தாயா?” புவாங்க் அக்காவின் கரங்களின் மீது தன் தோளை சாய்த்துக்கொண்டாள். அவள் பரிசாகக்கொடுத்ததைதான் தான் இன்னமும் அணிந்துக் கொண்டிருப்பதை விவியனிடம் சொல்லவில்லை, ஒரு புதிய மனமயக்கும் பொம்மையுடன் விளையாடும் குழந்தையைப்போல திளைத்திருந்தாள். “அவன் ஒரு ஆணழகனா??

“ராட்... அழகாக இருந்தான். என்னை வீடுவரை கூட்டிவந்து விடுவான், பக்கத்துத் தெருக்களின் வழியே வீட்டிற்கு சுற்றி செல்கையில் நிறுத்தி முத்தமிட்டுக்கொள்வோம். நீ முத்தமிட்டதில்லை என்று ஊகிக்கிறேன்.”

“இதுவரை இல்லை.”

“உனக்கு பிடித்தமான பையன்கள் எவரையும் நீ இதுவரை காணவில்லையா”

“எனக்கு எவருடனும் எந்த பிணைப்பும் தேவையில்லை”, புவாங்க் திடமாகச் சொன்னாள். “என்னை யாரும் முன்னேறவிடாமல் பின்னுக்கு இழுத்து தடுப்பதை நான் விரும்பவில்லை.”

“எதிலிருந்து?”

பூங்காவின் மையத்தில் தட்டு போல ஏரி ஒன்று இருந்தது, துடுப்புப்படகுகள் அதன்மீது உதிரிகளைப்போல் மிதந்து கொண்டிருந்தன. அவர்கள் மதியம் போக நினைத்திருந்த உணவகம் அத்தட்டின் மீது சற்று துருத்தி நின்றிருந்தது. டிராகனின் தலை ஒன்று தண்ணீரை இரண்டாகப் பிரித்து கொட்டிக்கொண்டிருந்தது. விவியன் திரும்பிச் சென்றபிறகு இங்கேயே தங்கிவிட்டவர்கள் வெளியேறிவிட்டவர்கள் என்று இந்த உலகம் மீண்டும் இரண்டு பிரிவாக பிரியப்போவதைப்போல.

“இப்போது உன்னிடம் நான் ஒரு ரகசியத்தைச் சொல்லட்டுமா”

விவியன் புன்னகைத்தாள். “நிச்சயமாக”

புவாங்க் தயங்கினாள். சுவற்றில் நீலப்பூச்சின் மேல் கலைந்த தலைமுடியுடன் ஒல்லிப்பெண்ணொருத்தியின் உருவத்தை யாரோ வரைந்திருந்தார்கள், அவள் என்றும் குன்றாத நம்பிக்கையுடன் V என்று தன் விரல்களை காட்டிக்கொண்டிருந்தாள். “நான் உன்னைப்போல இருக்கவேண்டுமென்று விரும்புகிறேன்.” தன் அக்காவின் கைகளை தன் கைகளுக்குள் வைத்து இறுகப்பற்றிக்

கொண்டாள். "எனக்கு அமெரிக்கா போக வேண்டும். அங்கே டாக்டராகி மக்களுக்கு சேவை செய்ய வேண்டும். உணவக பணிப் பெண்ணாகவே என் வாழ்வை கழிக்க எனக்கு விருப்பம் இல்லை. எனக்கு பணி செய்ய அடுத்தவர்கள் காத்திருக்கவேண்டும். நான் விரும்பிய இடத்திற்கு விரும்பிய நேரத்தில் போக வேண்டும். நான் இவ்விடத்தை விட்டு திரும்பிச்செல்லமுடியும் என்று தெரிந்தால் மட்டுமே நான் இங்கு மீண்டும் வரவேண்டும். நான் இங்கேயே இருந்தால் எதிர்காலமற்ற ஒருவனை மணந்து அவன் குடும்பத்தோடு வாழ்ந்து கொண்டும், சீக்கிரத்திலேயே இரண்டு குழந்தைகளைப் பெற்றுக்கொண்டும் கைகளை நீட்டினால் இருபக்க சுவர்களையும் தொட்டுவிடக்கூடிய சிறிய அறையில் உறங்கிக்கொண்டிருப்பேன். என்னால் இதை பொறுத்துக்கொள்ளமுடியும் என்று தோன்றவில்லை, நிச்சயமாக இல்லை. உனக்கு எப்போதாவது இப்படி தோன்றியிருக்கிறதா?"

"அடக்கடவுளே..." என்று ரங்கராட்டினப் பெட்டியின் கூரையைப் பார்த்துச் சொன்னாள் விவியன். பூவாங்க் உற்சாகமான ஒரு பதில் வருமென நம்பியிருந்தாள். விவியனிடமிருந்து தயக்கமோ ஒரு குழப்பமோ அல்லது ஒரு கருணைப் பார்வையோ வெளிப்பட்டிருந்தால் கூட புவாங்க் அமைதியடைந்திருப்பாள். ஆனால் அவள் அக்காவின் முகத்தில் வெளிப்பட்ட பயத்திற்கு அவள் தயாராக இருக்கவில்லை. "உங்கள் எல்லோரிடமும் உண்மையைச் சொல்லியிருக்கவேண்டுமென்று நான் அப்போதே அவரிடம் சொன்னேன்"

ரோலர்கோஸ்டர் தண்டாவாளத்தில் கீழ்நோக்கி பாய்ந்தது, அதன் பயணிகள் சத்தமெழுப்பினர். விவியன் தன் கையை விடுவித்து உடலை நகர்த்தியபோது அவள் கரங்கள் வியர்வையினால் ஈரச்சப்தமெழுப்பி புவாங்கின் தோளிலிருந்து பிரிந்து வந்தது, தரையைவிட இவ்வுயரத்தில் காற்று அவ்வளவு ஒன்றும் குளிர்ச்சியாயில்லை.

"நீ யாரைப் பற்றி பேசுகிறாய்?"

"என் அம்மா." விவியன் நீண்ட பெருமூச்செறிந்து மீண்டுமொருமுறை தடுப்புக்கண்ணாடிகளின் வழியே நோக்கினாள். "அவர் அமெரிக்காவில் நுழைந்தபோது தனக்கு இருபத்தைந்து வயதுதான் என்று அந்த அரசாங்கத்திடம் சொன்னார் என்று உனக்குத் தெரியுமா?"

“அதனாலென்ன?” வியர்வைச்சொட்டு ஒன்று புவாங்கின் அடிமுதுகில் ஒழுகிச்சென்றது.

“அவருக்கு அப்போது முப்பது.”

“பெண்கள் அப்படிச்செய்வது நான் அறிந்ததுதான்.”

“என் அம்மா அரசாங்கத்திடம் தான் ஒரு விதவை என்றும் சொன்னார்.” விவியன் திரும்பி புவாங்க்கின் கண்களைச் சந்தித்தாள். “அவர் நம் அப்பாவிடம் நான் ஒரு மருத்துவர் என்று சொன்னதுகூட உண்மையில்லை.” விவியன் சிமிட்டினாள்.

“நீ டாக்டர் இல்லையா?”

“நான் ஒரு வரவேற்பாளர், இப்போது அந்த வேலையும் இல்லை. சென்ற மாதம் நான் என் பணியிலிருந்து அகற்றப்பட்டேன். என் அம்மாவும் வளர்ப்புத்தந்தையும் புறநகர் பகுதிகளில் சொந்தமாக வீடு வைத்திருக்கவில்லை. அவர்கள் மேற்கு டுல்சாநகரில் ஒரு அடுக்குகுடியிருப்பில் வாழ்கிறார்கள். மேலும் “நைஸ்நெயில்” என்ற அழகுநிலையம் என் அம்மாவிற்கு சொந்தம் கிடையாது. அதில் அவர் அழகுக்கலை நிபுணராக பணிபுரிகிறார்.”

“பிறகு எதற்கு எங்களிடம் நீ ஒரு டாக்டர் என்று சொன்னாய்?”

“ஏனென்றால் நீங்கள் எல்லோரும் நான் ஒரு மாதத்தில் எவ்வளவு சம்பாதிக்கிறேன் அதில் எவ்வளவு அடமானத்தொகையாக செலுத்துகிறேன், என் காரின் விலை என்ன என்பதையெல்லாம்தான் தெரிந்துக்கொள்ள விரும்பினீர்கள். அதற்கு பதிலாக நான் ஒரு டாக்டர் என்று சொல்லிவிடுவது சுலபமாக இருந்தது. ஆனால் நீ தெரிந்து கொள்வதற்காகச் சொல்கிறேன், நான் ஒரு குழந்தைநல மருத்துவர் என்ற கதை மொத்தமும் என் அம்மாவின் யோசனைதான், என்னுடையது அல்ல.” ரங்கராட்டினப்பெட்டி அதன் உச்சத்தை அடைந்தது. கீழே தூரத்தில், காற்று பொம்மையைப்போல இருந்த கால்கள் கட்டப்பட்டிருந்த யானை ஒன்று முன்னும்பின்னும் அசைந்து கொண்டிருந்தது. “என் அம்மா என் முதலாளியுடன் சேர்ந்து சுற்றுவதும் கூடாது என்று சொன்னார். முக்கியமாக, அவர் திருமணமானவராக இருந்தால்.”

“உன் முதலாளியா? அவருக்கும் இதற்கும் என்ன சம்மந்தம்?”

“பொருளாதார நிலைமைதான் காரணம், நானல்ல என்றார் என் முதலாளி,” விவியன் அழுதாள். “இதைப்போல முட்டாள்தனமான காரணத்தை எப்போதாவது நீ கேட்டிருக்கிறாயா?”

“இல்லை.” என்று சொன்னாள் புவாங்க். “இதுவரை யாரும் என்னுடன் உறவை முறித்துக்கொண்டதுஇல்லை.”

“இது எல்லோருக்கும் நடக்கும்.” விவியனின் கண்கள் நனைந்திருந்தது. “அதனால் இங்கு வரலாம் என்று நினைத்தேன். முட்டாள்தனமான காரணம், இல்லையா?”

“நீ எங்களைப் பார்ப்பதற்காக இங்கு வந்தாய் என்று நினைத்தேன்.”

“அதற்காகவும்தான்.”

“எங்கிருந்து இந்தப் பணமெல்லாம் வருகிறது?” புவாங்க்கால் அவளது அக்கா எவ்வளவு செலவழித்திருப்பாள் என்பதை கணக்கிடமுடியவில்லை, ஆனால் ஆயிரக்கணக்கான டாலர்கள் என்று மட்டும் அவள் அறிவாள். சாய்கானில் அவளின் முதல் இரவில் மிஸ்டர். மற்றும் மிஸ்ஸஸ். லய்க்கு பரிசளித்த அன்பளிப்புத் தொகை மட்டுமே அறுநூறு டாலர் நோட்டுகள். அதேபோல இரண்டு பரிசு உறைகள் புவாங்கிற்க்கும் அவளது தம்பிகள் இருவருக்கும் ஒவ்வொன்று கொடுத்தாள். “எல்லா விருந்துகளும் நுழைவுச்சீட்டுகளும்? ‘டாலட்’ மற்றும் ‘வுங்தாவு’க்கும் சென்று வந்த பயணச்செலவுகள்?”

“அமெரிக்காவில், ஒருவரை வேலையை விட்டு அனுப்பும்போது அவருக்கு கூடுதலான பணம் கொடுத்து அனுப்புவார்கள். பெரிய நிறுவனங்களினில் என்னைப் போன்ற வரவேற்பாளர் கூட நல்லதொகைக்கு காசோலை பெறுவார்கள்.” அவர்களின் பெட்டி கீழே இறங்கிக்கொண்டிருக்க விவியன் தன் கைப்பையை துழாவினாள். “என்னிடம் கடன்அட்டைகள் கூட உண்டு. பணம் செலவழிப்பதைப்பற்றி நான் கவலைப்படுவதில்லை. உங்களுக்கு நல்ல அனுபவத்தை அளிக்க விரும்பினேன். நீ எங்கேயுமே சென்றதில்லை.”

பூங்காவின் அதிமுக்கியத்துவம் வாய்ந்த காட்சிப்பொருள் அவர்களின் முன்னால் தோன்றியது, செம்மண் சிவப்புபூசப்பட்ட, உலோக மலை ஒன்று. “அது ஒரு பொருட்டு அல்ல,” புவாங்க் சொன்னாள். எதுவுமே பொருட்டு அல்ல. பொய்களோ இல்லை விவியனிடம் எல்லாம் இருந்தது, அவள் பயன்படுத்திக்கொள்ளாத புவாங்க்கின் பெயர் உட்பட, என்பதோ கூட. “எனக்கு ஆதரவளிக்க நீ ஒரு டாக்டராக இருக்கவேண்டுமென்று அவசியமில்லை.”

“என் கைக்குட்டை எங்கே?” விவியன் தன் கண்ணீரை அவள் கைகளால் துடைத்துக்கொண்டாள்.

“நான் உன்னை தொந்தரவு செய்யமாட்டேன்.” புவாங்க் விவியனின் கரங்களைத் தொட்டாள், பிசுபிசுப்பாய் ஒட்டும் வியர்வையாயிருந்தது. அவர்களின் பெட்டி தரையை நெருங்கிக்கொண்டிருந்தது. “நான் ஒரு வேலையைத் தேடிக்கொள்வேன். என்னை நானே பார்த்துக்கொள்வேன். உன்னையும் நான் பார்த்துக்கொள்வேன்.”

விவியன் அவள் கைப்பையை ஒரு சுடக்கில் அடைத்தாள். “என்னை மன்னித்துவிடு, புவாங்க். நான் திரும்பியதும் என் வாழ்க்கையை மீண்டும் தொடங்கப்போகிறேன். நான் நான்கு கடன் அட்டைகளுக்கு பணம் செலுத்தவேண்டும், என் கல்விக்கடன்களை அடைக்க வேண்டும், என் வீடு என்னிடம் இருந்து பறிக்கப்படமாட்டாது என்று நம்புகிறேன்.”

“ஆனால்-”

“என் தங்கையைப்பற்றி கவலைப்பட எனக்கு நேரமிருக்காது.” இப்போது விவியன் புவாங்க்கின் கைகளை தன் ஈரக்கைகளால் பற்றிக்கொண்டாள். “உன்னால் அதை புரிந்துக்கொள்ளமுடிகிறதா? தயவுசெய்து புரிந்துக்கொள்?”

வேலையாள் கதவைத்திறந்தபோது அவர்களின் அப்பா தன் கண்களின் அருகில் காமிரா வைத்து காத்திருந்தார். அவர் மனைவி அவருக்குப் பின்னால் பையன்களுடன் நின்றிருந்தார். ரங்கராட்டினச் சக்கரம் மெதுவாக அவர்கள் இறங்குவதற்கு தோதாக அளவான வேகத்தில் சுற்றியது, விவியன் முதலில் வெளியே கால் எடுத்து வைத்தாள். ஒருவாரம் கழித்து அவர்களின் அப்பா இந்நிழற்படத்தை உருவேற்றுவார், ஆனால் புவாங்கிற்கு உறையிடப்பட்ட இப்புகைப்படத்தின் பின்னால் தொலைந்தது எது என்று நினைவுகூற ஒரு கணம் ஆகும். கதவருகில் ஈரக்கண்களோடும் ஒப்பனை கலைந்தும் விவியன் தென்பட்டாள், ஆனால் எதிர்பாராவிதமாக கோணமும் நேரமும் தவறாக ஒத்திசைந்ததில் புவாங்கையே அதில் பார்க்கமுடியவில்லை.

*

விவியன் தன் முதல் கடிதத்தை வீட்டிற்கு அனுப்ப இருபத்தியேழு வருடங்கள் எடுத்துக்கொண்டாள் என்றபோதிலும், இரண்டாவது மடலை அனுப்ப வெறும் ஒரு மாதமே தேவைப்பட்டது. ‘நாம்க்கா’விலிருந்து புவாங்க் ஒருநாள் மாலை திரும்பியபோது தன் பெற்றோர்களும் தம்பிகளும் கூடத்தில் மேஜையைச் சுற்றி

கொத்தாகத் திரண்டு புகைப்படங்களின் அடுக்கிலிருந்து விவியன் இருந்தவற்றை சலித்தெடுத்துக்கொண்டிருப்பதைக் கண்டாள். புன்னகையும் உற்சாகமுமாய் மிஸ்டர். லய் அக்கடிதத்தை பூவாங்கிடம் அசைத்துக்காட்டினார். ஒரு ஒற்றைத்தாள். அதை அவள் சாய்வுநாற்காலியின் கரங்களில் அமர்ந்து படித்தாள். அக்கடிதம் விவியனின் இனிமையான நினைவுகளை மீட்டெடுத்தது. சாய்கான் நதியில் மிதக்கும் உணவகத்தில் உணவருந்தியது, பிரத்தியேகமாக செய்யப்பட்ட ஆவோடாய் ஆடைக்கு பொருந்திப்போனது, 'டாலட்'டில் இருக்கும் 'க்ஸுவான்ஹுவாங்' ஏரியை குதிரைவண்டியில் சுற்றி வந்தது, வந்திறங்கிய நாளை சிறந்ததாகவும் திரும்பிச்சென்றதை மோசமான நாளாகவும் நினைவு கூர்ந்தது. "இந்த நாடு என் கண்ணிலிருந்து காணாமல் மறைந்து போகும்வரை விமானத்தின் ஜன்னல் வழியே வெளியே பார்த்திருந்தேன் என்று அவள் எழுதியிருந்தாள். எல்லாமே அவ்வளவு பச்சையாயிருந்தது. அவற்றை மேகங்கள் மறைத்த அந்த நொடி நான் விரும்பியதெல்லாம் திரும்பிச்செல்ல வேண்டும் என்பதே."

இப்படியாகச் சென்றது அக்கடிதம், அக்காவின் இரட்டை வேடத்தால் பூவாங்க் துணுக்குற்றாள், கடிதத்தை இரண்டாக கிழித்தெறியாமல் இருக்க அவள் செய்யக்கூடியது அது ஒன்றுதான்.

நாளை இப்புகைப்படங்களுக்கு நீ கண்ணாடி உறையிட்டு வைக்கவேண்டும்," விவியன் அனுப்பிய படங்களை வரிசைப்படுத்திக் கொண்டே சொன்னார் மிஸ்டர். லய். "இவற்றை வைத்து ஒரு ஆல்பம் தயாரிப்போம்."

"எதற்காக?" பூவாங்க் கடிதத்தை அலட்சியமாக மேஜையின்மீது தூக்கி எறிந்தபடி சொன்னாள்.

"எதற்காக என்றால் என்ன அர்த்தம்?" மிஸ்டர். லய்யால் அவள் கேள்வியை நம்பமுடியவில்லை." அவள் திரும்பி வரும்வரை அவளை நினைவில் கொள்ள நம்மிடம் ஏதாவது இருக்குமென்றுதான். "

அவள் அப்பா இப்புகைப்படங்கள் விவியன் கொடுத்த நூறு டாலர் நோட்டுகளுக்கு இணையானது என்பதை போல இறுகப் பிடித்துக்கொண்டு, அம்மாவும் தம்பிகளும் புடைசூழ சாய்விருக்கையில் அமர்ந்தபோது பூவாங்க் அவரை கவனித்தாள். அவளுக்கு மீண்டும் ஒருமுறை அவர் மீது இரக்கம் பெருகியெழுந்தது, அவள் அப்பா அவரின் மகள் இதயத்தை நொறுக்கப் போகிறார் என்பது மட்டுமல்ல அவர் மகள்களும் ஒருநாள் அவரின் இதயத்தை

உடைக்கப் போகிறார்கள் என்பதும் நிச்சயமே. அவள் இந்த உண்மையை அவரிடம் சொல்வதாக எண்ணிப் பார்த்தாள், விவியன் திரும்பிவரப்போவதில்லை என்றும், ஒருநாள், அது உடனடியாக இல்லாமல் இருக்கலாம் ஆனால் நிச்சயமாக ஒருநாள் புவாங்க்கும் இங்கிருந்து சென்றுவிடுவாள், இதுவரை அவள் அறிந்திராத ஒருவரோடு காதலில் விழும் உலகத்திற்கு சென்றுவிடுவாள் என்பதையும். ஒரு உந்துதல் மட்டுமே அவளுக்குத் தேவையாக இருந்தது, இப்போது எங்கிருந்து தொடங்குவது என்பதை அவள் அறிந்துக்கொண்டாள். மறுநாள் காலை 9 மணிக்கு அவள் வீட்டில் தனியாக இருந்தாள், தம்பிகள் பள்ளியிலிருந்தார்கள் அவள் பெற்றோர்கள் வேலைக்குச் சென்றுவிட்டிருந்தனர். அவள் தன் அக்காவின் அன்பளிப்பையும் அதன் மீது இழைகளாலான மேலங்கியும் இறுக்கமான கால்சட்டையும் அணிந்து கொண்டாள். அவள் செய்ய வேண்டியதை வீட்டிற்கு வெளியே செய்வதுதான் சிறப்பாக இருக்குமென்று அவள் நினைத்தாள். அதனால் கூடத்தின் நுழைவாயிலை ஒட்டி நாற்காலி ஒன்றை வைத்தாள், வீட்டுப்பாதையின் நடைதளத்தில் ஒரு தகரவாளியை வைத்தாள். புகைப்படங்கள் இருந்த உறையை அவள் திறந்தபோது, முதல்படமாக கேளிக்கைப் பூங்காவில் அவர்கள் சென்ற அந்தநாளின் கடைசி இடமான பனிக்கூண்டில் அவள் அப்பாவும் விவியனும் நடுங்கிக்கொண்டிருக்கும் படம்தான் வெளிவந்தது. பொதுஅறையில் பணியாள் ஒருவர் எங்களிடம் தலையுறையுடன் கூடிய முழங்கால் அளவிற்கு இருந்த நீண்ட கோட்டுகளை கொடுத்தார், அவை மஞ்சள், இளஞ்சிவப்பு, ஆரஞ்சு மற்றும் பச்சை வண்ணங்களில் நியான் சாயத்தில் இருந்தது. அந்தக் கோட்டை அணிந்துக்கொண்டாலுமே கூட வெளியிலிருந்து பனிக்கூண்டிற்குள் காலெடுத்து வைத்ததுமே அதிர்ச்சியைக் கொடுக்கக் காரணம், சுருக்கமாகச் சொல்வதானால் அது ஒரு மாபெரும் பனியுறைப்பெட்டி. விறைப்பான, எதிரொலிக்கும் அக்கூடத்தில் மனித உயரமேயான பனிச்சிற்பங்களாக உலகின் சுற்றுலா தளங்கள் வடிக்கப்பட்டிருந்தது. சிற்பங்களையும், அங்குமிங்கும் ஓடும் கூட்டத்தினரையும், பனிக்கட்டியால் செதுக்கப்பட்ட இரண்டு பனிச்சறுக்குகளையும் அதில் கிறீச்சிட்டபடி சறுக்கும் குழந்தைகளையும் அணிந்திருந்த கோட்டுகள் ஒளியூட்டி வண்ணநிறமாலைகளாக நியான் ஒளியில் பளபளக்கச்செய்தது.

"இது விசித்திரமாக இருக்கிறது," குளிரில் தோள்களைக் குறுக்கி சிற்றுருவத்தில் இருந்த லண்டன் பிரிட்ஜ் முன்னால் நின்று

கொண்டு விவியன் சொன்னாள். இந்த பாலத்தின் முன்னால் நின்றுதான் விவியனும் அவள் அப்பாவும் அப்புகைப்படத்திற்கு முகம்காட்டினர்கள். உறைந்த எகிப்திய பிரமிடுகளும் உறைபனி மூடிய ஸ்பிங்க்ஸும் அங்கிருந்து வெகுதூரமில்லை. விவியனின் காமிரா மூலம் புவாங்க் குறிபார்க்க, அப்பாவும் மகளும் கரங்களால் இருவரின் இடைகளையும் சுற்றி அணைத்துக்கொண்டார்கள். புவாங்க் இயந்திரத்தனமாக அப்புகைப்படத்தை எடுத்தாள், காமிரா திரையில் பளிச்சிட்ட சிறிய படத்தின் மேல் அவள் கவனம் செலுத்தவில்லை. ஆனால் இப்போது, நாற்காலியில் அமர்ந்து அப்படத்தை கையில் பிடித்திருக்கும்போது அவளால் அத்தனை விவரங்களையும் கூர்ந்து நோக்கமுடிந்தது. அவர்களின் தலையுறைகள் அவர்கள் தலைகளை மறைத்திருக்க அவள் அப்பாவின் மற்றும் அக்காவின் உடம்பில் இருந்து வெளித்தெரிவதெல்லாம் வெளிறிய முக்கோணமுகங்களே, நியான் பச்சையில் மிதக்கும் அல்லிமலர்க்காம்பின் இரு வெள்ளை இதழ்கள். பனிக்கூண்டின் ஒளிர்வில் அவள் அக்காவின் முகம் புவாங்க்கை விடவும் அப்பாவின் முகத்தோடு அதிகம் ஒத்திருந்தது, இவ்வொழுங்கமைவு தெளிவாகக்காட்டுவது என்ன என்று புவாங்க்கால் இப்போது கூறமுடியும். அவர்களின் அப்பா இவளை விடவும் விவியனைத்தான் அதிகம் விரும்பினார்.

புவாங்க் தீக்குச்சியால் பற்றவைத்தபோது புகைப்படம் எளிதாகப் பற்றிக்கொண்டது. படத்தை வாளிக்குள் எறிந்ததும் அது சுருங்கி சருகாவதைப்பார்த்தாள், இப்படத்தை எடுத்ததும் விவியன் நெருங்கி வந்து தன்னை சமாதானம் செய்யமுயற்சித்தது நினைவிற்கு வந்தது. "நான் இதைச் சொல்வேன் என்று ஒருபோதும் நினைக்கவில்லை," புன்னகைத்துக்கொண்டே புவாங்க்கின் கைகளைப்பற்றிக்கொண்டு சொன்னாள், "ஆனால் எனக்கு குளிர்கிறது." ஒருமாதம் கழிந்தும்கூட பனிக்கூண்டின் குளிர்ச்சியையும் தன்னிடமிருந்து விலகி அவள் எகிப்திய பளிங்கு மணலை நோக்கி எப்படி நடுங்கிக்கொண்டே சென்றாள் என்பதையும் உணரமுடிந்தது. அவள் நெருப்பிற்கு மேலும் படங்களை ஊட்டினாள், அவ்வெப்பம் அவளை கதகதப்பாக்கியது. இரண்டு டஜன் படங்கள் மறைந்துபோய் ஒன்றே ஒன்று மிச்சம் இருந்தது. விவியனும் புவாங்க்கும் அதில் இருந்தார்கள். விவியன் கிளம்பிய அன்று காலை விமானநிலையத்தில் விவியன் அவள் கரங்களை புவாங்கின் தோள்களைச் சுற்றி போட்டபடி இருக்கும் ஒரு புகைப்படம்.

விவியனைப்போல் அல்லாமல் புவாங்க் புன்னகையற்று இருந்தாள். அவர்களின் அப்பா விவியன் புறப்படுவதை முன்னிட்டு புவாங்கை

ஆவோடாய் அணியச் சொல்லி வற்புறுத்தியிருந்தார், அவள் அப்பட்டுச்சிறைக்குள் கடுகடுவெனவும் தீவிரமான முகத்துடனும் காணப்பட்டாள். அவளின் முகபாவம் திருமணங்கள் அல்லது ஈமச்சடங்குகள் போன்ற மிக அரிதான சடங்கு நிகழ்வுகளின் போது மட்டுமே எடுக்கப்படும் புகைப்படங்களுக்காக காமிராமுன்னாடி நிற்கும் முந்தைய தலைமுறையைச் சேர்ந்த வயதானவர்களின் பாவனையைப் போலிருந்தது. அவள் நெருப்பில் தொட்டதும் அப்படம் சுடர்விட்டு எரிந்தது, விவியனின் தோற்றம் முதலில் உருகி அவர்களின் முகங்கள் எரிதழலில் மறைந்துபோனது. இப்புகைப்படத்தின் கடைசி கங்கும் அழிந்த பின்னர் புவாங்க் எழுந்து அவர்களின் சாம்பலை சிதறவிட்டாள். அவள் திரும்பி வீட்டினுள் நுழைய முற்பட்டபோது திடீர்காற்று நடைபாதையில் அலைந்துவந்து சாம்பலை அள்ளி வெளியே ஊதித்தள்ளியது. ஒரு வன்காற்று பக்கத்துகூரைகளின் மேல் எழுந்தது, அவள் நகர இயலாமல் ஒருநொடி அதை ரசிப்பதற்காக இடைநின்றாள். சாம்பல்கள் மறைந்து போன சுத்தமான ஆழமற்ற வானம், நேர்த்தியான பளிங்காலான தலைகீழாக கவிழ்க்கப்பட்ட நீலக்கிண்ணம் அவள் கண்ணுக்கெட்டும் தூரம்வரை மொத்த சாய்கானையும் மூடியிருந்தது.

●

அலெக்ஸ்சாண்டிரா க்ளீமென்
(Alexandra Kleeman)

அலெக்ஸ்சாண்டிரா 1986ல் பிறந்த அமெரிக்க எழுத்தாளர். இவரின் தாய் ஜப்பானியர் என்பதால் இவர் ஜப்பானிலும் அமெரிக்காவிலும் வளர்ந்தார். சிறுகதைகளும் ஒரு நாவலும் எழுதியிருக்கிறார். நம்பிக்கை தரும் இளம் படைப்பாளிகளின் பட்டியலில் மிக முக்கியமானவர். இவரின் எழுத்துகள் அமெரிக்க இளம் படைப்பாளிகளின் உறவுச் சிக்கல்களை ஆழ் படிமங்களின் ஊடாக வெளிப்படுத்துகிறார். பரவலான பாராட்டுகளைப் பெற்ற இச்சிறுகதையில் உலகம் அழிவதை மிக மென்மையாக, ஒரு உறவுப் பிரிவின் மென்சோகத்துடன் சொல்கிறார். நிலையான, இடம் பெயராத ஒன்று என எதுவும் இல்லை என்பதை பெருவோசையற்ற வார்த்தைகளில் சொல்கிறார்.

மறைந்துக் கொண்டிருக்கிறாய், நீ

(You, Disappearing)

இன்று காலை படியிறங்கி கீழே வந்தபோது குக்கீ மாயமாக மறைந்து விட்டதை உணர்ந்தேன். அடுத்து என்ன செய்யவேண்டும் என்பது எனக்கு நன்றாகவேத் தெரியும். அவசரக்கால அதிகாரப்பூர்வ விதிகளின்படி கண்ணுக்குத் தெரியாமல் மறைந்து போனவைகளுக்கான பிரத்தியேக துறைக்கு போன் செய்ய வேண்டும். பதிவு செய்யப்பட குரலைப் பின்தொடர்ந்து என்னுடைய சமூக பாதுகாப்பு எண்ணையும் அஞ்சல் குறியீட்டு எண்ணையும் அழுத்த வேண்டும். விலங்குகள் திடீரென காணாமல் மறைந்து போனதை பதிவு செய்ய எண் இரண்டை அழுத்தவேண்டும். வீட்டு விலங்குகளுக்கு எண் மூன்று. பின்பு வரும் ஒரு சிறிய ஒலியைத் தொடர்ந்து தெளிவாகவும் சத்தமாகவும் 'பூனை' என்று தொலைப்பேசியில் சொல்ல வேண்டும். பெண் குரலில் ஒரு பூனைக்கான அளவுரு வரையறைகள் எனக்கு விவரிக்கப்படும். அது காணாமல் போன என் பூனையை ஒத்து இருந்தால் # பட்டணை அழுத்தி 15 நொடிகளில் விபரங்களைப் பதிவு செய்யலாம். சிறு இசையொலி என் கோரிக்கை ஏற்றுக்கொள்ளப்பட்டதை உறுதி செய்யும். அதைத் தொடர்ந்து தொடக்கத்தில் ஒலித்த அதே அழகான குரலில் பிற்பாடு என் கோரிக்கையை ரத்து செய்யவோ அல்லது மேலதிக தகவல்களை சேர்க்கவோ வழிமுறைகள் சொல்லப்படும்.

ஆனால் நான் போனை எடுத்து உன்னுடைய எண்ணை அழுத்தினேன். உன்னால் தீர்க்க முடியாத பிரச்சினைகளையே எப்போதும் உன்னிடம் சொல்லிக்கொண்டிருக்கிறேன். ஏதோ இப்படி பேசிப் பெருக்கியே வருத்தங்களைக் கரைத்துவிட முடியும் என்பதைப் போல.

“குக்கீ போயிடுச்சு” என்று சொல்லி உன் பதிலுக்காக காத்திருந்தேன்.

என் மறுமுனை சப்தமில்லாமல் நின்றது.

“போன் பண்ணி புகார் கொடுத்திட்டியா ?” என்று கேட்டாய். உன்னுடைய குரல் யாரோ ஒருவரின் செல்லப் பிராணி அதுவும் நாம் இதுவரை சந்தித்திராத தூர தேசத்து மனிதரொருவரின் பூனை அது என்பதைப் போல சகஜமாய் இருந்தது.

“நான் பண்ணலை” என்றேன். “மனம் சோர்வாய் இருக்கு” சேர்த்துக் கொண்டேன். நான் அடிக்கடி மனஅழுத்தத்தில் சோர்ந்து போவேன். ஆனால் அதற்கு ஒரு நல்ல காரணம் எல்லோருக்குமே இப்போது இருக்கிறது.

“ஐயம் ஸாரி” என்றாய் பதிலுக்கு.

“வயர்களையெல்லாம் கடித்து வைக்க குக்கீக்கு ரொம்ப பிடிக்கும்” என்றேன்.

“தெரியும்” என்றாய். இத்தருணத்தில் என்னோடு துணையிருக்க பிரியப்படுவதாய் நீ சொல்லவேயில்லை. நானும்தான்.

அதற்கு மேல் சொல்வதற்கு என்னிடம் ஏதுமில்லை. போனை வைத்துவிட்டேன். சிலநேரங்களில் உன்னை உடனே திரும்ப அழைத்திருக்கிறேன் நீ ரிஸீவரை கையில் எடுக்கும் சப்தம் கேட்பதற்காகவே. நம் இருவருக்குமான அந்த சமப்பொழுதில், ஒரு முனையிலிருந்து மிக நேர்த்தியாகத் திரிக்கப்பட்ட வயர் கம்பிகளாய் பலநூறு மைல் தாண்டி என்னை வந்தடையும் ஒரு பிளாஸ்டிக் துண்டை உன்னுடைய கைகள் ஏந்தியிருப்பதை உணர்வதற்காகவே. உன் குரல் மறைந்து போனாலும் நீ இன்னும் இருக்கிறாய் என்று தெரிந்துகொள்ளவே. ஆனால் சமீபமாக நான் அப்படிச் செய்வதில்லை. நீ போனை எடுக்காமல் போகும் அந்த ஒரு நாளின் மீது பயம் அதிகரித்துக்கொண்டே வருகிறது.

*

உலகப் பேரழிவு மிக அமைதியாக நிகழ்ந்து கொண்டிருந்தது. அது தனக்கென தனித்துவமான ஒரு முறைமையை அழகியலைக் கைக்கொண்டிருந்தது. தெய்வீக அழகு என்றே அதைச் சொல்லலாம். மிகநீண்ட காலமாய் நீடித்தது.

ஆயுதங்களோடு பதுங்கு குழிகளில் அடைந்து கொண்டே இந்தப் பேரழிவை எதிர்கொண்டுவிடலாம் என்பதைப் போல மக்கள் தயாராயினர். சுத்திகரிக்கப்பட்ட தண்ணீர், கேன்களில் பாதுகாக்கப்பட்ட சோளம், பால் பவுடர், பேட்டெரிக்களைத் தங்களோடு பதுக்கிக் கொண்டனர். "அழிவிற்கு பிறகான புதுஉலகில் வாழச்செய்யவேண்டியவை இவைதான்" என்ற தலைப்பில் புத்தகங்கள் கூட எழுதி வெளியிட்டனர். அத்தியாவசியமான ஏதாவது ஒன்றிரண்டு பூமியில் இல்லாமல் போயிருந்தாலும் புதுஉலகு கிட்டத்தட்ட தற்போதையதைப் போலவே இருக்கும் என்பது அவர்களின் கற்பனை. உதாரணமாக அவர்கள் இப்படி யோசித்திருக்கக் கூடும். தப்பிப் பிழைத்தவர்கள் திரும்ப நுழைகையில் பூமியிலிருந்து செடி, காய் கனிகளின் வாழ்வு முற்றாக நீங்கியிருக்கும். முதலில் விலங்குகளெல்லாம் பித்தாகி திரிந்து பின் பட்டினியில் சாகும். முடிந்தளவு அவைகளை உப்புக்கண்டம் போட்டு பத்திரமாக வைக்க வேண்டியது அவசியம். நீங்கள் பாதுகாப்பான ஓரிடத்தில் வளர்ப்பதற்கென அத்தியாவசியமான சில செடி விதைகளை வைத்திருக்க வேண்டும். நீங்கள் எடுத்துப் பதுக்கி வைத்திருக்கும், எந்த நோய் நொடியும் அண்டியிராத தரமான மண்ணை இதற்குப் பயன்படுத்திக் கொள்ளலாம். அடுத்து நீங்கள் ஒரு குழுவை உருவாக்க வேண்டும். தங்கமான மனதுடைய ஒரு பலசாலி, ஒரு விஞ்ஞானி வகையறா, ஒரு பொறியாளன், ஒரு குழந்தை மற்றும் நீங்கள் காதல் செய்யக்கூடிய சாத்தியமுள்ள ஒரு நபர், காதல் முளைக்கும்வரை நீங்கள் எஞ்சியிருந்தால் உதவும்

இப்பூமியின் முடிவு இப்படி நிதானமாகவும் இவ்வளவு விநோதமாகவும் இருக்கும் என்று யாருமே நினைத்துப் பார்க்கவில்லை. எல்லாம் தன்னிருப்பிலிருந்து அப்படியே மாயமாகி வெளியேறியது, தம்மையே முழுமையாக மறந்துவிட்டவை போல. இந்நிலையில் சாவியை தொலைத்தால் தேடிக்கொண்டிருக்க வேண்டியதில்லை. வீட்டு ஓனரிடம் உபரியாக இருக்கும் சாவியைக் கேட்டு வாங்கி இம்முறை இரண்டு நகல்களாக போட்டு எடுத்துக் கொள்ளலாம்தான். இப்படி சாவி மறைந்துபோகும் போக்கு தொடருமென்றால் இந்த இரண்டாவது நகல் உதவியிருக்கும். அல்லது, இதையே ஒரு குறிப்பாக புரிந்துகொண்டு திசையற்று தனக்கான மறையும் புள்ளியைத் தேடி அனைத்தையும் அப்படியே விட்டுவிட்டு உலக வெளியில் நடந்தும் போய்விடலாம். அதாவது இதை சிகாகோவில் இருக்கும் என் சகோதரர் வீட்டிற்கு நான் போய்விடுவது என்றும் எடுத்துக்கொள்ளலாம். என்னிடம் கொடுப்பதற்கென்று அவர் வீட்டுசாவி கூடுதலாக ஒன்று வைத்திருக்கலாம்.

இந்தப் பேரழிவு இருப்பிலிருந்து ஒவ்வொன்றையும் பிடுங்கி வெளியே எறிந்துகொண்டிருப்பது ஒரு விதத்தில் அழகாய்த்தான் இருந்தது. ஓரத்தில் ஒரு சிறிய பெட்டியை அமுத்தியவுடன் இணைய வலைப்பக்கம் விரித்திருந்த உலகம் மூடிக்கொள்வதைப் போல அவ்வளவு சுலபம்; அவ்வளவு சுத்தம். அதில் வேடிக்கையும் கலந்திருந்தது; ஒரு குண்டு மனிதன் கைவிடப்பட்ட கடைகளிருந்த வீதியில் நடந்து போகும்போது கீழே குனிந்து பார்ப்பான். அவன் காற்சட்டை காணாமல் போய் என்றோ வாங்கிய ஹாலோவீன் பேய் பொம்மைகள் போட்ட ஜட்டி வெளியே தெரியும்படி நடந்துக்கொண்டிருக்கிறோம் என்பது தெரியவரும். இந்த மாதிரியான நகைச்சுவைகள்தான்.

இதைப்போலப் பல காணொளி காட்சிகள் இணையத்தில் எப்போதும் தென்படும்; ஒருநாள் இணையமும் இல்லாமல் போனது.

*

மிச்சிகன் ஏரிக்குள் தண்ணீரின் மேல் நீளும் நடைபாலத்தின் மீதிருந்த ரங்கராட்டின பெர்ரிஸ் சக்கரத்தைப் பார்த்துவிட வேண்டுமென்று நினைத்தேன். அது எப்போது மாயமாக மறையுமென்று தெரியவில்லை. எப்படியாவது முயற்சி செய்து அதைப் பார்க்கும் கடைசி ஆள் நானாக இருக்க வேண்டுமென்ற எண்ணம் இருந்தது. அதற்கு நிறையக் காத்திருப்பும் கண்காணிப்பும் மேலதிக உழைப்பும் தேவைப்படும். காலம் முடியும் இத்தருவாயிலும் செய்வதற்கென்று வேறு விஷயங்களும் இருக்கத்தான் செய்தன. ஒரு பிளாஸ்டிக் பையில் இரண்டு ஆப்பிள்களைப் போட்டு எடுத்துக்கொண்டு, சுலபமாக செய்யக்கூடிய காரியமாயிருந்தும், வீட்டைப் பூட்டாமலேயே வெளியேறி நடந்தேன். லிஃப்டில் தரை தளத்திற்கு வந்து கிழக்கு ஜாக்சன் டிரைவில் தண்ணீர் தெரியும் விளிம்பை நோக்கி நடந்தேன். பின்பு அங்கிருந்து நெடுஞ்சாலையோரம் இருந்த கைப்பிடி கம்பியை என் ஒற்றைக் கையுறை அணிந்த கையால் பிடித்தபடி தொடர்ந்தேன். வாலிபர்கள் நிரம்பியிருந்த ஒரு சொகுசுக்கார் என்னைக் கடந்தபோது அதிலிருந்த ஒருவன் என்னை நோக்கி ஏதோ புரியாத வார்த்தைகளில் கத்தினான். முன்னெப்போதோ அவை வசவு வார்த்தைகளாக இருந்திருக்கக் கூடும். அது ஒரு பனிக்காலம் ஆனால் அவ்வளவு குளிர் இல்லை. வானிலையில் மாற்றங்களே அனேகமாக இல்லாமல் போனது மற்ற எவற்றையும் போலவே. இன்றைய நாள் நேற்றையதைப் போலவே இருந்தது: தூங்கி வழியும் காற்றும் வெளிறிய நீலவானும், மேகங்கள்

இல்லாத ஆனால் துல்லியமற்ற மூடுபனி கவிந்ததைப் போன்ற ஒரு வெள்ளை; மெலிந்து கொண்டிருக்கும் காற்று மண்டலமாக இருக்கக்கூடும் அது.

மேம்பாலத்தின் நடைபாதையில் சீகல் பறவைகள் தன் அழுக்கான வெண் உடம்பை ஒன்றின்மீது ஒன்று நெருக்கமாய் அழுத்தி அண்டி உட்கார்ந்திருந்தன. அவை எதைக் கண்டாலும் தின்றுவிடும் போல - ரொட்டித் துண்டுகள், மரப்பட்டைகள், துடைத்தெறிந்த காகிதங்கள். நாம் கழிவுகளைக் கொட்டி நிரப்புவதைக் காட்டிலும் வேகமாக சிந்திக்கும் திறனையே இழந்து வரும் இந்த மங்கும் உலகில், பிழைத்திருப்பதற்கென்றே படைக்கப்பட்டவை இந்தப் பறவைகள். ஒரு சின்ன பிளாஸ்டிக் சிங்க பொம்மையை விழுங்கும் முயற்சியில் சீகல் பறவையொன்று அதீத பொறுமையுடன் தன் அலகால் சிடுசிடுவென கொத்திக் கொண்டிருந்தது. அவைகளுக்குப் பின்னால் பாலத்தின் ஒரு ஓரத்தில் பூதாகரமாக உயர்ந்து நின்றது பெர்ரிஸ் சக்கரம். இத்தனைக்கும் நான் முதன்முறை பார்த்தபோது தோன்றியதைப் போல அது அவ்வளவு பெரியதல்ல. சக்கரத்தின் ஆரை கம்பிகள் பல காணாமல் போயிருந்தன. சுழலும் சிகப்பு இருக்கை வண்டிகளும் தொலைந்திருந்தன. பார்ப்பதற்குத் தொடர்ந்து ஒரே இடத்தில் குத்து வாங்கிய ஒருவரின் முகவாய் போல இருந்தது.

அதனருகே வெட்டவெளியில் நடந்து சென்றேன் ஆனால் என்னை யாருமே பார்க்கவில்லை. அடிப்பாகத்தை நெருங்கிப் பார்த்தபோது அதன் செயலியக்க கருவிகள் பூட்டு போட்டிருந்தன. கார்ட்டூன் படங்களில் வருவதைப் போல பொருத்தமேயில்லாத பெரிய நெம்புகோல் ஒன்று சக்கரத்தின் வேகத்தை மாற்றியமைக்க இருந்தது. வழிமறித்துப் போட்டிருந்த சங்கிலியின் அடியில் நுழைந்து தரை நெருங்கி ஆரம்ப நிலையிலிருந்த முதல் இருக்கை பெட்டியில் ஏறி ஒரு பக்கத்திலிருந்து இன்னொரு பக்கத்திற்கு அசைத்து ஊஞ்சலாட்ட முயற்சி செய்தேன்; பலனில்லை. பாதுகாப்பு கம்பியை விலக்கிவிட்டு தண்ணீரை பார்த்தவாறு திரும்பி அமர்ந்தேன். எப்பவும் போல அலைகள் கரையை நக்கி ஈரமாக்கிக் கொண்டிருந்தது. தண்ணீர் பின்னிழுத்து மறைந்தால் உடனே அடுத்த அலை அதன் இடத்தைப் பிடித்துக்கொள்ளும். அதிலிருந்து தவறுவதோ இடைவெளியோ இருப்பதேயில்லை. பிளாஸ்டிக் பையில் கை நுழைத்துப் பார்த்தபோது என்னிடம் ஒரேயொரு ஆப்பிள் மட்டுமே இருந்தது.

இந்தப் பேரழிவு எல்லாவிதமான பொருட்களையும் காணாமல் செய்துவிடுகிறது. நினைவுகளைக் கூட முழுதாக விழுங்கிவிடுகிறது.

உன் ஞாபகங்களிலிருந்து நான் மறைந்து போகும்போது உன்னருகில் இருக்க விரும்பவில்லை. உன் நினைவிலிருந்து அவ்வளவு சுலபமாக நான் தவறி விழுவதைப் பார்க்க விரும்பவில்லை, உனக்கு முன்னரே நான் உன்னை மறந்து போவேன் என்று நம்பிக்கொண்டிருந்தேன். ஆனால் அந்த நம்பிக்கை பொய்த்து போகும் என்று தோன்றும்போதெல்லாம் உன்னை அழைத்து உன்மேல் பொய்க் கோபத்தில் எரிந்து விழுந்திருக்கிறேன். ஏதோ மறக்கப்படுவோம் என்ற பயத்தில் நீதான் முதலில் வீட்டை விட்டு, ஊரையே விட்டு, தொடர்வதற்கோ தொலைப்பதற்கோ எந்த அறிமுகமுமற்ற ஊருக்குக் குடிபெயர்ந்துவிட்டாய் என்பதைப் போல. உண்மையில் இதை யாருக்கு யார் செய்தார்கள் என்பதை நீ மறந்திருப்பாய் என்று நினைத்தேன். இன்னும் மறக்கவில்லை நீ.

*

முதலில் பொருட்களெல்லாம் மறையத் தொடங்கியபோது வேடிக்கையாக இருந்தது, மோசமான ஒரு திரைப்படத்தின் தொடர்ச்சி அறுபடல்கள் போல. ஒருமுறை பூக்கள் சில கண்முன்னே காணாமல் போனபோது “ப்பூஃப் “, “போய்ங்க்” எனப் பின்னணியில் ஒலி கொடுத்து உரக்கச் சிரித்து விளையாடினோம். வேகமாக காலியாகிக்கொண்டிருந்த உலகம் கூட அந்நாட்களில் முழுமையானதாகத் தோன்றியது. தொடர்ந்து சப்தமெழுப்பி விளையாட முடியாதபடி நிறையப் பொருட்கள் மறையத் தொடங்கின. உலகில் உள்ள எதுவும் திரும்ப வரமுடியாமல் போய்விடக்கூடும் என்பது வருந்தச்செய்தது. வீட்டு வேலைகள் அதிகம் செய்யும் தேவை இனி இருக்காது, நம் வாழ்வு தன்னைத்தானே சுத்தம் செய்யத் தொடங்கியிருக்கிறது என்று சொல்லி சிரிப்பாய். ஆனால் நீதான் பாத்திரங்களைக் கழுவி, நாற்காலி மேஜைகளுக்கடியில் மூலை முடுக்கெல்லாம் கூட்டிப் பெருக்கி, தினமும் சுத்தமான ஆடை உடுத்தி, படுக்கையைத் திருத்தி வீட்டு வேலைகளையெல்லாம் இழுத்துப் போட்டு செய்வாய். கண்ணாடி டம்ளர்கள் போய்விட்டபோது பேப்பர் தாள்களை மடித்து குடுவைகள் செய்தாய். பேப்பர்களும் போனவுடன் துண்டு துணிகளை கொண்டு செய்து பார்த்தாய். தண்ணீரை துணியால் எப்படிக் கொள்வது. எந்தத் தடங்களையும் இயல்பாய் கடப்பவன் நீ. நான் அதற்கு நேரெதிர்.

மறைந்து போவது தொடங்கிய முதலிரண்டு வாரங்களில் செய்தி நிலையங்கள் இதற்கு ‘மறை பேரழிவு’ எனப் பெயரிட்ட போதுதான் இது என்னவென்று தெளிவு கிடைத்தது. இதிலிருந்து திரும்ப மீள

முடியாது என அறிவிக்கப்பட்ட நாளில் நான் அலுவலகத்திலிருந்து மதிய இடைவேளையில் வெளியேறி நடந்தேன். எங்கு போகிறேன் என்று யாரிடமும் சொல்லவும் இல்லை காப்பீடு மற்றும் ஓய்வூதிய திட்டங்களையெல்லாம் ரத்து செய்துவிடலாமா என்று கேட்டு வந்த மின்னஞ்சல்களுக்கும் பதில் அனுப்பவில்லை. இந்த இடத்திற்கு இனி திரும்பப்போவதில்லை என்பதை உணர்ந்தே வெளியேறினேன். சுரங்க நடைபாதையை அடைத்து விட்டதினால் ப்ரூக்ளின் பிரிட்ஜை கடந்து மைர்டெல் அவென்யூவில் இருந்த நம்முடைய அபார்ட்மெண்டுக்கு நடந்தே வந்தேன். அந்நாளில் உலகம் அப்போதும் நெரிசலுற்றிருப்பதாகத்தான் பட்டது. காற்றுமண்டலத்திற்கு அப்பாலுள்ள வெறுமையை மூடிமறைக்க ஏதுவாக மேலே வானம் சாயம்போகாத தீவிர நீலமாக இருந்தது. கார்கள் வரிசையாக மேம்பாலத்தின் மீது முட்டி மோதிக்கொண்டு நின்றிருந்தன. இடம்பெயர உயர்ந்து பறக்கும் பறவைகளின் சத்தம் போல ஓட்டுநர்கள் சண்டையிட உத்தேசமில்லாமல் அங்கொன்றும் இங்கொன்றுமாக ஹார்ன் அடித்துக் கொண்டிருந்தார்கள்.

வீடு வந்து சேர்ந்தபோது மதியம் தாண்டியிருந்தது. நீ ஆறரை மணிக்குத்தான் வருவாய். செய்தித்தாள் எடுத்துப் படிக்க முயன்று முடிந்த மட்டும் எல்லா மாய மறைவு செய்திகளையும் படித்து முடித்தேன். மற்ற செய்திகளெல்லாம் குறைந்துகொண்டே வருகிறது. சிலஇடங்களில் தாளின் சாம்பல் நிறம் தெரியுமளவிற்கு வெற்றிடமாகவே இருந்ததைப் பற்றி யாரும் கவலைப்பட்டதாகத் தெரியவில்லை. ஏழரை தாண்டி எட்டு ஆன பின்னும் நீ வீடு வந்து சேரவில்லை. குக்கீக்கு உணவு வைத்துவிட்டு அவள் குடிக்க தண்ணீரும் நிரப்பி வைத்தேன். அழ ஆரம்பித்து கட்டுப்படுத்தி மீண்டும் நிறுத்தினேன். அழிந்த கண்மையை சரிசெய்து முகத்தைப் பழையபடி வைத்துக்கொண்டேன். நீ வந்தபோது மணி ஒன்பதை நெருங்கியிருந்தது. உன்னிடமிருந்து வித்தியாசமான வாசம் எதுவும் வெளிவரவில்லை. வியர்வையோ, சிகரெட்டோ, மது வாசமோ எதுவும் வெளிவரவில்லை. எங்குதான் இருந்தாய் இவ்வளவு நேரம்? நீ வேலையிலிருந்து வருவதற்கே தாமதமாகிக் கொண்டிருந்தது. நீ கேள்விப்படவில்லையா? "நிச்சயமானது", "மீளமுடியாதது", "இறுதி நாட்கள்". இந்த வார்த்தைகள்தான் திரும்பத் திரும்ப பேசப்படுகிறது.

நீ என்னை அணைத்தபோது என் கண்ணீர் துளிகளின் ஈரத்தடம் உன் சட்டையில் படிந்தது. உன் நெஞ்சருகிலிருந்து விலகியபோது அவை மங்கிய இரு சிறுகண்களென என்னைத் திரும்பி நோக்கியது.

“ஏன் இப்படிச் செய்தாய்” எனக் கேட்டேன். “எங்கே போயிருந்தாய் இவ்வளவு நேரம்?”

“வேலையிலிருந்தேன்” என்றாய். “நிறைய பேர் விட்டுச் சென்றுவிட்டார்கள், உனக்கு தெரியும்தானே? டோபி, மேரியான் மற்றும் புதிதாக சேர்ந்த பயிற்சி ஊழியர்கள் அனைவரும். தேவைக்கு இப்போது வேலையாட்களே இல்லை எங்களிடம். இரண்டு புதிய கட்டுமான உத்தரவுகள் வேறு என் கைவசம்.”

என் உள்ளங்கைகளில் உன் முதுகு கதகதப்பாகவும் திடமாகவும் அழுந்தியிருந்தது.

“கட்டியெழுப்புவதற்கு இனி எதுவும் இல்லை. உலகம் நழுவிக்கொண்டிருக்கிறது.” என்றேன்.

“எனக்குத் தெரியும்” என்று பதில் சொன்னாய். “அதைத் தடுக்க நம்மால் செய்யக்கூடியது எதுவும் இல்லை”.

“அதையேதான் நானும் சொல்கிறேன்”

நீ என்னையே பார்த்துக் கொண்டிருப்பதை நான் பார்த்தேன். நாமிருவரும் ஒரே விஷயத்தை சொல்வது போலத்தான் எனக்கு கேட்டது இருந்தாலும் முற்றிலும் அது எப்படி வேறு வேறு அர்த்தம் கொண்டதாக இருக்கமுடியுமென்றுதான் எனக்கு விளங்கவில்லை. அன்றே பின்னிரவில் உன்னுடைய வேலையை விட்டுவிட்டு மிச்சமிருக்கும் பகற்பொழுதுகளிலும் என்னுடனேயே இருக்கும்படிக் கேட்டேன். பிழைத்திருப்பதற்கான தயாரிப்புகளில் ஈடுபடலாம். தோட்டம் ஒன்றை அமைக்கும் வசதி கொண்ட வீட்டை வாடகைக்கு எடுக்கலாம். திறந்து மூடுவதற்கு ஏதுவான ஜன்னல்கள் கொண்ட வீடு. பகலெல்லாம் சுற்றி நடந்தலைந்து இன்னும் இங்கு வெகுகாலம் தங்காமல் போகப் போகின்றவற்றை பற்றியெல்லாம் அறிந்து கொள்வோம். ஆனால் நீ மாட்டாய். உனக்கு கட்டிடக் கலைஞனாக இருக்கவே விருப்பம். முற்றான அழிதலை நோக்கி ஒவ்வொன்றாக கழியத் தொடங்கியிருக்கும் இவ்வுலகில் புதிதாக ஒன்றையேனும் சேர்த்துவிடுவதுதான் உனக்குச் சந்தோஷத்தை கொடுக்கும் என்று சொன்னாய்.

*

நெடுஞ்சாலையை ஒட்டியிருந்த நடைபாதையொன்று பாலத்திற்கு அடியில் போனது. அதன் குளிர்ந்த இருட்டிலிருந்த

ஒரு பெஞ்ச் நோக்கியிருந்த வெற்றிடம் யார் யாரோ தூக்கியெறிந்த கண்ணாடித் துண்டுகளால் நிரம்பியிருந்தது. இக்கண்ணாடி ஓடுகளில் சூரியஒளி பட்டதும் தரையிலிருந்து மேலுயரும் சரவிளக்கொன்றை ஏற்றியதைப் போல பச்சையும் வெள்ளையாக நிலத்துண்டுகள் ஜொலித்தன. ஒவ்வொருமுறையும் அவ்விடத்தைக் கடக்கும்போது அவை குறைந்துகொண்டே வருகிறது. அந்த பெஞ்சும் இல்லை இப்போது. கண்ணாடித் துண்டுகளைப் பார்த்தவாறு என் கடைசி ஆப்பிளைக் கடித்தேன். முடிவற்று வாழ்க்கை முழுதும் உன்னோடே இருக்கப்போவதாக நினைத்த காலங்கள் உண்டு. ஆனால் நமக்கான நேரம் கணக்கிடப்பட்டுவிட்டது, அதன் எல்லையை நம்மால் காணக்கூடிய அளவிற்கு எனும்போது அவ்வளவு உறுதி நிலைக்கவில்லை. ஒரு செஸ் விளையாட்டிற்கோ அல்லது சினிமா பார்ப்பதற்கோ தேவைப்படுவதைவிடவும் நீண்ட நேரம், ஆனால் நமக்கென கற்பனை செய்ததைவிடவும் மிக மிகக் குறைந்ததெனும் அளவில் நேரத்தை வைத்துக்கொண்டு என்ன செய்வதென தெரியவில்லை. முன் சிலநாட்களில் காலையுணவின் நேரம் கடந்த பின்தான் தூக்கத்திலிருந்தே விழிப்போம். மதிய உணவின் நேரமும் தாண்டும்வரை படுக்கையிலேயே கிடப்போம். அப்படியான நாட்களைப் போல இப்போது உணர்கிறேன். அந்நாட்கள் என்னை நடுங்கச்செய்யும். நம் நேரத்தை எப்படி உருப்படியாகக் கழிப்பது என்பதில் நமக்குள் சண்டை வரும். நேரம் தீர்ந்துவிடப் போகிற மாதிரியும் நாட்கள் காலியாகிவிடுவது மாதிரியும் வாழ்க்கையைக் கட்டுக்குள் வைத்திருக்க நீ விரும்பவில்லை. “எனக்கு எந்த நோயுமில்லை” என்றாய். “நமக்கு கேன்சர் இல்லை, நாம் செத்துக்கொண்டு இல்லை” என்றாய். “அதனால் நாம் வாழ்வதைப் போல் வாழ எனக்கு விருப்பம் இல்லை” என்றாய். இரண்டு விதமான மக்கள் உண்டு. அதில் ஒருவர் எப்போதுமே முதலில் விட்டுக்கொடுப்பவர்கள்.

நாம் சண்டையிட்டபோதெல்லாம் அதை முதலில் கடந்து போனது நீதான். சமையலறை சுவரிலிருந்த நீள்சதுர சந்தின் வழியே செய்தித்தாளில் புகைப்படங்களின் அடியில் உள்ள சிறு சிறு குறிப்புகளையும் நீ தலையைக் கவிழ்த்து குனிந்து உற்று பார்ப்பது தெரியும். அதிலிருந்து சுற்றத்தின் பிரக்ஞையற்று நிமிர்ந்து பின்னால் சாய்ந்தவாறே செய்திக்கட்டுரைகளுக்கு திரும்பிப் போவதைப் பார்ப்பேன். அப்பொழுதே எனக்குத் தெரியும் நான் உன்னை விட்டு விலகினால் ஏற்படும் வெற்றிடம் அடித்துச் செல்லும் பெருவெள்ளப் பாதையின் பள்ளம் நிரம்பும் வேகத்தில், காயம் ஆறுவது போல ஆறிவிடுமென்று.

நீர்ப்பாலத்திலிருந்து இவ்வளவு தூரத்திலும் சீகல் பறவைகள் ஒன்றோடொன்று குப்பைகளுக்கிடையில் சண்டையிட்டு கடுங்குரலில் கத்தும் சத்தம் கேட்க முடிகிறது. இந்நாட்களில் இச்சப்தங்கள் கடலை நோக்கி பலம் கொண்டு எறியப்பட்ட கல்லைப்போல மெலிந்த காற்றை கிழித்துக்கொண்டு வெகுதூரம் பயணிக்கிறது. பாதி கடித்திருந்த ஆப்பிளின் உட்பகுதி என் வலது கையுறையை நனைத்திருந்தது. இன்னொரு கை கண்ணீரை நிறுத்தி மூக்கின் மேல் அழுந்தியிருந்தது. இரண்டு வகையான மக்கள் உண்டு. அதில் ஒருவர் யாருக்காவது கேட்கும் சிறிது சாத்தியமாவது இருந்தால் மட்டுமே அழுவர். ஆப்பிளை தரையில் வைத்து அதை நோக்கி "பூஃப்ப்" என்று சத்தம் எழுப்பினேன். ஏதாவது நடக்குமெனக் காத்திருந்தேன். வந்த பாதையிலேயே திரும்பி நடக்க ஆரம்பித்தேன்.

வீட்டை அடைந்ததும் குக்கீயின் எல்லா விளையாட்டு பொருட்கள், உணவு தண்ணீர் குவளை, மணி தொங்கும் சிறிய ஊதா நிறப்பந்து, ஆளுயர கத்தும் வாத்து பொம்மை என எல்லாவற்றையும் சேகரித்து கூடத்தில் மெல்லிய போர்வை விரித்து அதன்மீது ஒவ்வொன்றாக மறைந்து போவதை வசதியாகப் பார்க்குமாறு கிடத்தி வைத்தேன்.

*

இந்த மறைதல்கள் நாளுக்கு நாள் அதிகமாகிக் கொண்டே போகிறதா? இல்லை. கிழக்கிலிருந்து மேற்காகவோ மேற்கிலிருந்து கிழக்கிற்கோ இந்த நிகழ்வுகள் நகர்ந்தபடியிருக்கிறதா? ஒருவேளை அகரவரிசைப்படியோ தோன்றிய காலவரிசையிலோ வகை மாதிரி பிரித்துக்கொண்டோ மறைந்து வருகின்றனவா? அதுவும் இல்லை. பிரயத்தனப்பட்டு இதைப் புரிந்துகொள்ள முயலுகையில் இதன் ஒழுங்கின்மைதான் அதிகம் வெளிப்படும். ஒரு வாரம் எல்லாமும் அதனதன் வைத்த இடத்தில் வைத்தபடி இருக்கும். திடீரென வாரப் பத்திரிக்கைகள் என்ற ஒன்றே இல்லாமல் போகும். உங்கள் வீட்டில் மட்டுமல்ல யார் வீட்டிலும். புதிதாக ஒன்றைத் தயாரித்து வெளியிடவும் யாரும் தயாராக இல்லை. பெரியதிலிருந்து சிறியதிற்கென இது நகர்ந்து வருகிறதா? இதற்கென ஏதாவது திட்டமாவது இருக்கிறதா? எதைப் பற்றியும் யோசிப்பதற்கு களைப்புற்றிருக்கும் ஒரு மனநிலையில் இது அழகாகவே இருக்கிறது - எதிர் வீட்டின் அறை விளக்குகளை ஒவ்வொன்றாக ஒருவர் அணைத்துக்கொண்டே வருவதைப் பார்ப்பதை போல.

காலியாகக் கிடந்த என் தம்பியின் அறையில் தரையில் அமர்ந்து வரிசையாக நான்கு சாக்லேட் பார்களை உண்டேன். உன்னை ஏற்கனவே ஒருமுறை அழைத்திருந்தேன். மீண்டுமொருமுறை அழைப்பதற்கான காரணத்தை உருவாக்கிக் கொண்டிருந்தேன். தொட்டுணர முடியாத பொருண்மையற்றவையே காணாமல் போகும் என்று வல்லுநர்கள் கூறத் தொடங்கினர். கருத்துகள், ஞாபகங்கள், நினைவோட்டங்கள் சீக்கிரம் அழியக்கூடியவை என்றனர். தெளிவான உதாரணங்கள் எதுவும் அவர்களிடம் இருக்கவில்லை. குக்கீ காணாமல் போனது உனக்கு இன்னும் நினைவிலிருக்கிறதா என தெரிந்து கொள்ள அழைப்பது சரியாக இருக்குமென்று எண்ணினேன்.

எண்களை அழுத்தினேன். இரண்டு முறை மணி அடித்ததும் உன் குரல் கேட்டது.

"ஹலோ" என்றாய்.

"நான்தான்" என்றேன்.

"நீயேதான்" என்று பதில் சொன்னாய்.

"குக்கீயை உனக்கு இன்னும் நினைவிருக்கிறதா எனத் தெரிந்து கொள்ளத்தான் அழைத்தேன்" என்றேன்.

"ஆஃப் கோர்ஸ். எனக்கு இன்னும் குக்கீயின் ஞாபகம் இருக்கிறது". நம் தொடர்பு அசைவற்று போனதுபோல இருமுனைகளிலும் அமைதி.

"என்ன ஞாபகம் வைத்திருக்கிறாய்?" என்று கேட்டேன்.

"நீ குக்கீ யை வளர்க்கத் தேர்ந்தெடுக்க காரணமே அது உன்னைக் கடித்து வைத்ததுதான் என்பது ஞாபகம் இருக்கிறது." என்று சொன்னாய். "இந்த பிராணியை வெற்றி கொள்வது உனக்கு முக்கியம் என்று முடிவெடுத்தாய். பூனையை எப்படி பிடித்துத் தூக்குவது என்று தெரியாமல் கிடைத்த இடத்திலெல்லாம் பிடித்து தூக்க முயன்றது ஞாபகத்தில் இருக்கிறது. நடுவில் பிடித்து வயிற்றை அழுத்தி தூக்கியபோதெல்லாம் நீ கடிபட்டாய்."

"உன் எண்ணை மனப்பாடம் செய்து வைத்திருக்கிறேன்" என்றேன்.

"நல்லது" என்றாய்.

சரி உன்னைப் போகவிடுகிறேன் என்று சொன்னதற்கு குட் நைட் என்றாய். இருவரும் இணைப்பைத் துண்டித்தோம்.

இந்நாட்களில் தான் உன் இழப்பை அதிகம் உணர்ந்தேன் நீ தொலைந்து போனதற்கு பிறகான நாட்களை விடவும். உன்னுடன் பேசுவது குறையக் குறைய உன் மீதான காதல் தீவிரமடைவதைப் போன்ற வேகத்தில் நல்ல நினைவுகளை மறப்பதைக் காட்டிலும் கசப்பான விஷயங்கள் அனைத்தையும் வேகமாக மறந்து கொண்டிருந்தேன். நான் ஒரு விளையாட்டு விளையாடுவேன். "நாம் சிறந்த ஜோடியா இல்லையா?" என்று அதற்கு நானே பெயர் சூட்டிக்கொண்டேன். தெரிந்தோ தெரியாமலோ நீயும் என்னோடு சேர்ந்தே இதை விளையாடினாய். இதுதான் அந்த விளையாட்டு. நாம் சேர்ந்து சினிமாவுக்குப் போக திட்டமிட்டதை மறந்துவிட்டு நீ தனியாகவோ அல்லது உன் நண்பரோடோ சினிமா பார்க்கப் போய்விடுவாய். நான் வீட்டில் தனியாக காத்துக்கொண்டிருப்பேன். சிலசமயம் உன் செல்போனை சார்ஜ் பண்ணுவதையும் மறந்துவிட்டு உன் அலுவலுக வேலையிலேயே அதிகாலை நான்கு மணிவரை இருந்துவிடுவாய். உனக்காகவே காத்திருந்து சோபாவிலேயே தூங்கிக் கொண்டிருக்கும் என்னை வந்து எழுப்புவாய். அப்போது என்னை நானே கேட்டுக்கொள்வேன். - "நாம் சிறந்த ஜோடியா இல்லையா?". அதற்கடுத்து நீ செய்வது எதுவாக இருந்தாலும் அதுவே விடையாகவும் அமையும். பின்பு நீ ஏன் இப்படிச் செய்கிறாய் என்பதைப் பற்றியே சோர்ந்து போகும்வரை யோசித்துக் கொண்டிருப்பேன்.

இந்த மறைதல்களெல்லாம் கிட்டத்தட்ட தோற்ற மயக்கங்களைப் போல ஒருவிதமான இருத்தலியல் மாயங்களாக இருக்கலாம் என்ற கோட்பாட்டின் மூலம் அரிஸோனாவில் வாழ்ந்து வரும் எச்சார்புமற்ற சுயேச்சை இயற்பியல்வாதி ஒருவர் புகழடைந்திருந்தார். நம்மிடமிருந்து எடுத்துக் கொள்ளப்பட்டவைகளை நாம் இன்னும் நினைவில் வைத்திருந்து நம்மால் அவற்றை நம் மனக்கண்ணில் மீட்டு நிறுவமுடிகிறது என்பதே அவை இங்கேயே இன்னும் இருப்பதற்கான சாட்சி என்றார் அவர். கல்லைக் கண்டார் கடவுளைக் காணார். இது எல்லாமே பார்க்கும் பார்வையைப் பொறுத்தது என்றார் அவர். நிலை மாறும் பார்வை கோணம்: கார் எடுத்துக் கொண்டு கிளம்பும்போது உங்கள் பார்வையிலிருந்து விலகும் வீடு, அருகில் ஒரு குன்றின் மீதிருந்து பார்த்தால் தெரிவதைப் போல. வீடு தொலைந்து போனது என்று நினைப்பது முட்டாள்தனம். மறைந்து போனவையெல்லாம் நம்மோடு இன்றும் ஒருங்கியிருப்பவைதான் ஆனால் காலத்தால் பொருளிழந்தவை என புரிந்துகொள்ளவேண்டும். இதுதான்

அவரின் 'கால-இட தடை' கோட்பாடு. இதை நம்பியவர்களெல்லாம் தங்களுக்கு சிறப்புத் தகுதிகள் அளிக்கும் ஒரு இடம் உண்டு என்றும் நம்பினார்கள். புறா வண்ண மென்முகடுகளைக் கொண்ட நார்மண்டி கடற்கரையில் சமீபத்தில் தொலைந்து போனவையெல்லாம் கொஞ்சம் மிருதுவாக முப்பது நாற்பது வருடப் பழமையானவையாக மீண்டும் தோன்றுவதாக பரவிய வதந்தியின் பேரில் அவர்கள் அங்குப் புனிதயாத்திரை சென்றனர். 1759ல் பன்னிரண்டு வயது சிறுமி ஒரு கிழவனோடு நடக்கவிருந்த திருமணத்திலிருந்து தப்பிக்க இங்கு மூழ்கி இறந்ததாகச் சொல்லப்படுவதுண்டு.

நான் தரையில் அமர்ந்து க்ரானோலா பார் கவர்களை ஒரு பிளாஸ்டிக் பையில் போட்டேன். அந்தப் பையை இன்னுமொரு பிளாஸ்டிக் பையில் போட்டுவைத்தேன். பிளாஸ்டிக் பைகளும் மறைந்துக் கொண்டிருந்தனதான். ஆனாலும் என் தம்பி நிறைய பிளாஸ்டிக் பைகளை வைத்திருந்தான். உன்னை மீண்டும் அழைப்பதற்காக போனை எடுத்தேன். என் நினைவில் இருந்தே உன் நம்பர்களை அழுத்தினேன்.

உனக்கு பதிலாக பதியப்பட்ட குரல் ஒன்று, அழைப்பை தற்போது ஏற்க இயலாது என்று கூறியது.

மறைந்து போனவைகளுக்கான பிரத்தியேக துறைக்கு போன் செய்தேன். "மனிதர்களுக்கு" எண் '1' அழுத்தி மீண்டும் "ஆண்களுக்கு" எண் '1' அழுத்தினேன். வயது "21லிருந்து 31க்குள்" என்பதைக் குறிக்க எண் '3'ஐ அழுத்தினேன். அடுத்து "நண்பர்கள்" எண் '3' ஆனால் நான் அதற்கு மாறாக எண் '2' அழுத்தினேன். அது "காதலர் அல்லது இணைந்து வாழும் முக்கியஸ்தர்களுக்குரியது". இதைப் பெரிதாக எடுத்துக் கொள்ளமாட்டாய் என்று நினைக்கிறேன். அழகிய பெண்குரல் பதிவை உறுதி செய்ய "ஆண் காதலர் வயது 21லிருந்து 31க்குள்" என்று சொல்லி தகவலை உறுதி செய்ய சொல்லிக் கேட்டது. நான் # பட்டனை அழுத்தி உன்னை விவரிக்கத் தொடங்கினேன்.

*

ஒரு இலையுதிர் காலத்து பிரகாசமான காலைப்பொழுதில் என் முகத்தை உற்று நோக்கியிருந்த உன் முகத்தில் விழித்தது நினைவிலிருக்கிறது. சில விடியல்களில் நாம் ஒன்றாக தூக்கம் கலையும்போது ஒருவரை ஒருவர் மறந்துவிட்டதைப் போல் பாவனை செய்வோம். நம்மில் ஒருவருக்கு அம்னீஷியா வந்துவிட்டது. அந்த ஒருவர், "நான் யார்? எங்கிருக்கிறேன்" எனக் கேட்க,

தகுந்தாற்போல் ஒரு புதுக்கதையை புனைவது மற்றவர் பொறுப்பு. நல்ல கதைகள் கொஞ்சம் நீளமாகவும் மிகச்சிறந்த கதைகள் மொத்தமாக புது வாழ்க்கையே போனஸாக கிடைத்துவிட்டதைப் போல தோன்றச் செய்யும். கவலைப்படாதே என்று என்னை நீ ஆற்றுப்படுத்திக்கொண்டிருந்தபோது ஜன்னலுக்கு வெளியே மஞ்சள் இலைகள் பொன்னிற ஒளியை பரப்பிக் கொண்டிருந்தது. நான் பாதுகாப்பாக இருந்தேன், உன்னோடு இருந்தேன். கல்லூரி காலங்களிலிருந்தே நாம் ஒன்றாகவே இருந்தோம். அந்த வருடத்தின் மிக வெம்மையான நாளொன்றில் பூங்காவின் மையத்தில் சந்தித்தோம். குளத்தை நோக்கியிருந்த பெஞ்சில் அமர்ந்து வான்கோழி, சுவிஸ் வெண்ணெய் கொண்டு ஸ்பினாச் தழைகளால் சுற்றியிருந்த சாண்ட்விச்சை உண்டோம். இருவர் கையிலும் அதே சாண்ட்விச்.

இலையுதிர் மதியங்களில் இலைகள் கணக்கில்லாமல் தான்தோன்றியாக எப்பொழுதுமே விழுந்து கொண்டிருந்தது. இலைகள் வண்ணம், எடை, காற்றின் வேகம் என எதன் பொருட்டுமில்லாமல் தரையில் சொட்டிக்கொண்டிருந்தது.

மிக நுட்பமாக எல்லா இடங்களிலும் நிகழ ஆரம்பித்த இந்த மறைதல்கள் நாட்களின் மீது கனமாக அழுத்திக் கொண்டிருந்தது, இந்தப் பொழுது எப்போது கடந்து போகும் என்று சிலநேரம் நம்மை காத்துக்கொண்டிருக்க வைப்பதைப் போல. இந்த உணர்வே, நீ இல்லாமல் என்ன செய்யப்போகிறேன் என்று யோசிக்கும் முன்னரே உன்னை விட்டு விலகுவதற்கு வசதியாக இருந்தது. நம்முடைய வீட்டின் வெளியே சாவி இல்லாமல் நின்றுகொண்டு உன்னை திரும்பத் திரும்ப செல்போனில் அழைத்தேன், நீ வேலையில் இருக்கிறாய் என்று தெரிந்தும் கூட. ஒவ்வொரு முறையும் என் அழைப்பை எடுக்காமல் போனபோது நீ மறைந்துவிட்டாய் என்றே கற்பனை செய்து கொண்டேன், அப்படியொரு கற்பனை என்னை எந்த விதத்திலும் பாதிக்கவில்லை என்பதை உணரத் தொடங்கியதுவரை. நான் மறைந்து விட்டதைப்போல தோன்றியது. நான் இல்லாமலும் எல்லாம் தொடர்ந்து செயல்படுவதைப் பார்த்தேன். அதைக் கண்டுகொள்ளவில்லை. தெருமுனையிலிருந்த ஏடிஎம் சென்று என் வங்கிக் கணக்கிலிருந்த அத்தனை பணத்தையும் எடுத்தேன். வங்கி கணக்குகள் அப்போது இருந்தது. ஆனால் எங்கேயோ யார் கண்களுக்கும் தட்டுப்படாதபடி. அவை இப்போதும் இருக்கக் கூடும், வங்கிகளே காணாமல் போய்விட்ட பின்னரும். நான் பணத்தையும் நம்முடைய காரையும் எடுத்துக்கொண்டு மேற்கே சிகாகோவை நோக்கி ஓட்டத் தொடங்கினேன். இவை இறுதி

நாட்களாக இல்லாமலிருந்திருந்தால் நாம் இப்போதும் ஒன்றாகத்தான் வாழ்ந்திருப்போமா? நான் உன்னைவிட்டுப் பிரிந்ததிலேயே மிகக் கடினமானது எதுவென்றால் என் வாழ்க்கையை நான் மட்டுமே வாழ்ந்து கொண்டிருப்பதை நானே பார்த்துக்கொண்டு, எந்நேரமும் என்னருகிலேயே இருந்துகொண்டு, என்னைக் கேள்விகளால் துளைத்துக் கொண்டு, என் உடம்பிற்குள்ளேயே உட்கார்ந்து கொண்டு, நீ வீடு திரும்பியதும் எனக்குப் போன் மேல் போன் போட்டு அழைப்பதை அமைதியாக பார்த்துக் கொண்டும் இருந்ததுதான்.

அறிவிப்பிற்குப் பிறகு மக்கள் இரண்டு விதமாக இருந்தனர். இரண்டில் ஒன்றைச் செய்தார்கள். இந்த அழிவிலிருந்து தப்பிக்க அதிக அக்கறை கொண்டு செயல்பட்டார்கள். அல்லது இதை அப்படியே விட்டேத்தியாக கண்டுக்கொள்ளாமல் இருப்பது. எப்படியாவது வாழ்ந்து பார்ப்பது என்று சேகரித்த பொருட்களைப் பதுக்கி பாதுகாப்பது. அல்லது மிச்சமிருக்கும் நேரம் அதன் போக்கிலேயே தன் வாழ்க்கையைத் தீர்மானிக்கட்டும் என விட்டுவிடுவது. புழக்கடையில் காய் கனி செடிகளை வளர்க்கத் தொடங்குவது. அல்லது வீட்டுத் தோட்டங்களை புதர் மண்ட விட்டுவிட்டு முழுக்குடியில் மதிய நேரத்தில் கஞ்சா புகை சூழ தோட்ட நாற்காலியிலேயே தூங்கிக்கொண்டிருப்பது.

கொஞ்சக் காலத்திற்கு எதைச் செய்வதாக இருந்தாலும் அதை முழு அர்ப்பணிப்புடன் செய்தோம். ஆனால் சில வாரங்களிலேயே அதைத் தொடர்வது கடினமாகிப் போனது. கொஞ்சம் கொஞ்சமாக தீவிரம் குறைந்து எதைப் பற்றியுமான அக்கறை வலுவிழந்து உதிரி உதிரியாகவே செயல் தீவிரம் மிஞ்சியது. செய்வதென்று தொடங்கி பிறகு செய்ய நிறைய இருக்கிறதென்ற சோர்விலேயோ அளவுக்கு மிஞ்சி அதிகம் செய்துவிட்டோம் என்ற அயற்சியிலேயோ தூங்கப் போய்விடுவோம். இறுதியில் இரண்டில் ஒருவித மக்கள் மட்டுமே இருந்தனர்.

*

பிரதான படுக்கை அறையில் மெத்தை மீதிருந்த உறைகளைக் களைந்தேன். என் தம்பி திரும்ப வரப்போவதில்லை. ஆனாலும் படுக்கையை சீர்செய்து ஒரு நல்ல விருந்தாளியாக நடந்துக் கொண்டேன். நட்சத்திர விடுதிகளில் செய்வதைப்போல உறைகளைச் சுருக்கமில்லாமல் நகர்ந்துநழுவிவிட முடியாதபடி அவற்றின் முனைகளை மெத்தைக்கு அடியில் இறுக்கமாக மடித்து படுக்கையை

சுத்தமாகத் தயார் செய்து வைப்பேன். அதில் படுப்பதற்கு நானே பாடுபட வேண்டும். தலையணைகளை மெத்தை உறைகளுக்கு அடியிலிருந்து பலம் கொண்டு வெளியே எடுத்து போர்வைகளை மெத்தையிலிருந்து கிழிப்பதைப் போல பிய்த்து பின் அதற்குள் உறங்கச் செல்வேன்.

இன்னமும் வேலை செய்யும் மிகச்சில போன்களில் என்னோடதும் ஒன்று. சத்தம் போட்டுச் சொன்னேன்.

விளக்குகளை எரிய விட்டு தூங்கத் தொடங்கியிருந்தேன். எனக்கு 'பார்க்கும்' நேரங்கள் அதிகம் வேண்டும். எவ்வளவு முடியுமோ அவ்வளவையும் கண் விழிக்கும்போதெல்லாம் பார்க்க வேண்டும். வெளியே ஜன்னலில் பனி விழுந்து கொண்டிருந்தது. சினிமாக்களில் வரும் பனிப்பொழிவு போல கனவுலக பஞ்சு இழைகளெனத் தனித்த விளக்கு கம்பத்தை சுற்றி சொறிந்து கொண்டிருந்தது. காணாமல் போனவர்களுக்கான தொடர்பு எண்ணில் ஒலித்த குரலுக்கு சொந்தமான பெண்ணை நான் காதலித்திருக்கலாம். நான் விரும்பியபோதெல்லாம் அழைத்து அவள் குரல் கேட்டு இப்போது சற்றும் இல்லாமல் போனது போல் தோன்றும் ஒரு உணர்வை மீட்டெடுத்திருக்கலாம். அவளைக் காதலித்தது யாராக இருந்தாலும் அவர்கள் இன்றும் இங்கே இருப்பார்களெனில் அதிர்ஷ்டசாலிகள்தான். பனிப்பொழிவு வேகம் குறைந்து கொஞ்சம் கொஞ்சமாக மெலிந்துகொண்டிருந்தது. பின்பு இரண்டோ மூன்றோ பஞ்சுத்துளிகள்தான் எங்குபோவதெனத் தெரியாதவை போல் மேலும் கீழுமாக அலைந்துக் கொண்டிருந்தது.

என் அறையில் விளக்கு சிறிது நேரம் எரிந்து கொண்டிருந்தது. கண்ணாடி ஜன்னலில் என் நிழற்பிம்பத்தைப் பார்த்தேன். தலைமேல் இருந்த விளக்கு சடாரென இருளடைந்தது. பல்பு தொங்கிக்கொண்டிருந்த வயர் வெறுமையாக ஆடும் சத்தம் மட்டும் கேட்டது. கண்களுக்குத் தெரியவில்லை. கூடிக்கொண்டே போகும் அமைதி மற்ற பொருட்களும் மறைந்து கொண்டிருக்கின்றன என உணர்த்தியது. உலகிலுள்ள அத்தனையும் தனக்கேயுரிய ஒரு லயத்தில் அதிர்வுறும், ஒரு சிறுதுளி சத்தம் வெளியிடும் என்று சொல்வார்கள். உண்மையில் எதுவும், எதுவுமே அதிர்வலைகளை வெளியிடாமல் இருப்பதில்லை. என் உடம்பிலிருந்து வெப்பம் வெளியேறிப் போகும் இடமில்லாமல் அதிர்ந்து கொண்டிருப்பதை உணர முடிந்தது. இருள் திட்டு திட்டாய் கரும்புள்ளிகளின் மாயத் தோற்றத்தில் என் கண்களைக் கடந்து பின்னால் மிதந்து சென்று

கொண்டிருந்தது. என்னைச் சுற்றி என்னைப் பார்த்துக்கொண்டு எவருமே இல்லையென்றால் நான் மறைந்து கொண்டிருக்கிறேன் என்பது எனக்கு எப்படித் தெரியும்? இது வெறும் தூக்கமில்லை என்பதை எது எனக்குச் சொல்லும்? இந்த இருட்டில் மறைந்து போவதையெல்லாம் என்னால் பார்க்க முடியவில்லை. ஆனால் எல்லாமும் தூரம், வெகுதூரம் போய்க்கொண்டிருக்கிறதென்பது மட்டும் எனக்குத் தெரிந்தது. ஒரு கட்டத்தில் எதுவுமே தெரிந்து கொள்ள முடியாமல் போனது.

நெப்ராஸ்கா மாகாணத்தில் லிங்கன் நகரில் உள்ள ஒரு பெண் தன்னால் மறைந்து போனவர்களோடு உரையாட முடியுமென்று கோரினாள். அவளை அழைத்து டெலிபோனில் யாரைத் தேடிக்கொண்டிருக்கிறோம் அவர்களின் முழுப் பெயர், வயது, உயரம், எடை என்ன என்பதைச் சொல்ல வேண்டும். அவள் தன் வீட்டின் பின்னாலுள்ள பல தசமங்களுக்கு முன் தன் தாத்தா தோண்டி வைத்த கிணற்றருகே சென்று இத்தகவல்களைக் கிணற்றுக்குள் சத்தம் போட்டு அடியாழத்துக்குப் போகும்படி கத்துவாள். திரும்ப வரும் எதிரொலியில் அந்தப் பக்கம் போய்ச்சேர்ந்த மாயமான உங்கள் விருப்பத்திற்குரியவர்கள் அவ்வார்த்தைகளைக் கலைத்து போட்டு பதில்களாக கோர்த்து தாங்கள் தெரிவிக்க வேண்டியதை கிசுகிசுப்பான குரலில் அனுப்பி வைப்பார்கள் என்று சொன்னார்கள். இதற்கு நன்கொடையாக அவளுக்குச் சுத்த தங்கமோ நகைகளோ வெள்ளிப் பாத்திரங்களோ கொடுத்து விட வேண்டும். அவளுக்குக் கேட்பதை போல அவர்களின் குரல் மற்றவர்களுக்கும் கேட்டு அவர்கள் எவ்வளவு சந்தோஷமாக இருக்கிறார்கள் எவ்வளவு நாம் உடனில்லாத குறை கொண்டு இருக்கிறார்கள் என்று தெரிந்து கொள்ளவேண்டும் என்பதே அவளின் விருப்பம் என்றும் சொல்லிக்கொண்டாள். இங்கிருந்து மறைந்தவையெல்லாம் அந்தப் பக்கம் சென்று சேர்ந்துவிட்டதெனவும் அங்கிருப்பவர்கள் இயல்பான வாழ்க்கை வாழ்ந்துகொண்டு மற்றனைத்தும் அவர்கள் பக்கம் வந்து சேர்ந்து புதியதோர் உலகை முழுதாக மீண்டும் உருவாக்க காத்துக் கொண்டிருப்பதாகவும் அவள் சொன்னாள்.